కథల పరిమళాలు

కస్తూరి విజయం
VICTORY OF KASTURI

నూతలపాటి నాగేశ్వరరావు

Kadhala Parimalaalu

Edited by:
Nuthalapati Nageswara Rao
Ph: 9490742134
E-mail: nnrao112@gmail.com

Cover Page: Madhav, Hyderabad

Published By: Kasturi Vijayam
Published on:May 2025

ISBN (Paperback): 978-81-974475-5-6

Print On Demand

Ph:0091-9515054998
Email: Kasturivijayam@gmail.com
Book Available
@
Amazon, flipkart

అంకితం

నా తల్లిదండ్రుల ప్రేమ జ్ఞాపకార్థం

– నూతలపాటి నాగేశ్వర రావు

కృతజ్ఞతలు

కథల పరిమళాలు, కవితా కెరటాలు సంకలనాల ఆలోచనా కలను నిరంతరంగా శ్రమించి, వారి అత్యంత విలువైన సమయాన్ని వెచ్చించి సాధికారత గావించిన పెద్దలు, రచయితలు, సాహితీ వేత్తలు, ప్రచురణ కర్త, స్నేహితులు, శ్రేయోభిలాషులు మరియు కుటుంబ సభ్యులకు కృతజ్ఞతలు తెలుపుకుంటున్నాము.

నూతలపాటి నాగేశ్వర రావు, సుధారాణి
Founder and Chairman
N.L. and S Charitable Trust,
Santhanuthalapadu
523 225

N. SRINIVASULU, MSc,
Additional Secretary to Govt.,

ENIVRONMENT, FORESTS,SCIENCE & TECHNOLOGY DEPARTMENT
Room No:-173, Ground Floor,
Building No.4. A.P. Secretariat,
Velagapudi, Amaravati- 522 238.

ప్రియమైన నూతలపాటి,

'కథల పరిమళాలు, కవితా కెరటాలు' మీ సంపాదకత్వంలో ప్రచురించి ఆవిష్కరిస్తున్న తరుణంలో మీకు శుభాకాంక్షలు, అభినందనలు తెలియ జేస్తున్నాను.

మన దేశమే కాక విదేశాల్లో నివశిస్తున్న తెలుగు రచయితల నుండి మంచి కథలను సేకరించి సంకలనంగా ప్రచురించడం నిజంగా అభినందనీయం. ఇటువంటి ప్రయత్నాలు మున్ముందు ఇంకా జరగాలి. అందువల్ల వివిధ ప్రాంతాల, దేశాలలోని సంస్కృతి, జీవన విధానం మన తెలుగు పాఠకులకు పరిచయం చేసినట్లవుతుంది.

ఇటీవల కాలంలో మీ రచనలు ప్రధానంగా నవలలు, కథలు, వారపత్రికా కాలమ్ లు కొత్త వరవడి , శాస్త్రీయ ఆలోచన, నూతన కోణం పాఠకుల హృదయాలను కొల్లగొట్టాయి, వారి మదిలో ప్రత్యేక ముద్ర వేయబ బడ్డాయి. సామాజిక దృక్పథంతో కూడిన ఈ రచనలు ఎంతో మేలు కలిగిస్తాయి, నూతన ఆలోచనలకు ప్రేరణనిస్తాయి.

సోషల్ మీడియా ఆధిపత్యం వహిస్తున్న ప్రస్తుత దశలో, ఈ నూతన రచనలు తెలుగు పాఠకులను ఆకర్షించి, పుస్తకాలు చదవడానికి ప్రేరేపించబడతాయని అందులో నాకు ఎలాంటి సందేహం లేదు. ముందు ముందు, మీ సాహిత్య సేవ మరింత పరి పుష్టి కావాలని, సమాజానికి ఇంకా ఎంతో మేలు చేయాలని, ప్రత్యేక ముద్ర కొనసాగాలని కోరుకుంటున్నాను.

మీ కలం సుగంధ సాహితీ వెలుగులు నలు దిశలూ వ్యాపిస్తుందని ఆశిస్తున్నాను.

మీ ఆశయాలకు ఈ కథల పరిమళాలు మరియు కవితా కెరటాలు మరింతగా ప్రేక్షకాదరణ పొందాలని హృదయపూర్వక శుభాకాంక్షలు తెలియ జేస్తున్నాను.

ఆప్యాయతతో,

(ఎన్. శ్రీనివాసులు)

నా—కథ

ఆచార్య గుజ్జర్లమూడి కృపాచారి
M.A. Ph.D, PG. Dipl Sanskrit
Vice-Chancellor
Dalit Open University of India
Deenapur

కథలు జీవితానికి దర్పణం. కథలో సామాజిక జీవనం ఆవిష్కృతమవుతుంది. కథ చదివిన తర్వాత అది మనస్సులో నాటుకుంటే ఉత్తమ కథ. అలాంటి కథలు మన రచయితలు పండిస్తున్న కమ్మని కథల పంట ఇది. ఇందులో యువ రచయితల కలాలు బాగా పదునెక్కుతున్నాయి. అసలు కథలు, కథాస్రవంతి ఈనాటిది కాదు. అగ్నిపురాణంలో

"ఆఖ్యాయికా, ఖండకథా,
పరికథా, కథా, కథానికేతి
మన్యం తే గద్య కావ్యంచపంచధా"

అని కథల్లోని రకాలను ఐదు భాగాలుగా వింగడిస్తారు. మన తొలి తెలుగు కథ గురజాడ అప్పారావు దిద్దుబాటు (1910) అన్నది తొలికథ అంటారు. నిజానికి కథ, కథానిక మనదే అయినా పాశ్చాత్య ప్రభావం వలన స్టోరి, షార్ట్ స్టోరి అనే విభేదాలు కూడా మనల్ని ప్రభావితం చేశాయి.

నూతలపాటి నాగేశ్వరరావు సంపాదకత్వంలో వచ్చిన కథా పరిమళాలు ఒక వినూత్న ప్రయోగం. కథా రచనలు ప్రోత్సహించాలనే ఉత్తమ భావనతో అన్ని వయస్సుల, వర్గాల, రచనలు సేకరించడం ఒక సత్ప్రయత్నం. ముఖ్యంగా యువ తరాన్ని భావితరానికి నిలబెట్టే ఒక మంచి ప్రయత్నమీ కథా సంకలనం. ఇందులో సాంసారిక, ప్రేమ,

సందేశాత్మక, సమస్యాత్మక, సరదా, వ్యంగ్యాత్మక, శాస్త్రీయ, విశ్లేషణలతో కూడిన కథలెన్నో ఉన్నాయి. అన్ని విభిన్నధోరణులతో వింగడించినవి కనిపిస్తాయి. తొలి కథా విన్యాసం చేస్తున్నవారికి ఇది మంచి వేదిక. ఈ ప్రయత్నం వల్ల యువతరం వారి "లోనున్న" ఆలోచనకు అక్షరరూపం ఇచ్చే ప్రయత్నం ఒక భావి కథాపరిమళానికి ఆకరువు. మిత్రుడు నూతలపాటి నాగేశ్వరరావు గారి ప్రయత్నం సిద్ధించి పరిమళించిందని చెప్పాలి. సరికొత్త రచయితలకు మలితరం రచనలు తోడయితే మరింత పరిమళసౌరభం గుభాళిస్తుంది. ఇక్కడ అదే జరిగింది.

"శుభమేవ యత్నం

ప్రయత్నం ఉత్తమలక్షణం"

శ్రీజ్యోతి నిలయం,

తెనాలి

21.04.2025.

అనురూపము

డా. పాతూరి సుబ్రహ్మణ్యకవి M.Sc, M.Phil.

కలము : 'కృష్ణాత్రేయ'

అధ్యాపకులు,

నటరాజ పాతూరి నాటక సాహితీ

కళాసమితి వ్యవస్థాపకులు

తెనాలి, గుంటూరు జిల్లా.

Ph: 8096017553

కథలు కవితలు ప్రపంచములో, మానవుడు మాటలు, పరస్పర సంభాషణలు యెరుగని కాలం నుండి, ఉనికిని కలిగియున్నాయి. మనసు లోని భావాలకు భాషతో పనిలేదు, భావమే కవిత.

చిహ్నాలతో, చిత్రములతో మొదలైన భావ ప్రకటన శబ్దరూపములో వాక్కుగా, బహిర్గత మయ్యేది వైఖరి. ఇది ఒక మాధ్యమం. భాష కలిసిన భావం, కళాత్మకమౌతుంది.

ప్రపంచములోని భాషలందు, ప్రత్యేకతను పొందిన తెలుఁగు, లెస్సగా, పాటలు, కథలు, కావ్యములందు, విలసిల్లి,

ఆ సౌరభాన్ని నేటి తరాలకు వ్యాప్తి చెందించటంలో యెప్పటికప్పుడు క్రొత్తదనాన్ని సంతరించుకుంటున్నది. తొలుత మౌఖికమైన భావం, లిఖిత రూపంలో స్థిరపడి, సాహితీ ప్రియులకు ఆహ్లాదాన్ని అందిస్తున్నది. కవిత్వ పరమ ప్రయోజనము, జనానందదాయకత్వమని విజ్ఞులు, వారి రచనల ద్వారా తెలిపి యున్నారు. ఆధునిక యుగములో కవిత్వ ప్రయోజనము అవధులు దాటి, అన్నీ క్షేత్రాలను స్పృశిస్తున్నది . కవిత్వము వినోదమునకే పరిమితమన్న తలంపు నుండి ప్రజాజీవన ప్రకటనా సాధనముగ మారుతున్నది. కవిత్వము నిజాన్ని ప్రకటిస్తే అది ఆమోద యోగ్యము, మానవ ప్రవృత్తిని

ప్రస్ఫుటం జేసేది అవుతుంది. కవిత్వం, పాట నుండి కథగా రూపాన్ని మార్చుకొని మనుగడకు ప్రేరణ ని స్తున్నదనిఎల్లరకు విదితమైనదే.

అతి ప్రాచీన కాలము నుండి, నేటి వరకు తెలుగు సాహిత్యంలో కథలకు ప్రత్యేక స్థానమున్నది. జానపదుల నోట విస్తృతముగా వెలువడిన కథలు, ప్రత్యేక సాహిత్య ప్రక్రియలు. దేశాంతరాలలో ప్రఖ్యాతి గాంచినవి.

ఇవి యుద్ధ వీరులకు, శృంగార నాయకులకు, సముద్రయానము లకే పరిమితము కాకండా, నీతి విజ్ఞాన బోధకలుగ పరిణతి చెందినవి. పశు పక్ష్యాదులచే మాటలాడించేవిగా మనిషి జంతువుగా, జంతువు మనిషిగా మారి, ఆద్యంతమానందము, కలిగించే కథలు,జనబాహుళ్యానికి దగ్గరగా, సామాన్య ప్రజలకర్ధమయ్యే భాషలో యెన్నో ఉన్నయి మారుతున్న ప్రపంచంలో, మానవ జీవన శైలి, స్త్రీ పురుష సంబంధాలు, విద్యా వైజ్ఞానిక రంగాలు బ్రతుకు తెరువు, కష్టసుఖాలు, కథా వస్తువులుగా, చోటు చేసికొంటున్నాయి. అవిచిన్నమైన కాలముతో మారే పరిస్థితుల కనుగుణముగా కథలు వెలువడుతున్నాయి. భావితరాలకు, ఆ సాహిత్యాన్ని అందించవలసినబాధ్యత మనది.

ఆ ప్రయత్నంలో మిత్రుడైన శ్రీ నూతలపాటి నాగేశ్వరరావుగారు కృతకృత్యులు అయినందుకు, నా ప్రశంసాభినందనలు. చిన్నతనంనుండి. ఆధునిక భావాలు, హేతువాద ధోరణి జీర్ణించుకొని, తండ్రిగారి ప్రేరణతో, మూఢనమ్మకాలపై ప్రత్యేక దృష్టినిలిపి, జనజాగృతం చేయాలనే సంకల్పం కలిగిన వారు. సంతనూతలపాడు (ప్రకాశం జిల్లా) లో పుట్టి అక్కడే విద్యాభ్యాసం సలిపి కవిత్వమువైపు ఆకర్షితులై 1975వ సంవత్సరం నుండి రచనలు చేస్తూ ప్రభుత్వోద్యోగంలో బాధ్యతలు నిర్వర్తిస్తూ రచనా సంపుటాలు వెలువరించారు. వీరి కథలు కొన్ని ఆంగ్లంలోనికి అనువదింప బడ్డాయి. తల్లి దండ్రుల పేరుర (నూతలపాటి సుబ్బాయమ్మ, లక్ష్మయ్య) పేద విద్యార్థులకు సహాయం చేయు నిమిత్తము చారిటబుల్ ట్రస్ట్ నిర్వహించడం అభినందనీయం. క్యాన్సర్ రోగుల నాదుకొనుటకు ఇప్పటికి రెండు మార్లు తలనీలాల నర్పించిన సాధు స్వభావం కలిగినవారు.

కవి తన రచనలో, సమాజానికి ఇచ్చే సందేశాన్ని పొందుపరుస్తాడు. ఆ భావాలనేకొద్దిమంది, చదివినా, చదివించినా ఆనందానుభూతి నొందుతాడు. తాను భద్రపరచిన భావము చెదరకుండ చూడలన్నది కవి అభిమతం. దీని కొరకు మార్గాలను అన్వేషిస్తాడు. ఆ మార్గంలో, నేనున్నానంటూ సోదరుడు నూతలపాటి నాగేశ్వరరావు గారు కవులకు బాసటగా నిలిచారు, కవితలను, కథలను ఆహ్వానించారు. తెలుగు భాషపై అభిమానమున్న కవులను, కలము పట్టి రచనలు చేయవలసిందిగా ప్రకటిం చారు. ఇటువంటి ప్రయత్నం ఎన్.ఎన్ ఆర్ గారికే సాధ్యము.

పరస్పర సహకారంతో ముద్రణ అనే మాట లేకుండా, అంతా తానే నిర్వహించే సద్భావం ఎన్.ఎన్.ఆర్ గారికే పరిమితం . కవులనుండి రచనలను ఆహ్వానించి, వారిని సమన్వయం చేస్తూ, రెండు సంవత్సరములుగా వాటిని పొందుపరుస్తూ, తలపెట్టిన పని శాశ్వతముగా నిలిచిపోవాలని సదుద్దేశ్యముతో నిర్వహిస్తున్నారు. ఆ రచనలను కంప్యూటర్ ముద్రణ చేయించి పుస్తక రూపములో తెచ్చుటకు, నా వంతు (డా. పాతూరి సుబ్రహ్మణ్యకవి, తెనాలి) సహాయాన్ని దోష సవరణలకు, ఎన్.ఎన్.ఆర్ గారి అభిమతంగా,అందించగలిగే అవకాశం, నాకిచ్చినందుకు శ్రీ.ఎన్.ఎన్.ఆర్ గారికి హృదయపూర్వక ధన్యవాదములు తెలియజేస్తున్నాను.

రచనలు పుస్తక రూపములో తెచ్చుటలో ఆలస్యం జరిగినా దోషరహితముద్రణ నొనర్చవలెనన్న వారి పట్టుదల అభినందనీయము. ఇటువంటి కార్యములు మరిన్ని వారు చేపట్టగలరని భావితరాలకు మార్గదర్శకునిగా భాసించగలరని ఆశిస్తున్నాను.

ప్రస్తుతం చెప్పిన కథా సంపుటాలు, **కథల పరిమళాలు, కవితా కెరటాలు** శీర్షికలతో వెలువడుతున్న సమయములో, సంపాదకులు, నూతలపాటి నాగేశ్వరరావు గారికి శుభాకాంక్షలు తెలియజేస్తూ,

క.   తెలుఁగు విలసిల్లు తిరముగ

చెలఁగి జనపదముల నిల్చె చిగురుల్ జొంపం

బుల వికసించి ప్రబంధాది

లతాభవనంబులనది దెసల వెలయుచున్ !

క.   ఘనవైభవంబు గాంచిన

దనుపమముగ భాషలందు;నరయగ పద్యం

బున గద్యంబున గేయము

లను నెలకొనెఁ ; దెలుఁగు నాది యై; పరికింపన్!

***

కథల పరిమళాలు

కథల పరిమళాలు

మరమరాలు

ఆచార్య గుజ్జర్లమూడి కృపాచారి

తెనాలి

Ph: 9848123655

ఆదివారం సెలవు కావడం వలన కాస్త ఆలస్యంగా నిద్రలేచా. ఉద్యోగం చేసే వాళ్ళకి ఆదివారం ఓ వరం. ఆదివారం వస్తుందంటే ఓ ఆనందం, వారంలో రెండు ఆదివారాలు ఉంటే ఎంత బాగుండు అనిపించేది.

నిద్ర అలస్యంగా లేచినా ఆకలికి అలస్యం కాదు. జీవ క్రియ నిరంతర ప్రక్రియ. తొమ్మిదవుతోంది భార్యామణి సెలవురోజని గారెలు చేస్తోంది.

గారెలు వండుతున్న వాసన ముక్కు పుటలకు కమ్మగా తగిలి ఆకలి రెట్టింపు చేస్తుంది. మద్యలో వంటగది వైపు తొంగిచూస్తుంటే నా ఆత్రం గమనించినట్టుంది. ఏకాగ్రతతో గారెలు వేస్తున్న మరోవైపు నన్ను గమనిస్తున్నట్టుంది.

తొలి వాయ కాగానే వేడివేడిగా తెచ్చి హాల్లో పేపరు చదువుతున్న నా ముందు ఉంచింది ప్రేమగా, గారెలు ఎంత అందంగా ఉన్నాయో!

తోటకూర వేసిన పప్పుగారెలు, పప్పులు ఎర్రగాకాలి నోరూరిస్తున్నాయి. వాటిని చూడగానే అప్రయత్నంగా లావాలా లాలాజలం పెల్లుబికింది. అంతే మరింత ఆత్రంగా పట్టుకునే సరికి మునివేళ్ళు చుర్రుమన్నాయి.

"అబ్బా" అనేలోగా శ్రీమతి కారం పొడితో ప్రత్యక్ష మయ్యింది. కారప్పొడి సీసాతో ఆమె వరాలిచ్చే దేవతగా కనిపించింది.

అంతేమరి నాజూకయిన వేళ్ళతో కారప్పొడి వివారిగా వేసింది.

తినబోతుంటే ఉండండి నెయ్యి వేడిచేస్తున్నా అది వేసుకుందురు అంటూ లోనికి వెళ్లింది.

ముక్కు పుటాలకు కమ్మని గారెల వాసన, కారప్పొడి ఘాటు వాసన, వంటగదిలో నెయ్యి కరుగుతున్న వాసన కలిసి వెరిశి ఆకలి మరింత పెంచాయి.

నిజానికి గారె తయారీ కనుగొన్న పరిశోధక పాక శాస్త్రవేత్తకు "హేట్సాప్" అనిపించింది.

వేడివేడి నేతి బొట్టు కారప్పొడి మీద పడింది. అక్కడ కెమెస్ట్రీ బాగా కుదిరింది. గారె తుంచి కారప్పొడి నెయ్యి మిశ్రమంలో అద్దుకుని ఆనందంగా ఆరగించేసరికి మరో వాయి గారెలు తయారు.

ఓ ముక్క తుంచి నేతిలో బాగా అద్ది నా ప్రియమణి నోటికి అందించే సరికి ఆమె గారెలకోసం పడిన శ్రమ అంత ఎగిరిపోయింది. ఓ చిరునవ్వు విసిరి వంటగదిలోకి వెళ్లింది.

ఆ కళ్ళలో ఎంత తృప్తి.

ఓచిన్న గారె ముక్క మధుర సరసంలో మాధురాతి మధుర మాధుర్యపు మమకారాల రుచుల జలతారు అయ్యింది.

ఆలుమగల మధ్య ఇలాంటి చిన్నిచిన్ని ఘటనలే ఆప్యాయతను పెంచుతాయి. ఆనందానిస్తాయి. ఆకాశపు అంచులదాకా నడిపిస్తాయి.

ఆమోములో ఎంత ఆనందం అలా ఆదివారం గారెలు తృప్తిగా తిని మంచి ఫిల్టర్ కాఫీ తాగి బయటకి తొంగి చూస్తుంటే ఏదో తెలియని ఆనందం మనస్సు పొరల్లో గంతులు వేసింది.

మనిషికి ఇష్టమైన ఆహార పదార్థం ఎంత ఆనందం ఇస్తుంది. ఎంత సంతృప్తి కలిగిస్తుంది. అందుకే ఓ మహా రచయిత మనిషి కొత్త నక్షత్రాన్నో, కొత్త లోకాన్నో అన్వేషించిన దాని కన్నా కొత్త వంటకం రుచిగల వంటకం అపరిమిత ఆనందాన్ని, సంతోషాన్ని కుమ్మరిస్తుందని అంటాడు.

అప్పుడే వీధిలో పెద్దగా లయగా "కరకరలాడే మరమరాలు కరిగిపోయే మరమరాలు కమ్మకమ్మని మరమరాలు మళ్ళీ మళ్లీ తినాలనిపించే మరమరాలు వేడి-వేడి-వేడి-వేడి మరమరాలు కాలుతున్న మరమరాలు తాజా తాజా మరమరాలు తినండమ్మా తినండి తినండి బాబూ తినండి. మంగళగిరి మరమరాలు వారానికి ఒక్కరోజు వచ్చే మరమరాలు ఆదివారం మరమరాలుఆనందంగా తినండి బాబూ... తినండి" అంటూ రాగయుక్తంగా, పాటలాగా ఇంపైన స్వరంతో అరుస్తూ ఉంటే నిజంగా మరమరాలు అంత బాగుంటాయా అనిపించింది.

వాకిట్లో చూసేసరికి ఆతాత మా గుమ్మం ముందే ఉన్నాడు.

తాత గడ్డం తెల్లగా ఉంది.

తల అంతా వెండి పోగుల్లా ఉన్నై. ఎక్కడా నలుపు కనపడని ఆనావాలు శరీరం అంతా ముడతలు ముఖంలోకూడా అలసట కనిపిస్తుంది..

వార్ధక్యపు అంచున ఉన్న ఈ తాతకి ఈ వయస్సు ఎంత శ్రమ. పాపం.... పూట గడవటం కోసం ఎంత కష్ట పడతున్నాడు. కష్టం కనపడకుండా, బాధ తెలియకుండా మరమరాలని రాగయుక్తంగా అరవడమే ఒకరకంగా పాడటంలోనే అన్ని కలిసి పోతున్నాయి.

అవసరం ఉందా... లేదా అని ఆలోచన చేయలేదు.

వెంటనే " తాతా! రా!" అని పిలిచే సరికి "వస్తున్నా! బాబూ!" అని భుజం మీదున్న గోతాం కిందికి దించాడు. తలగుడ్డ తీసి ముఖం తుడుచుకున్నాడు.

"ఎలా ఇస్తున్నావ్ తాతా!" అన్నా. పది రూపాయలకి రెండు డబ్బాలు బాబు అని గోతంలో ఉన్న డబ్బా చూపించాడు.

"కాసిని నోట్లో వేసుకు తిని చూడా బాబూ బాగుంటేనే తీసుకో" అన్నాడు

అమాటకి తాతలో నిజాయితి కనిపించింది. నమ్మకం కొట్టొచ్చినట్ట నిపించింది.

దగ్గరకెళ్లగానే కాసిని తీసి చేతిలో పోశాడు. నోట్లో వేసుకోగానే నిజంగానే కమ్మంగా ఉన్నాయి.

కరకరలాడు తున్నాయి. గోరు వెచ్చగా ఉన్నాయి. మళ్ళీమళ్ళీ తినాలని పించింది. వెంటనే లోనికి వెళ్ళి గట్టి మూత ఉన్నా డబ్బా తెచ్చి ఇరవై రూపాయలకి కొన్నా.

ఆ తాత సంతోషంగా నీదే బోణి బాబూ అని కళ్ళకు డబ్బులు అద్దుకున్నాడు. అదే డబ్బులు మరమరాల మూటకి మూడు సార్లు తాకించి ముద్దు పెట్టుకుని డబ్బుల సంచిలో వేసుకున్నాడు.

అలా చూసే సరికి ఏదో తెలియని మమకారం ఆ తాతపై కలిగింది. అతాత మాట... పద్ధతి ఎందుకో నచ్చింది.

"వెళ్ళొస్తా బాబు" అని మూట భుజం మీద వేసుకోబోయేసరికి కాసిని మంచినీళ్ళు తాగు ఎండపడుతుంది" తెస్తా ఉండు అని లోపలికి వెళ్ళా.

ఫ్రిజ్లో లో బాటిల్ తీసి, టేబుల్ మీద గిన్నెలో ఉన్న రెండు గారెలు కూడా తీసుకువచ్చి తాతకు ఇచ్చే సరికి

"ముది వయస్సు కళ్ళు మెరిశాయి" మోములో అలసట తీరి అనందంగా తిని నీళ్ళు తాగి "వెళ్లొస్తా బాబూ! వందనాలు బాబూ !వందనాలు" అంటూ వెళ్ళాడు.

అది మొదలు వారం వారం ఆ తాత వచ్చిన ప్రతిసారి మరమరాలు కొంటూనే ఉన్నా. ఆ తాతకి ఏదో ఒకటి పెడుతూనే ఉన్నా.

ఒక్క వారం ఆ తాత రాకపోతే ఏదో వెలితి.

ఆ స్వరం వినకపోతే తెలియని ఆవేదన.

ఒక్కోసారి నాకే అనిపించేది అతను అమ్ముకునేవాడు. అతనిపై నాకున్న అనుబంధం ఏముంది అని అనుకున్నా. ఏదో తెలియని మమకారం అతని చుట్టూ తిరిగేది.

తెలియని దిగులు మనసంతా ఆవరించేది.

గుర్తుకు వచ్చిన ప్రతిసారి ఆ తాత మాటలే ఇంటిచుట్టూ పరిభ్రమించేవి. చాలాకాలం తర్వాత ఒక ఆదివారం అతాత స్వరం వినపడే సరికి ఆనందం ఉరకలు వేసింది.

తెలియని సంతోషం కట్టలు తెంచుకు బయటకు వచ్చింది.

కళ్ళముందు కనిపించే సరికి “తాతా! రారా! బాగున్నావా!చాలా కాలం అయ్యింది” అంటూ పిలిచే సరికి యధాలాపంగా భుజాన ఉన్న గోతాం దించి, తలగుడ్డ తీసి ముఖం తుడుచుకుని “ఈ మధ్య నలతగా ఉంది బాబూ” అందుకే రాలా అని ముక్తసరిగా చెప్పాడు.

మనిషి నీరసించి ఉన్నాడు. గడ్డం మరింతగా పెరిగింది. ముఖంలో ఏదో తెలియని దిగులు ఆవరించింది. కళ్ళు బాగా గుంటలు పడ్డాయి. వృద్ధాప్యపు నీడల కన్నా మనిషి శారీరకంగా, మానసికంగా కృశించిన జాడలు కనిపిస్తున్నాయి.

ఉండబట్టలేక “ఏమయింది తాతా ఇలా ఉన్నావని” అడిగే సరికి ఉన్నఫళంగా కన్నీళ్ళు బొటబొటా రాలి పడ్డాయి.

“అయ్యో ఏమయ్యింది తాతా” అని కాస్తంత ఆప్యాయంగా, అదుర్దగా అడిగేసరికి “పోయిన్నెలలో నా పెద్దకొడుకూ” అంటూ కన్నీళ్ళపర్యంతం అయ్యాడు. మాట పెగిలి రాలేదు.

“ఊరుకో.... తాతా.... ఊరుకో నీ మనస్సులోని బాధ అర్ధమయ్యింది” అంటూ భుజం మీద చెయ్యివేసి.. వీపు నిమిరేసరికి మళ్ళీ బోరుమన్నాడు.

నాకే దిగులేసింది. తెలియని పాశం ఏదో అప్రయత్నంగా గుండె లోతుల్లోంచి కళ్ళలోకి నీరు ఒంపేసింది. నాకూ కన్నీటి చెలమ కళ్ళ చుట్టూ ఆవరించింది.

ఒక్క క్షణం తమాయించుకుని “ఆ దేవుడే అన్నిటికీ ఉన్నాడు. ఆయన చేసే పనులు మనకు అంతుబట్టవు. అర్ధం కావు అనేసరికి అవును బాబూ! చేతికొచ్చిన కొడుకు చేజారి

పోయాక... ఆ బాధ తట్టుకోలేక పోతున్నా ఈ వయస్సులో దేవుడు నాకే ఈ కష్టం పెట్టాడు" అనే సరికి గొంతు మూగబోయింది.

ఇద్దరి మధ్య మరి కాస్తంత మౌనం. ఆమౌనంలో శూన్యం ఆవరించింది. ఆ మౌనంలో మనస్సు మూగబోయింది. ఈ లోగా అర్ధాంగి తొంగి చూసింది. మా మౌన భాషణం అర్ధం చేసుకుంది.

అర్ధాంగి కదా!

చెరో గ్లాసు నీళ్ళు, చెరో కప్పు కాఫీ తెచ్చింది.

అది ఉపశమనమో ! ఓదార్పో... అర్ధం కాలేదు.

ఒక్క గుక్క కాఫీ తాగేసరికి తలంతా పట్టేసిన బాధ ఇట్టే సడలింది.

అది అర్ధాంగి చేతి చలవో వేడివేడి కాఫీ విలువో మరమరాల తాత కాఫీ తాగుతుంటే ఏదో తెలియని బంధం, మమకారం ఆ తాత చుట్టూ పరిభ్రమించింది.

ఆరోజు మరికొంత కలిపి ఎక్కువ ఇచ్చినా డబ్బులు తీసుకోలేదు. ఎంత బలవంతం చేసినా తిరిగి ఇచ్చేశాడు. వద్దంటే వద్దంటే నమస్కరిస్తూ నడిచి వెళ్లాడు.

మళ్లీ ఇంతవరకు ఆ తాత రాలేదు.

మళ్ళీ మాయింట మంగళగిరి మరమరాలు తిన లేదు

వెండి తీగలు

నూతలపాటి నాగేశ్వర రావు

తెనాలి

Ph:9490742134

"గోరు ముద్దలు కాదమ్మా, ఇది జుట్టు వ్యవహారం!"

పెంకుటింటి ఊయల బల్ల పై ఊగుతూ దినపత్రిక కళ్ళకు దగ్గరగా పెట్టుకొని కొంత బయటకు వినబడేటట్లు, కొంత గొణుగుడుగా చదువుతున్నాడు.

"లింగం బావా! ఇక్కడ కూర్చొని ఊహల్లో తేలుతూ గొనుక్కోవడం కాదు. చదవడం నాకూ వచ్చు, జుట్టు చూసుకున్నావా ఒక్కసారి అద్దంలో?"

"లేదే అప్పడం, ఉద్యోగం చేసేటప్పుడు ఎలాగూ లేదు, విశ్రాంత జీవన మైనా సంతోషంగా గడపనియ్యి నన్ను"

"వెలగబెట్టావులే! ఉద్యోగం. ప్రతివాడూ నీ జుట్టు గురించే మాట్లాడుతుంటే నాకు వొళ్ళు కంపరం పెట్టేది. నీకు మాత్రం చీమైనా కుట్టినట్లు లేకపోవడం నిన్ను కట్టబెట్టిన మీ అమ్మ.. అత్తగారిని అనాలి... ఏ లోకంలో వుండి చూస్తుందో కాని మహాతల్లి...నిన్ను...నన్ను.." మూతి మూడు సార్లు తిప్పింది సీతమ్మ.

"ఏం జరిగింది జుట్టుకి? ఇంకా పట్టు తగ్గలేదు! తెల్లగా మెరిసిపోతుంటే అల్లం పట్నం తలలా ఉందంటావా ఏమో"

"అల్లం పట్నం కాదు అది! ఆ తెల్లటి జుట్టుతో ముసలితనాన్ని చూసి మా మహిళా సంఘం వాళ్లు నన్ను 'అయ్యో చెల్లెమ్మా! నువ్వు యంగ్ బ్యూటిఫుల్, మీ ఆయన ముదుసలి '

అంటున్నారు."

"హాహా! బాగుందిగా నా తెల్ల జుట్టు చీకటి మాటలు వినిపించకుండా రక్షణగా ఉందని"

"ఇది నవ్వుల విషయం కాదు లింగం, ఇంటిపరువు, అందరూ నన్నే చూసి నవ్వుతారు 'అప్పడం సీతమ్మకి మామయ్య లాంటి భర్త' అంటారు"

"ఇంకెందుకు బాధపడుతావు? ఇప్పుడు నీ కోరిక తీర్చుకో, నేను కాదంటానా? రంగేసుకుంటాలే అప్పడం"

"బోర్డు మీద రంగులు పులమడం అనుకున్నావా? సెలూన్‌కి వెళ్లి, బ్లాక్ బ్రౌన్ కలర్ వేయించు అర్థమైందా?"

"అయినా మా కాలంలో తెల్ల జుట్టే స్టైల్. చూడు దేశాధినేతలకే తెల్ల జుట్టు నాకుంటే ఏమి? రోజులు గడవడం లేదా"

"అవును, వాళ్లకి తెల్ల జుట్టు ఒప్పుతుంది. నీవైతే గడ్డం తెల్లగా, ముఖం పసిగొట్టిన బట్టలా ఉంది. మనుషులు నిన్ను 'తాతయ్యా' అని పిలవటం మొదలెట్టారు"

"అయితే ఏం చేయాలి" చేతిలో పేపర్ గుండ్రంగా చుడుతున్నాడు. కోపం చూయించడానికి కుదరదు.

మూడు ముళ్ళు వేసినప్పటినుంచి భార్య మాట శిరోధార్యం మరి.

"మహిళా సంఘానికి చెబుతా "ఇదిగో మా లింగం గారు యువహీరోలా వచ్చారని"

"ఓహో! మళ్లీ నా మీద పోస్ట్ పెట్టి ఫేస్‌బుక్‌లో 'గౌరవనీయులైన లంటర్లు లింగం గారు, స్టైలిష్ మేకోవర్' అంటూ విరగబెడతావు కదా?"

"మన ఇంటి గౌరవం కోసమే కదా! తెల్లజుట్టుతో తిరుగుతున్నారంటే మన పరువు...."

"సరే నీతో మాట్లాడి గెలిచిందెప్పుడు కనుక... కలర్ వేసుకుంటాలే, తర్వాత నాకు "బాబూ లింగం!" అంటూ కొత్తగా ప్రేమ చూపిస్తే, నేనే చెప్పలేదు అన్నావే"

"ఈ వయసులో ప్రేమ చూపిస్తే భరిస్తావా? మనకు ఇప్పుడు కలర్ వేస్తే చాలు, అదే పెద్ద ప్రేమ"

"ఓరేయ్ మిర్రర్! నాకీ స్టైల్ సెట్ అవుతుందా? చెప్పు" జుట్టు రంగు మాత్రమే కాదు, ఆత్మవిశ్వాసం కూడా పెరగాలి. అప్పుడే మా లింగం నిజంగా 'లంటర్లు'" అనుకొంటూ వుయ్యాల బల్ల దిగి అద్దం ముందు నిలబడ్డాడు.

'చూసుకోండి...లింగం గారు, తమరి జుట్టు...మీ అవతారం"

"నీకు తెలుగు భాషలో లేని పదాలు ఎలా నేర్చుకున్నావో అర్థం కావడం లేదు... లంటర్లు అంటే ఏమిటో?" మూతి విరుస్తూ అడుగుతున్నాడు లింగం.

"తెలుగు.. తెలుగని నోరు తెరిస్తే కలవరిస్తుంటావు, ఆమాత్రం తెలియ కుండానే తెలుగు వాడివయ్యావా"

"అవునే తెలుగు వాడినో కాదో కాని నీవాడినయ్యా"

"లంటర్లు వ్యంగ్యపదం, పొగరు చూపించడం, ఆడినట్లు లేనిది ఆడినట్లు చెప్పడం, అసలు పని లేనప్పుడు కూడా గర్వంగా నటించడం అర్థమయ్యిందా"

"ఇవన్నీ మహిళా మండలి వాళ్ళు నేర్పారా?"

"ముప్పై ఏళ్ళు రంగుల పంతులు ఉద్యోగం చేసి నేర్పించావుగా రంగులు పులమడం...కానీ జుట్టుకి మాత్రం రంగు పులుముకోవడం చేత కావడం లేదు. ఇన్నాళ్ళు భరించాను. ఇప్పుడు నా వల్ల కాదు. నీ వల్ల నా పరువు తో బాటు కార్యదర్శి పదవి దూరం జరిగేట్టుంది"

"ఇలా మాట్లాడడం కూడా మహిళా మండలి లో నేర్పారా"

"మరేమనుకున్నావు. నేను కీలక పోస్ట్ లో వున్నా.. ప్రమోషన్ కూడా వస్తుంది, నువ్వు రంగు పులుముకుంటే. అందుకే తలకు రంగు వేసుకొమంటుంది...నా పరువు..."

"నీ మాట కాదనే ధైర్యం నాకు ఎక్కడుంది"

"టిఫిన్ ఆరగించి, సలూన్ కి బయలు దేరండి"

"అలానే..బయలుదేరుతా.. నాకిష్టమైన పెసర దోశ వేశావా?"

"ముందు జుట్టుకు రంగు పడ్డ తరవాతే నీ పెసరట్టు...ఇప్పుడు మాత్రం ఇడ్లీ తిని

బయలు దేరు"

ఎదురు చెప్పలేక మనసులో గొణుక్కుంతున్నాడు లింగం.

మొత్తానికి ఇడ్లీ తినడం ముగించాడు.

చెప్పులు వేసుకొని బయలు దెరుతూ, "వెళ్తున్నాను" అన్నాడు.

"వెళ్ళేది ఏంటి? వెళ్ళి వస్తాను అని చెప్పడం కూడారాదు...పంతులు వుద్యోగం ఎలా వెలగ బెట్టావు?"

నాలుక కరచుకొని "సరేలే వెళ్ళి వస్తాను" అంటూ బయలు దేరాడు.

కొద్ది సేపటికి సెలూన్ క్గేరుకున్నాడు లింగం.

"ఏమి పంతులు గారు? ఎలా వచ్చారు. జుట్టు పెరగలేదు. ఇప్పుడు కటింగ్ ఎందుకు" అని వ్యంగంగా పలకరించాడు.

సలూన్ లో లింగం కుర్చీలో కూర్చున్నారు.

బాబీ ఉత్సాహంగా నిలబడి ఉన్నాడు.

"ఏం బాబూ... ఈరోజు ఒక కొత్త ప్రయోగం చేద్దాం అనుకుంటున్నా" భార్య అప్పడం కోరిక తీర్చడం కోసమని చెబితే తన పరువు ఏమి కాను? అందుకే అలా చెప్పాలకున్నాడు.

" ప్రయోగమా మాస్టారూ? మీ కళ్ళద్దం..."

"కళ్ళద్దం కాదు బాబూ... జుట్టు! రంగు వేయించాలి"

"జుట్టుకు రంగా?! మాస్టారు... ఈ వయసులో ప్రేమగా ఏమైనా?"

"ప్రేమలా? పాడా? వార్షికోత్సవం ఒకటి ఉంది. స్టేజీ పై స్పీచ్ ఇవ్వాలి. కాస్త యువకుడిలా కనిపించా లనిపిస్తోంది"

"అబ్బా! స్పీచ్ కూడానా? మరి బ్లాక్ కలర్ వేయమా, బ్రౌన్ వేయమా, లేక నీలం వేయమా?"

" నీలం వేస్తే నేను టీచరా లేక టిక్‌టాక్ స్టార్‌నా అనుకుంటారు"

"సరే మాస్టారు, బ్లాక్ బెటర్. మగాళ్ళు వేసే ఈ కలర్ వేసాక, చెల్లెమ్మల గుండెల్లో గుబులు"

"బాబూ... మనం చరిత్ర సృష్టించినవాళ్లం. గుబులు నిప్పులు వేయకూడదు... విద్యను వెలిగించాలి"

"ఓకే మాస్టారు. రంగు వేసాక మీరు మిర్చి తినకుండా జాగ్రత్త. అందరూ మళ్ళీ కృష్ణుడు వచ్చాడని నమ్మేస్తారు"

"రంగు వేశాక ఒక్క ఫోటో తీసి నా బాయ్స్ వాట్సాప్ గ్రూప్లో పెడతా... "బ్లాక్ బ్యాచ్ రీబర్న్!"

"సూపర్ మాస్టారు! సలూన్ కాదు, ఇది స్టైల్ యూనివర్శిటీ"

"బాబీ నువ్వు నా స్టూడెంట్ వి, రంగు బాగా వెయ్యాలి"

"చూడండి గురు రుణం ఎలా తీర్చుకుంటానో" అంటూ లింగం మెడ చుట్టూ గుడ్డ చుట్టాడు. జుట్టును నీళ్ళతో తడిపి షాంపూ పట్టించాడు. కొద్దిసేపటి తరువాత, తలను వెనక్కు వంచి శుభ్రంగా నీటితో కడిగి డ్రై చేశాడు.

రంగు కలిపి మెల్లగా జుట్టుకు పుస్తున్నాడు.

రెండు నిముషాలలో పూర్తి చేశాడు.

"మాస్టారు, అరగంట తరువాత షాంపూ లేకుండా తల స్నానం చేసేశాయ్యండి. ఒక రోజు తరువాత షాంపూ తో స్నానం చేద్దురుగాను"

"బాబీ ఎంత" అని అడిగారు మాస్టారు.

"మొదటి సారి వద్దు లెండి. మరొకసారి తీసుకుంటాను" అని గురువు పట్ల కృతజ్ఞతను వ్యక్తపరిచాడు బాబీ.

"నా శిష్యుడవని పించావోయ్" అనుకొంటూ అక్కడ నుండి ఇంటికి బయలు దేరాడు.

సలూన్ నుంచి వచ్చిన లింగాన్ని చూసిన ఆయన భార్య అప్పడం సీతమ్మ అసంతృప్తిగా ఫీలై మళ్ళీ ఇంట్లోనే తనకు నచ్చిన రంగు జుట్టుకు వేయాలను కుంటుంది.

"ఇదేం రంగు ఇది? జుట్టు రంగు వేసుకొచ్చావా, లేక బాదం పిండి గుజ్జు వేసు కొచ్చావా?"

"లోపలకొచ్చి కుర్చీలో కూర్చో! "సూపర్ సాంబార్ షేడ్" వేసి మావాళ్లందరినీ

ఆశ్చర్యపరుస్తా!"

"సరే రంగులే కాదు... నీ ప్రేమతో ఈ తలకాయ పువ్వులా తళుక్కుమంటోంది"

లింగం కళ్లు మూసుకుని, "నన్ను కాపాడు......" ఆకాశం వైపు తల ఎత్తి ప్రార్థన చేస్తూ కూర్చున్నాడు.

సీతమ్మ బ్రష్ తీసుకుని, రంగు పూయడం మొదలెట్టింది. రంగు వేయడం అంటే అరకొరక తెలుసు. అయినప్పటికీ జుట్టు మీద రంగు పూస్తూ పూస్తూ, అది చెవులు, మెడ, బుగ్గలు, మీసాలు, కనుబొమ్మలు, అన్నీ నల్లగా మార్చేసింది.

లింగం మొహం మొత్తం నల్లగా మెరిసిపోతోంది.

"అరెరె, కాస్త ఎక్కువైంది, ఇప్పుడు తెల్ల జుట్టు కనిపించడం లేదు కదా? సక్సెస్!" అని సంబరపడింది.

"నీ సక్సెస్ వల్ల నేను రాత్రి చీకట్లో నడిస్తే ఎవరికీ కనిపించను!" గొణిగాడు.

"నాకంటికి బాగున్నావు లింగం. మహిళా మండలిలో కార్యదర్శి ఎంపిక చెయ్యడానికి రమ గారు ముంబై నుండి వస్తున్నారు. మీరక్కడ అణకువగా వుండాలి, మిల, మిలా మెరిసిపోతుండాలి. నిన్ను చూసి గర్వంగా నిలబడాలి"

"అలానే అప్పడం" తన జుట్టు రంగు తనకే అదోలా వుంది. మరి అక్కడ ఏమవుతుందో...అయినా నాకెందుకు అంతా తనే చూసుకుంటుంది. ఎంతైనా తన భార్యకు పదవి వస్తుందంటే తనకు సంతోషమే కదా?" మనసులో గర్వపడుతూ గొణుక్కుంతున్నాడు లింగం.

"నేను స్నానం చేసొచ్చాక, మీరూ తలస్నానం చేసి తయారవ్వండి. వేసుకొడానికి బట్టలు అక్కడే పెట్టాను"

"సరే అప్పడం"

కొద్దిసేపట్లో ఇద్దరూ ఆదర్శ దంపతులు కాదు.. కాదు... ఆది దంపతుల్లా ఇంటి నుండి మహిళామండలి కి చేరుకున్నారు.

కాసింత గర్వంగా తల ఎత్తి తన మెడలోని హారాన్ని పదే పదే చేతితో స్పర్శిస్తూ హాల్లో తనకు కేటాయించిన కుర్చీలో కూర్చుంది భాను అలియాస్ అప్పడం సీతమ్మ.

తన భర్త లింగం ను పక్కనున్న కుర్చీలో కూర్చోమని సైగ చేసింది.

హాలంతా కొద్దిసేపటికి కోలాహలం గా మారింది.

చీఫ్ గెస్ట్ రమ గారు వస్తున్నారని తెలిసి అందరూ పూలతో స్వాగతం చెప్పడానికి ప్రధాన ద్వారం వద్దకు చేరుకున్నారు.

సభా స్థలి వద్దకు సాదరంగా తీసుకవచ్చి వేదికపైకి ఆహ్వానించి కూర్చోబెట్టారు.

సభ ప్రారంభం.

ఆమె రంగులద్దిన నూలు చీరను ధరించి, తెల్లని జుట్టు తో వేసుకున్న కొప్పు అందరినీ ఆకర్షిస్తోంది.

ముఖ్యులందరూ వేదికపై ఒక్కొక్కరు ఆసీనులయ్యారు.

ప్రసంగాలు మొదలు పెట్టారు.

భాను గర్వంగా ఫీలవుతోంది. తనను కార్యదర్శిగా ప్రకటించే సమయం సమీపిస్తుండడంతో కొంచెం ఆందోళన, భయం. ఉత్సాహం కలుగుతోంది.

తనను మాట్లాడడానికి వేదికపైకి ఆహ్వానించారు.

భాను వేదిక ను అధిరోహించి రమకు అభివాదం చేసింది. రమ వైపు నుండి తనచూపు మరొక వైపుకు మరల్చలేక పోతోంది.

అతి కష్టం మీద పోడియం వద్దకు వెళ్ళి సభికులందరికి అభివాదాలు తెలిపి ప్రసంగించడం మొదలు పెట్టింది.

భాను దృష్టి అంతా తనకు వరించనున్న కార్యదర్శి పదవిపై కేంద్రీకృతమై వుంది. అతికొద్ది సమయంలో రమ మనసు గెలవాలి. తన ప్రసంగమంతా దీనిపైనే కేంద్రీకరిచి వుండేలా చూసుకోవాలి. అప్పుడే కదా తనను మెచ్చుకొని కార్యదర్శి పదవి కట్టబెట్టేది.

మాట్లాడడం మొదలు పెట్టింది.

"ఇది సహజత్వం... నిజమైన అందం... రమ గారిలా ఉండాలి. సహజ జుట్టు ఎంత అందమైనదో! నిజమైన అందం వయసులో కాదు, ప్రకృతి ఇచ్చిన స్వాభావికత్వంలో ఉంది. సౌందర్యం అంటే ఏమిటి? కేవలం నల్లని జుట్టా? రంగుల వేడి వేసుకుంటేనే అందమా? కాదు! నిజమైన అందం సహజత్వంలోనే ఉంది. వయస్సు పెరిగేకొద్దీ మన జీవిత

అనుభవాలు జుట్టులో వెండిగా మెరుస్తాయి. అవే మన జ్ఞానానికి, అనుభవానికి ప్రతిబింబం! ఆయుర్వేదంలో చెప్పినట్టు, తెల్ల జుట్టు అనేది మానసిక ప్రశాంతత, జ్ఞానం, త్యాగానికి ప్రతీకం. ప్రాకృతికమైన అందాన్ని అంగీకరిద్దాం, గౌరవిద్దాం! అందుకే సత్యమైన సౌందర్యం సహజత్వంలోనే ఉంది! పార్వతీ పరమేశ్వరుని జటాజూటం వెండివెలుగుల వలె మెరిసే తెల్లని జుట్టుతో ఉంటుంది. ఆయన జ్ఞానానికి, అనుగ్రహానికి ఈ తెల్ల జుట్టు సంకేతం! బ్రహ్మ దేవునికి తెల్లని జుట్టు, తెల్ల గడ్డం ఉంటాయి. ఆయన సృష్టి కర్త, జ్ఞాన స్వరూపి! తెల్లని జుట్టు అనుభవానికి, సత్యానికి ప్రతీకం! తెల్ల జుట్టు వయస్సుకు గుర్తు కాదు, జ్ఞానానికి నిదర్శనం! వెండివెండి జుట్టుతో గర్వంగా జీవిద్దాం! మనందరికీ రమ గారే ఆదర్శం" అంటూ తన ప్రసంగం ముగించింది.

భాను ప్రసంగానికి హాజరైన వారు ముగ్ధులయ్యారు.

భార్య మాటలకు లింగం జుట్టు పీక్కుంటున్నాడు.

"మరి ఆమే చెప్పాలి తన భర్త సహజత్వం ఎందుకు మంజూరు కాలేదు? ఇప్పుడు నా వెండి వెలుగు ఎందుకు ప్రశంసలు అందుకుంటోంది?" మెల్లగా ప్రశ్నిస్తోంది రమ తన పక్కన కూర్చున్న వారితో.

"అయ్యో! ఇదేంటి? నాకు బలవంతంగా నల్లటి రంగు వేయించించి, ఇప్పుడు వెండి అందాన్ని ప్రశంసించేస్తోంది. అంటే, ఇప్పటి దాకా నేను నా సహజత్వాన్ని వదిలేసుకున్నానా? నా వెండి వెలుగును తుడిచేసుకున్నానా? ఓహో! ఇప్పుడు అర్థమైంది! ఇదంతా ఒక గేమ్! ముందు నలుపుగా వుంటారు... తరవాత వెండివెలుగుగా ప్రసంగిస్తారు!"

"హా... నమ్మండి! నిజమైన అందం సహజత్వంలోనే ఉంది!"

మరి తన పొగడ్తల ప్రసంగానికి కార్యదర్శి పదవి వరించిందా? అది రమ, భానులకే తెలియాలి.

పట్టుచీరలు.. ఈపని చేస్తాయా?

శాంతినారాయణ,

అనంతపురం

Ph:8074974547

ఏమే ద్రౌపతీ, బాగుండావా? యెట్టుంది నీ తుగడా గుడ్డల యాపారం? ఈ మద్దలో లంగాలూ జాకెట్టు గుడకా కుడతావుండావంటనే! వీధిలో చిల్లరంగడి దగ్గర కనిపించి అడిగింది వరలక్ష్మి.

"బాగుండానే రాములూ! నువ్వెట్టుండావు? కాని దినాలకు కనిపిస్తవి. యేమిటి కొత్త సంగతులు'' బదులు ప్రశ్నవేసి అడిగింది ద్రౌపది.

"మన మద్ద తరగతి బతుకుల్లో కొత్త సంగతులు యేముంటాయి ద్రౌపతీ! మామూలే! నిన్న సంగతులే ఈ పొద్దు. ఈ పొద్దుటి సంగతులే రేపు! దినదినామూ కొత్త సంగతులుండే బతుకులా మనవి? షరా మామూలే అన్నట్లు" చెప్పింది రామలక్ష్మి.

'అది సరే గానీ, నా పేరు ద్రౌపతి కాదు, ద్రౌపది అని ఎన్నిసార్లు చెప్పినానే తల్లీ! ప్రతిసారీ మర్చిపాయి, 'ద్రౌపతి' అనే అంటావుండావు! నాకు పతి వుండగా నేను పతిని కావడమేమిటే?" అని నవ్వుతూ మందలించింది ద్రౌపది.

"నాకు నీపేరు బాలె, తికమకగా వుంటుందే! చానాసార్లు ఆడగల్లనుకుండాను, ఇంతకి ద్రౌపదికి ద్రౌపతికి తేడాయేమిటే?' అంటూ తన సందేహాన్ని వెలిబుచ్చింది రామలక్ష్మి,

'ద్రౌపది అంటే ద్రుపదమారాజు కూతురంట! ద్రౌపతి అనే పదానికి అర్థం యేందీ లేదంట అని మా నాయన చెప్పుతా వుంటాడు. భారత కథలోని ద్రౌపతి అంటే మా నాయనకు శానా ఇష్టమంట రాములు! అందుకే ఆయమ్మ పేరు నాకు పెట్టినారంట! సదువుకొండేది ఐదో తరగతి వరకే అయినా మా నాయన భారత రామాయన భాగవతాలు బ్రహ్మాండంగా సదువుకుండాడే! అందులో ద్రౌపదిని గురించి ఆయమ్మ గునగనాల్ని గురించి బోలెడు చెప్పుతాడు. కథలో ఆయమ్మ నా మాదిరే చామనచాయతో వుంటాదంట! గొప్ప అందగత్తెంట! ఎంతందగత్తెంటే, కొడుకులు పెండ్లి వయసుకొచ్చినా కీశకుడు ఆయమ్మ అందాన్ని జూసి మురిసిపోయి, ఆయమ్మ పొందుకోసరం తానేమయిపోయినా పరవాలేదనుకుందాడంట? అటువంటి పేరమ్మా నాది!' అంటూ తన పేరు వెనకున్న కథ చెప్పింది ద్రౌపది.

'మీ నాయన నీకు ఈ పేరు ఎందుకు పెట్టినాడు ఇప్పుడర్థమైందే తల్లీ! ఇంగ పొరపాట్న గుడకా నిన్ను ద్రౌపతీ అని పిల్చను లేవే ద్రౌపదీ! మొత్తానికి మీ నాయన నీకు ఈ పేరు పెట్టినందుకేనేమో ఆ ద్రౌపది మాదిరి, ఈ ద్రౌపది, ఇద్దరు పిల్లలు పుట్టి, ముప్పైయేండ్లు దాటినా ఇంత అందంగా వుండేది! ఈ బంధాన్ని వొదులుకోల్యాకనే కావొచ్చు. మా సినా అన్నయ్య నీ సుట్టూరా తిరిగిందేది! నేను మొగొన్నయి పుట్టింటే నీ పక్క మొగోన్ని సూడనిచ్చుందునేమే? మా అన్నయ్య నీకు ఏమి తినిపిస్తావుండాడో గానీ వయసొచ్చేకొద్ది యెంతందంగా కనిపిస్తావుండావో! నిన్ను చూస్తావుంటే నాకే కన్ను కుట్టుతావుంది!' అంటూ పెదవులు కొరుక్కుంటూ నడుము వొంపులో గిచ్చింది రాములు.

"య్, బజార్లో యేమిటీ అల్లరి సేష్టలు? సిగ్గుందా లేదా? పొగిడింది సాలు గాని అని కొంటెగా చూస్తూ ఇంటివైపు నడిచింది ద్రౌపది.

'పొగడ్తలు గాదే, నిజం! ఈ చీరకట్టులో యెంతందంగా వుండావో తెలుసునా? ఆ సొట్టబుగ్గలూ కోటేరేసిన ముక్కూ, చారడేసి కండ్లూ, బుల్లి గడ్డమూ, బొంగరం మాదిరుండే ఆ మెడా, పైటకొంగులో దాగనంటా.. వుండే ఆ గుబ్బలూ, వుయ్యాల

జంపాలాడే ఆ నడుమూ, చకచకలాడే ఈ పిర్రల మీద నాట్యమాడే జడా, అబ్బా యెంతందంగా వుండావంటే..' అంటూ సమ్మోహం చెందసాగింది రామలక్ష్మి.

'ఇదేమిటే, నీకేమన్నా కైపెక్కిందా?... పొగిడేకి ఈ కర్రిదే కనిపిచ్చిందా నీకు?' అని బుంగమూతి పెట్టి చిరుకోపం నటిస్తూ ముందుకు నడిచింది ద్రౌపది.

“నిన్ను కర్రిదని యెవురన్నారే? అప్పుడెప్పుడో ఏడోక్లాసులో సదివేటప్పుడు మా కంటే కొంత నల్లగా వుంటావని జతగాల్లందరమూ నిన్ను కర్రిదానా అని ఊరకనే తమాషాగా అంటా నిన్ను యేడిపించినాము. గాని చామనచాయ రంగంటే మన తెలుగోల్ల సొత్తే! అంటూ చిన్ననాటి చిలిపి చేష్టల్ని గుర్తుచేసింది రాములు..

“సరే సరే, ఈ రంగులూ నీ పొగడ్తలూ ఇంగ పక్కనబెట్టి, ఇంట్లోకొచ్చి కొన్ని మజ్జిగ తాగి, ఏళ్లపు తగ్గిచుకోని పొదువురావే తల్లీ! శానా దినాలయినంక కల్సుండాం, కొంత సేపు కుచ్చోని పొదువురా! అంటూ వాకిలి తీసి లోపలికి పిలిచింది ద్రౌపది. ద్రౌపది వెంట లోనికెళ్లి, మొదట హాల్లోనే నౌళమూల, గుట్టు మిషనూ దాని పక్కనే ర్యాక్ లో అందంగా అమర్చుకున్న పైపులకు యాంగర్ తో వేలాడుతున్న ముప్పై నలభై కొత్త జాకెట్లూ, ఒక ర్యాక్ అరల నిండా కుట్టి మడతలు పెట్టిన లంగాలూ, రెండు ర్యాకుల్లో తుగదా గుర్తలూ చూసి పెద్ద కార్ఖానా పెట్టుకుండావు గదే! యాపారం బాగనే వున్నెట్లుందే! అని మెచ్చుకుంటూ సంబరపడింది రామలక్ష్మి.

'పరవాలేదే రాములూ! ఈ మద్దెనే గద్వాల కాటన్సీరలు గుడకా తెచ్చుకొని అమ్ముతాండాను, లోపలికి 5. సిరలు సూస్తువు' అంటూ పక్కగదిలోకి పిల్చి చూపించింది ద్రౌపది.

రకరకాల డిజైన్సులో వున్న చీరల్ని చూసి ఆశ్చర్యపోతూ, “శానా బాగుండాయే! మొత్తానికి బంగాగుడ్డలూ రుగవా బట్టలూ సీరల యాపారాన్ని పొందిగ్గా చేసుకుంటా, ఇంగోగపక్క జాకెట్టు కుట్టుకుంటా నాలుగురాల్లు కూడబెట్టుకుండే వొనారు చూసుకుండావులే ద్రౌపదీ! ఇంగెం పరవాలేదులే! అంటూ ముందరి హాల్లోకి వచ్చి కూర్చుంది రామలక్ష్మి. ద్రౌపది వంటగదిలోకెళ్లి రెండు గ్లాసుల్లో మజ్జిగ తిరగ్గొట్టుకొని

వచ్చి వొకగ్లాసు రామలక్ష్మి కిచ్చి ఆమె పక్కనే కూర్చొని మజ్జిగ తాగుతూ, 'పర్వాలేదు రాములూ! మిగులుబాటు కత యెట్టున్నా దిగుల్యాకుండా సంసారం గడిసిపోతావుంది. పిల్లలిద్దర్నీ కానివెంటు స్కూల్లో సదివిచ్చుకుంటా వుండాల. ఈడే ఇందిరమ్మ, కాలనీలో నాలుగు సెంట్లు గుదకా తీసుకుండాం. దేవుని దయవల్ల ఇప్పటికేమో బాగనేవుంది! కాలం కలిసొస్తే నువ్వన్నెట్ల నాలుగుదుడ్లు మిగిల్చుకుండే మార్గమయితే చూసుకుంటాం రాములూ' అంటూ సంతృప్తిని వెలిబుచ్చింది. ద్రౌపది..

“శానా సంతోసమే, గార్లదిన్నె వొదిలి ఈ కల్లూరు సేరుకొని మంచి పని చేసినావులే! ఈటికొచ్చిన మొదట్లో ఆ తరిమెల రోడ్డు పక్కనుండే ఇంట్లో కాపురం వున్నెప్పుడు ఇల్లు ఇంత కలకలగా లేదే! ఈ కాలనీకి వచ్చినంక అన్నెందాలా బాగున్నెట్లుంది గదా! సీనా అన్నయ్యా నువ్వా శానా దూరం ఆలోశిన జేసి ఆ గార్లదిన్నె వొదిలి ఈడ జేరుకోవడం, మంచి పన్జేసినారు. ల్యాకుంటే ఆడ స్కూలు పిల్లోల్లకు నువ్వొగదానివే మధ్యాన్నట భోజనం వొండి పెడతా యెంత గట్టిపడతావుంటివి! అంటూ గతాన్ని గుర్తుచేసింది రామలక్ష్మి ఆ మాటలతో వెనకటి బాధల్ని అనుభవాల్ని జ్ఞ్యాపకం చేసుకుంటూ బరువుగా నిట్టూరిచ్చింది ద్రౌపది.

'కస్టపడకుంటే మన సంసారాలు నడుస్తాయా రాములూ! కష్టం యెక్కవయినందుకు కాదు గాని, మానంపొగొట్టుకోదానికి మనసురాక ఆ బాడకావు పని వొదులుకుంటేనే! ఆ పని నాకిచ్చినందుకు ప్రతినాబట్టా సొంగకార్చుకుంటా కుక్కమాదిరి దగ్గిరికొచ్చేదే! నా రెకమండేసన్తోనే నీకు ఈ వుద్యోగమొచ్చిందేది. ఈ పనికి యెంత మంది పోటీ పడినారనుకుంటివి? కొంత నన్ను చూసుకుంటే నీకు పర్మనెంటుడేయిస్తా!” అంటా మండల ప్రెసిడెంటుగాడు వారానికొగసారి యాలో వొగ పాఠంతో స్కూలు దగ్గిరికొచ్చి రూములేకి పిలిపిచ్చుకోని సిగ్గిడిసి అడిగేదే! యండీవోగాడొచ్చి ఆదని ఇదని బెదిరిచ్చి ఆఫీసుకు పిలిపిచ్చుకోని దయదలసినట్ల మాట్లాడి వగలు సేస్టలు చేస్తా గాలమేసేదే! ఇంగ యెడ్మాస్టరు గాడయితే దినామూ కన్నుగీటుతా యాడో దొగ సొట్టబెట్టి దగ్గిరికొచ్చి మొగంలో మొగం బెట్టి సన్నగ బతిమాలేదే! అర్థమయినోడల్లా వొచ్చి నాలిక సప్పరిచ్చేదే!

యేమి గొడవజేస్తే యేమయితాదో, తినే కూడు, యాడ అందకుండా పోతాదో, యాడ బతుకు గబ్బయిపోతాదో అని మాటల్లోనే అందరికీ ఆశజూపిస్తా అయిదారు నెలలు, అట్లే పనిజేస్తిని. రామలక్ష్మి ఎప్పుడయినా పొరపాట్న యెదలమందుండే సీరకొంగు పక్కకు బోతే సిగ్గుతో ఆ పక్కా ఈ పక్కా జూస్తా కొంపలు మునిగిపోయినట్ల యెదారు పడతా బిరబిరా కొంగు సర్దుకుండేదాన్ని. ఆ స్కూలు కాడ మధ్యానం భోజనం తయారేసేసే సాట సిరకుచ్చేండ్లు పైకి యెగజెక్కి ముట్లుడిగిన దాని మాదిరి వంటొండుతావుంటే మనసు నలిగిపొయ్యేది రాములు! అందికే ఆ పన్జేసేకినావల్ల కాల్యా! ఇంట్లో మీ అన్నయ్యేమో, నేను ఆ పని మానేస్తే ఇంట్లందరూ లక్షనంగా దినామూ రౌండు పూటలా తినే కూట్లో మన్ను పోసుకున్నెట్లయితాదని, నెలనెలా చేతికొచ్చే జీతాన్ని చేజేతులారా పోగొట్టుకుంటే యెట్లని ఇట్ల నాతో చెప్పనూల్యాక. అట్ల నేను ముడుసుకొని పోతావుంటే సూదనూల్యాక మద్దెలో నలిగిపోయినాడు రాములూ! ఇంగొగపక్క పదో తరగతి వరకూ సదువుకోనుండే తనకు యాడా నాలుగైదు వేలొచ్చే వొక సన్న వుద్యోగం రాకపాయనే అని దిగుబుర్లయినాడు. మనిసేమో అమ్రుతమాట్లావాడు, అట్లా వాన్ని ఇంగా యాల ఇబ్బంది పెట్టల్లని గెట్టిగా ఆలోసిన జేస్తే రామలక్ష్మి!

ఈదేశంలో ఆడదానికి మానం కంటే ముక్కెమయింది ఇంగేముందే? ఈ వొచ్చేవాలుగు దుడ్ల కోసరం మానాన్ని అమ్ముకొని యాల బతకల్ల? కండలుండాయి, కూలిపనిచేసి ఆ మాత్తరం సంపాదించుకోలేనా అని గెట్టిగా నిర్నయించుకోని ఆ కొంపనొదిలిపెట్టి ఈ కల్లూరికొచ్చి సేరుకుంటిమి రాములూ! వొచ్చిన యాలావిసేశమేమో గాని అన్ని లచ్చనంగా కుదురుకుండాయి. మీ అన్నయ్య గుడకా యెలకంటోల్ల రైసుమిల్లులో గుమస్తాగా సేరుకుండాడు. ఇప్పుడు మనసుకు నిమ్మలంగా వుంది' అని బతుకు వివరాలన్నీ చెప్పి రామలక్ష్మి సంసారం గురించి అడిగింది ద్రౌపది. తమ ఇద్దరి స్వగ్రామమైన 'ముంటిమడుగు' సంగతున్ని గుచ్చిగుచ్చి అడిగింది. అన్నీ వివరంగా చెప్పింది రామలక్ష్మి. తన మొగుడు ముంటిమడుగులో ఈ మధ్యనే ఇటికపెల్లల బట్టి పెట్టుకున్నాడని సంసారానికి ఇబ్బందేమీ లేదని తెలిపింది.

వాళ్ళ మాట్లాడుతూ వుండగానే అదే కాలనీలోనే చీటిగుడ్డలు అమ్ముకుండే వసంత ఆ నీటి గుండా ముందుకు పోతూ ఆ ఇంటి వాకిలి దగ్గరికొచ్చి. రేప్పర్లన చీటిగుడ్డలు తెచ్చుకుండేకి నేను సామిపల్లి పాతావుండాను, నువ్వూ వస్తావా ద్రౌపదీ?' అని అడిగింది.

నేనే సందకాడ మీ ఇంటేకాటికొచ్చి సామిదికి పొయ్యే సంగతి ఆడగలని అనుకోనుంటిని వసంతో నువ్వే వొచ్చినావు, ఆ రంగరాజోట్ల వోలె సేలోపులో పోయినవారం తెచ్చిందే వాయిలో సిరల్లో రెండు సీరలు నట్టనడిమద్యలో నేతలోనే నాలుగు పోగులు ల్యాకుండా వొచ్చినాయి అవి యెనిక్కిచ్చి వేరేటివి తీసుకొనిరావల్ల పదాం లే వసంతా! పద్దన్నే టిఫను ముగిచ్చుకోని పదాంలే! అని ద్రౌపది తన అంగీకారం తెలపడంలో ఆమె చాలా రోజులు తర్వాత కలుసుకున్న చిన్ననాటి స్నేహితురాలు రామలక్ష్మిని మధ్యాహ్నం భోజనానికి బలవంతంగా నిలుపుకొని వంటపని మొదలు పెట్టింది ద్రౌపది. స్నేహితురాలికి సహాయపడసాగింది రాసులక్ష్మి. వంటపని చేస్తూ ఇద్దరూ ఎన్నో విషయాలు మాట్లాడుకున్నారు. మాటల సందర్భంలో తన మొగుడు శ్రీనివాసులు ట్రైలరింగ్ కూడా నేర్చుకున్నాడని, చిన్నపిల్లల అంగీలకూ నిక్కర్లకు అల్లి ప్రకారం తానే కటింగ్ చేసిపెట్టి మిల్లుకు పోతాడని, పిల్లలు కూడా చిన్న చిన్న పనులన్నీ చేసుకుంటూ తనకు సహాయపడతారని మురిసిపోతూ చెప్పింది ద్రౌపది.

మధ్యాహ్నం భోజనానికి శ్రీనివాసులు ఇంటికోచ్చినాడు.

'అన్నయ్యా' ఆని నోరారా పిలిచే తన భార్య స్నేహితురాలిని ఆత్మీయంగా పలకరించినాడు.

ముగ్గురూ కూర్చొని భోజనాలు ముగించినారు. ఎండ తీవ్రంగా వుండడంతో సాయంకాలం వరకూ అక్కడే గడిపింది రామలక్ష్మి. అర్జెంటుగా నాలుగైదు జాకెట్లు కుట్టాల్సినవి వున్నాయని మనసు హెచ్చరిస్తున్నా రాకరాక వచ్చిన స్నేహితురాలితో గడపడం కోసం మూడు నాలుగు గంటల సేపు ఆ దీనిని పక్కనబెట్టింది ద్రౌపది. నిండు మనస్సుతో నిర్మలంగా పలకరిస్తూ సొట్టబుగ్గలతో నవ్వులు గుమ్మరిస్తూ, వొయ్యారంగా అందాలన్ని ఒలకబోస్తూ ముచ్చటగా కనిపించే ద్రౌపదితో సాయంకాలం వరకూ

మురిపాలాడి, బ్రహ్మాండంగా వానమోదం పట్టిందని, పల్లెలో వచ్చి ఇటుకలమీద ప్లాస్టిక్ పేపర్లు కప్పేపని వుంటుందని బయలుదేరి వెళ్లిపోయింది రామలక్ష్మి.

రాత్రి బాగా పొద్దుబోయినాక పెద్దవర్షం పడడంతో ఉదయం ఇంటిముందున్న రోడ్డంతా బురదబురదగా మారింది. ఒక్కపూట స్కూలుకు పాకపోయినా పిల్లలు వెనకబడిపోతారన్న తాపత్రయంతో అయిష్టంగానే వాళ్లను స్కూలుకు ప్రిపేర్ చేసింది ద్రౌపది. శ్రీనివాసులు పిల్లల్ని స్కూల్లో వొదిలి అట్టే డ్యూటీకీ పొవలని బయలుదేరుతూ.

“ఎగవన బారీ వర్షం పడి పెన్నేరు పారతావుందంట ద్రౌపదీ, పామిదిశ సాయంకాలం పోతే బాగుంటాది గదా! ఈ పొద్దు మన కాలనీ గుండా పామిడికి పొయ్యే బస్సులు కూడా తిరగవంట! బైపాస్ మీద కర్నూలుకు పొయ్యే ఎక్స్ ప్రెస్ బస్సులు మాత్రమే పోతావుండాయంట! మిగతావన్నీ అనంతపురంలో ముఖ్యమంత్రి మీటింగుకు జనాన్ని తోలేకి మళ్లించినారంట! కాబట్టి సాయంకాలమో రేపా పొయ్యేది మేలు ద్రౌపదీ! కాదు గూడదనుకుంటే ఆయమ్మ వసంత వచ్చినంక ఇద్దరూ కలిసి ఆ తరిమెల రోడ్డు క్రాసింగు దగ్గరికి పోతే ఆటోలుంటాయి, బైపాస్ మీద పోవచ్చు అంటూ సలహా ఇచ్చినాడు శ్రీనివాస్.

“అయ్యో.. ఆ క్రాసింగుగాటికి పొయ్యేలోపల, ఈ పాత బ్రిడ్జి మింద పోతే పామిడిలో సాపు దగ్గరికే సేరుకోవచ్చు గదా బావా! ఈట్నుంచీ యెంతుంది. రెండు పర్లాంగుల దూరంలో యేరు, యేటిమింద నాలుగు పర్లాంగులు చప్పిడి, అది దాటుతానే పామిది, అంతా గలిపితే వొగ కిలోమీటరు గుడకా వుండదు గదా! దీనికల్లా ఆ గ్రాసింగు కాటికి పొయి ఆడ ఆటోపట్టుకోని ఐదు కిలోమీటర్లు సుట్టుకొని పోవలనా సాదా? ఈదుండే పామిడికి పొయ్యే ఆటోవాళ్లు నాగాగ మనిషికి యాభై రూపాయలు డిమాండు జేస్తే యెట్టిచ్చేది? యా ఆటో వొద్దులే!... యేం పర్వాలేదు. నీళ్లు గుడకా చప్పిడి బ్రిడ్జి మంద పలసాగ దొర్లుతావుండాయంటలే ఈ పెన్నేట్లో ఆ మాత్తరం నీళ్లు దొర్లడమే అబ్బురం! మనుసుల్ని వాట్నికుండా పెన్నేరు పారడం యెదురయినా చూసినారా బావా?... యేం పర్వాలేదుగాని నువ్వు జాగర్తగా, పిల్లలను పిల్చుకోని పా, రోడ్డంతా

బురదబురదగా వుంది, పిల్లోలు కిందపడేరు! అని జాగ్రత్తలు చెప్పి మొగుని వెంట పిల్లల్ని పంపింది. తాను టిఫెన్ తిని తయారుపడి, వాపసు ఇయ్యవలసిన చీరలు రెండూ బ్యాగులో పెట్టుకొని ఇంట్లో నుండి బయటికొచ్చింది. ద్రౌపది. అంతలోనే వసంత వచ్చి కలుసుకుంది. ఇద్దరూ నడుస్తూ పెన్నేటి పాతబ్రిడ్జ్ దగ్గరికి చేరుకున్నారు.

జనమంతా తండోపతండాలుగా వచ్చి పారుతున్న యేటివైపు ఆనందోత్సాహాలతో చూస్తున్నారు. ఎగువభాగంలో కొంపలు కూలిపోయే విధంగా వానొచ్చిందేమో నీళ్లు నురగలు కక్కుతూ చెప్పిదిమీద జేనెడులోతున పారుతున్నాయి. దశాబ్దాల తరబడి ఎండిపోయిన పెన్నేరు పల్పగా పారుతూ జనానికి కన్నుల పండువగా వుంది. ఉత్సాహంలో పిల్లలూ యువకులూ కేరింతలు కొడుతూ చప్పిడి బ్రిడ్జీమీద పారుతున్న నీళ్ల ల్లో కొంతదూరం వెళ్లి, పెద్దలు గట్టిగా మందలిస్తూ కేకలు వేయడంతో వెనుదిరిగి వస్తున్నారు. కొందమంది. 'ఇవేమి నీళ్లు' అని అనుకుంటూ ధైర్యంగా ముందుకు చూస్తూ పామిడివైపు మెల్లగా అడుగులేస్తున్నారు.. గట్టుమీద నిల్చుకొని ప్రవాహంవైపు చూస్తున్న కొంతమంది ముసలీముతకోళ్లు, పెన్నేటిని గురించి ఎప్పుడు. విన్నారో ఎప్పుడు చూసినారోయేమో గాని 'దీని పేరే పీనిగల పెన్నరా. పిల్లలేకి యాల దిగుతారు? అని గొనుగుతున్నారు. వాళ్ల గొనుగుళ్లు ఎవరికీ వినిపించడం లేదు..

బ్రిడ్జి మీద పొర్లుతున్న నీళ్లు ప్రమాదకరంగానయితే కనిపించడం లేదు. అందుకే ముందుకు వెళు తున్న వాళ్లు పెద్దగా ఇబ్బంది పడకుండా పోతున్నారు. కొంతమంది, ఏమి అవసరముందో యెమో కలియబలుక్కొని వరుసగా ఒకరి చేతినొకడు పట్టుకొని సాగిపోతున్నారు. ముందుకెళుతున్న గుంపును చూసి పర్వాలేదులే అనుకొని ద్రౌపది చీరకొంగును భుజమ్మీదనుంచి కొంచెం కిందికి లాగి నడుముకు చుట్టి కొంగు కొనభాగాన్ని బొగ్గిట్లోకి చెక్కుకొని నీళ్లల్లోకి దిగింది. తనముందున్న వొక యువకుని కుడిచేతిని ఆసరాగా ఎడమచేతితో పట్టుకొని తన కుడిచేతిని వసంతకు ఆసరాగా అందించి ధైర్యం చెప్పింది. వసంత అర్ధమనస్కంగా ద్రౌపది చేతినందుకొని మెల్లగా అడుగులు వేయసాగింది.

పదడుగులు ముందుకుపోయినాక వసంతకు ధైర్యం చాలలేదు. తటాలున ద్రౌపదీ చేతి నుండి తన చేతిని లాక్కొని వెనక్కిపారి వచ్చి గట్టెక్కింది. ద్రౌపది భయపడకుండా బ్యాగు సంకకు తగిలేసుకొని ఆ యువకున చేయిపట్టుకొని ముందుకు వెళ్ళుతూ, పారే నీళ్లల్లో పాదం పైకెత్తకుండా నేలమీద మెల్లగా ముందుకు ట్రాక్టర్లో కూర్చున్న ఇద్దరు పెద్దవాళ్లు ద్రౌపదిని ఆ యువకున్ని పరామర్శిస్తూ యాల దిగితవమ్మా ఇంగ కొంత సేపుంటే ఏమయిండేదానివి? అంత అర్జెంటు పని యేముందే తల్లీ?... ఇంతకూ నువ్వెవురు సిన్నోడా? యెట్ల జారి యేబైకి పడితివి? ఈ యమ్మెవుతో నిన్ను కాపాడల్లని దైర్రెం జెయిడం బాగానే వుందిగాని యెట్లో నీళ్లు ఇంగరోన్ని పుబికింటే ఇద్దరూ యేమయిందేవాలు? గంగమ్మ తల్లి దెగ్గిర మనుసులు యెంతటోల్లర్రా? అంటూ వాళ్లను మందలించివారు. మందలిస్తూనే ద్రౌపదిని అభినందించినారు. గుంపులోని ఇద్దరు ఆడవాళ్లు కొంచెం చదువుకున్నారేమో, ద్రౌపదిసాహసానికి ఆశ్చర్యాన్ని వ్యక్తం చేసినారు.

'చీర ఎంతో సాహసంతో తన మాన ప్రాణాలను కూడా లెక్కచేయకుండా ఈ యువకుని ప్రాణాలను కాపాడడం చాలా గ్రేటమ్మా ఈ మాదిరిగా ఈ దేశంలో ఏ పట్టుచీరయినా ఎప్పుడైనా ఎక్కడయినా ఇంతవ సాహసం చేయగలదా పెద్దాయనా?' అంటూ ఆ ఇద్దరూ పెద్దాయన వైపు చూసినారు. ఆ ప్రశ్నకు జవాబు కనిపించని ఆ పెద్దాయన పెదవి విరుస్తూ తల అడ్డం తిప్పినాడు.

మధ్యతరగతి సాహస గమనంతో ట్రాక్టర్ కల్లూరు చేరుకుంది.

ఊరు పొమ్మనింది

కె.వి. మేఘనాథ్ రెడ్డి

తిరుపతి

Ph:6300318230

"ఈ వాన పడే మాదిరి తెల్లెదు. పోయేమాదిరి తెల్లదు. మూడ్నాలు దినాలుగా మొబ్బులు కమ్ముకున్నాది.

ముసురు విలుకు సమంద్రం లేకుండా పడ్డానే ఉండాది. గొడ్డుని గోదల్ని మనుసుల్ని కాడాడించి కట్టిల్లో కొట్టంలో కట్టేసిండి గోట్లు రొచ్చులో పోసుకుండికి, బేసికి, మేత తినేకి కాకుండ నిల్చుకొని నిల్చుకొని కాళ్లు జోములు పట్టేసి వనవాసం చేస్తాండాయి.. అవిట్లని ఆ భగమంతుడి కాపాడల్ల, ఇంగోపక్క యీ వానికి ఇల్లు యెదచూడు వురస్తుండాది. గోడలెంబట నెమ్మెక్కి వాన్నీళ్లు కారి ఇబ్బంలా తడిసిపోతుండాది.

పొద్దున్న కుస్సున్యా పొయ్యి కాడి... పెట్టిండి కట్లు పెట్టినట్లే ఉండాయి. చిన్న ఎలుగుగూడ రాలేదు. గుండాము యచ్చగా గూడ కాలేదు.

పొగెక్కువై ఇల్లంతా నిండిపూడిసింది. పొయ్యిని వూబి వూబి దవడలు

నొప్పొస్తాండాయి గానీ నిప్పులు రగులుకొని యీపొద్దులో పొయ్యి మండెమాదిరి తెల్లెదు.

ఇబ్బుడు నేనేమి చెయ్యాలి? శివుడు వచ్చినాడంటి యింగా సట్టి దించలేదంటే తిట్టేసి అలిగేసి ఏముంటే అదంతా ఎత్తెత్తి కుక్కేసి పూడస్తాడు" అనుకుంటా ఉదరబట్టతో వూటుతానే ఉండాది సాలమ్మ.

మొబ్బుతోనే పోయి కయ్యిల్లో నిండిండే వాన నీళ్లని గీనాలు తగ్గొట్టి వంకకల్లా తిప్పేసి అబ్బుడి ఇంటికాటికి వచ్చి పొర గొందిలో పెట్టి తలకుండే రుమాలు ఇప్పుకొని మూతి తుడుసుకొని భుజం మీద ఆ తుండుగుడ్డ ఏసుకొని సాలమ్మ కల్లా సూసి "మోన్.. బువ్వ చేసిసినావా!?" కేక ఏసినాడు శివుడు.

"పొద్దిన్నింకా యీ ముండ పొయ్యి ఊబి ఊబి చస్తుండాను గానీ బువ్వా కాలేదు. నా మొగుమూ కాలేదు" సాలమ్మ బిక్కుబిక్కుమంటా అనింది.

"యాపొద్దు చిన్నిగా అయితేది గానీ యీపొద్దు అయ్యేదానికి" జారుపడతా "తీరినేళ్లకు చేసుకొని నువ్వు వేగితే సిట్టి ముందర బెట్టుకొని తీను నేను గొడ్డుని తొలుకొని పోతుండ" మంచు మాదిరి పడతాండి వానిలో నెత్తిమీదకి చినుకులు ఉరవకుండా తెల్లగోతాన్ని గొంగిడి మాదిరి చేసుకొని గాట్లో గొడ్డని యిప్పికి పోతావుండాడు.

"ఒరియ. ఒరేయ్.. కొంసేపు వుండు అయిపోతది. ఇబ్బుడే అట్లా మండుకున్నాది పొయ్యి, తినేసిపోదువు, దినముగా పొస్తు ఉంటావా!? ఎంత కంద మెండుగా ఉన్యా గొడ్లతో గూడ పొగులంత నడవాలంటే ఒంట్లో వానం వుంటాదా!? బిట్టిగదా కొంసేపు వుండ్రా! అయిపోతది తినిపోదువు" అనింది సాలమ్మ బిడ్డ ఆకిలికి అంగలాంస్తా పోతాడే అని, అబ్బుడంగానే యీది దానిలో ఎవ్వురో పిపీ.. డుంమ్ డుంమ్... అని జొమ్ములు కొడరా స్వరం పూరుకుంటా ముందర వస్తావుంటే యనకాల పెండ్లి కొడుకు, చుట్టాలు పోతాండారు కొత్త గుడ్లతో మెర్సిపోతా, డొమ్ములు యినెసి పొయ్యి వూబతా వుండేటి సాలమ్మ గెటుక్కని లేసొచ్చి శివుడు దెగ్గర నిల్చుకుని చేతిని నొస్టకి ఆనించి పెట్టుకొని "ఏమిడిదిరా శివుడు అడ డెమ్ములు కొడతాండారు" అనింది.

"ఎవ్వరో పెండ్లిళ్లులేమా!" శివుడు అన్నాడు యాస్టపడతానే.

పండ్లు శివుడి ఇంటి మొగసాల కాడికి వచ్చి పెండ్లికొడుక్కి దిష్టి తీసి దిష్టినీళ్లు దానికి అడ్డంగా పారబోసినారు.

సాలమ్మ నాలుగడుగులు ముందుకేసి "ఒరి ఒరేయ్! చిన్నబ్బన్న కొడిక్కి పెండ్లి నిన్నొచ్చి వొక్కాకు ఇచ్చేసి పెండ్లికి నీవూ, రాజప్పు, శివుడు రావల్ల సాలా, మళ్లింకి ఎడన్నా మర్చిపోయేరు అన్నాడు. నిజంగానే మరపూడిసినాను. యిబ్బుడేట్ల చేసిది" అనింది పొలమ్మ.

"ఇంగేమి పిలిచిండారు గదా పో..పో.. అయితే" శివుడు కోపంతో అన్నాడు.

"అబ్బట్నింకా చూస్తుండా దీనికిరా ఆ మాదిరి యాస్టపడతా వుండావు. పెండ్లికిపోయేది నాకి తెల్సు ఏడనకాల పుట్టిండేటోల్లకంగా పెండ్లి అయిపోతా వుండాది. ఎద్దుమాదిరి పెరిగిండావు గానీ పెండ్లి చేసుకోవల్లనే చింతే లేకుండా పోయిండాది. పెండ్లి చేసుకునేదానికి వగా,తగా లేదుగాని ఊర్లో వేళ్ల పెండ్లికి బయల్దేరిస్తుండాడు నన్ని, కొంచెమైన సిగ్గు మానం లేని జనమ్మ. ఎన్ని చెప్పిన ఎన్ని తిట్టినా నన్ని గాదనుకొని తుడుసుకుపోయే జనమ్మ." సాలమ్మ శివుణ్ణి తిడతా వుండాది.

పెండ్లిళ్లు వూరు దాటి యాస్వని గుడికల్లా మలుపు తిరిగినారు.

మళ్ళికి పొయ్యిబడ కుస్నోని నెట్టిన చేతులు పెట్టుకొని ఏడిస్తూ "ని కొడిక్కి యెబ్బుడే పండ్లి.. పొప్పొన్నం ఎబ్బుడు పడతావు సాలా!" అంటారు. 'పెండ్లికి పోయిందాన నా మొగాని ఇప్పించుకోని రావాలాంట ఇట్లా ఆశలన్ని ఎబ్బుడే అడుగారకపోయినాయి నా బతుక్కి' అంటా కొంగుతో కండ్లు తుడుసుకుంది.

శివుడు చూసినంత సేపు చూసి తిరిగి యింగోమాట గూడ మాట్లాడకుండా గొడ్డని ఇప్పి తోల్కొని అడిని దానికి పోయినాడు.

ఆకాశంలో మొబ్బులు పెద్దపులి మాదిరి గర్జిస్తున్నట్టు వుండాయి. ముసురు వారి నిలుకూ నిమంద్రం లేకుండా పడ్డానే వుండాది. నోటికందీ అందని కసువుని మేస్తు రాయిల్ని రెప్పల్ని దాటతా గొడ్లు అట్లాగే ముందరకు పోతానే వుండాయి.

వాన శివుడి గొంగిడిపై పడి కాళ్ల ఎంటట కారతానే వుండాయి. ఒల్లంతా చలికాయిలు కాసి ఒంటిమింది.. ఏంటికెలు నిగుడుకున్నాయి శివుడికి.

గొడ్లు మేపుకుంటు పొద్దు నెత్తి మీదకి వచ్చేపాటికి కలుంకూరి గుట్ట కాడికి చేరుకున్నాడు శివుడు,కలుంకూరి గుట్ట శ్యాన పెద్దది. ఎత్తు పొడువు చూడల్లంటే ఓ దినమంతా పడతాది.

మేకల్లోళ్లు, గొడ్లోళ్ళు మేపుకుంటా కలుంకూరి గుట్ట కాడికి వచ్చి సంగటి ముద్ద, ఉప్పు, చింతకాయి. మిరక్కాయి ఎత్తుకొని బండగొడ్డ పిసకతా వుండారు. గొడ్లు బండలపై పొనుకున్నయి.

శివుడు గెర్లోల్లకి కొంచెం దూరానికి బండపై పొనుకొని వాన్నీళ్లని మూతి మీదకి పడనించి యోచన చేస్తుండాడు.

ఆపక్కనింకా గౌర్ల మల్లయ్య "ఒరేయ్ శివుడు ఏకాకిమాదిరి ఆడుండవేంట్రా నాయనా. తిందాం రా. పొద్దు కాలే!?" అన్నాడు.

"నేనీపొద్దు ముద్ద తేలేదులే మామ. మీరు తినండి." శివుడు అన్నాడు.

"ఒరే నువ్వు రారబ్బా! రా... మల్లిగాడి చేతి బండగొజ్జు తినె అదురుష్టం అందరికీ వస్తాదా!? బిన్నిగ రా" అని పిలిచినాడు మల్లయ్య.

"చూడు మామ సంగటి నీకాగిడికి తెచ్చుకొని వున్నింటావు. గొర్లతో గూడా తిరిగి తిరిగి అలిసిపోయింటావు.. నీకు సాలెల్లులే గానీ నువు తిను. నాపాడు ఎట్లైతే అట్లైతాది" శివుడు అన్నాడు.

"ఒరేయ్ శివుడు వొగుడు తినేది పదిమంది తినొచ్చు గానీ పదిమంది తినేది వొగుడు తినేకి కాదు గదా! చెరోముద్ద తిని నీళ్లు తాగుదాం గానీ యింగా అడికూసోని సోది చెప్పతా వుండొద్దు. బిన్నే . తిండి ఎప్పుడూ ఎదురుచూడకూడదు. తిండికోసరం మనుసులు ఎదురుచూడల్ల ఎబ్బుడుగానీ" మల్లయ్య చెప్పాడు.

శివుడు అమాటికి యంటటి పొయి కుస్సోని చెరో ముద్ద తినేసి చెయ్యికడిగి మాటల్లో పడినారు "శివుడా, బబ్బుడు చూడు కొంత కడి తినేసరికి నీమొగంలో తింపు

వచ్చిందాది" అన్నాడు మల్లిగాడు. శివుడు దయగా చూసినాడు.

పొద్దుగూకిందాది. ఆకాసంలో ఆడొగిటి యాడెగిటి చుక్కలు మినగర పురుగుల్లా మెరుస్తుండాయి. శివుడు తాలవారంలో మడత మంచంపైన ఎల్లెలకల పొనుకొని ఆకాసం కల్లా వేగు మోపున చూస్తున్నాడు. "ఓ.. సాలా!.. వామే.. సాలా!" అరుసుకుంటా వచ్చినాడు రాజప్ప.

"నాయినేవ్! దేనికి ఆమాదిరి అరుస్తుండావు? ఏమైయిందాది? అమ్మ సంగటి కలకతా వుండాది" శివుడు చెప్పినాడు.

"ఒరే నీకి చెప్పిది అయితే చెప్పుంటా గదా? అన్నిటికీ దూరతావు నేనుండాను అని" రాజప్ప కసురుకున్నాడు.

అబ్బుడి లోపల నింకా విస్తాండే సాలమ్మ "వాడు పరాతాయోడా? ఇంట్లో మనిసి గదా? ఇబ్బుడు వాడేమి అనినాడని ఆ మాదిరి కసిరి మాట్లాడతా వుండావు.

బిడ్ని ఎట్ల కూడల్లో ఇబ్బుడికి తెలుసుకోలేదు." అనింది కోపంతో.

"పెద్దోళ్లు మాట్లాడేవి వానికెట్గా చెప్పేది. నేనేమి తిట్టలా కొట్టాలా వాణ్ణి. ఇట్టా యనకేస్కొచ్చి వాడామాదిరి అయిపోయినాడు" రాజప్ప అన్నాడు.

శివుడు వాల్లి కల్లా చూస్తా గొమ్మినే ఉండాడు.

"సరే గాని అది వేదులు. ఇట్టి బూనికి బైరెడ్డిపల్లిలో బిడ్ని చూసిండా ఎంకన్న గాడి బొమ్మర్ల కూతుడు. మనికి వరస్సే అయితాది. బిడ్డి సాము నలుపు, బుద్ధి మంచిది. అరకువ గల బిడ్డ అచ్చిమి మాదిరి ఉండాది." రాజప్ప అన్నాడు బాధ్యతగా.

"నోట్లోకి అమృతం పోసినట్టు ఉండాది. బిడ్డేళ్లకి చెప్పెయ్ రిపిటికి వస్తాందామని.

ఏ దేముడు దాని చూపించిండాలో యాపొద్దుకి ఓ దాని దొరికి మాదిరి వుండాది. శివుడు కాకిరాకా వచ్చిండేదాన్ని బద్ధిని తప్పుకోవద్దు. మళ్ళికి పుట్టుగరులు వుండవు నీకి మేము చెప్పినట్టు మనకింటీ గౌడ్లు పాకు పెట్టుకొని ఉండిపోదాము అనుకుంటివో నీ గతి గంగమ్మ రిస్తాది" అని శివుని కల్లా కోసగా చూసి చెప్పింది సాలమ్మ,

"ఇదె మేయ్! యిట్లాంటా వుండావు!? యీ నాకొడుక్కి పండ్లి చేసుకునేదానికిమైనా ఇష్టం లేదేమి?" రాజప్ప అడిగాడు కంగుతిన్నట్టు..

"యాపొద్దన్నా వొడ్డి పట్టించుకోని వున్నింటి తెలిపిండేది. నీ యిన నీది, రాగిడేమో వూరు తరిగిడేమో! వాడేమో వాని దైవ వానిది. మీ మద్దిలో నేను సచ్చిపోతుండాను" అంటా యసుక్కొని లోపలకి పోయినాది సాలమ్మ

రాజప్ప నెత్తి కొట్టుకుంటా బైటికల్లా పోయినాడు.

శివుడు పూజింటి కల్లా పోయినాడు.

'తెల్లారితే నా బతుకు తెల్లారిపోతాది, నేనేమి చెయ్యాలిబ్బుడు? యిట్ల అమ్మోళ్ళని నొప్పించగూడదనుకొని పెండ్లి చూపులకు పోతే పెండ్లి కూతుర్ని తలెత్త గూడ చూడలేను చూసినా నా తోబుట్టువు మాదిరి కనిపిస్తాది. వోగెలా ఆయమ్మి నా రూపాన్ని చూసి మనుసు పడేసుకుని పెండ్లి చేసుకుంటా అంటే ఎట్లా!?

నన్ని ఏమి చెయ్యాల అనుకోని వుండాడే భగమంతుడు. ఎట్లా గాకుండా యిరకాటంలో పెట్టిసి తమాసా చూస్తావుండాడు. దిక్కు తేల్లేకపోతంది' అనుకుంటా దేముళ్ళకి దండం పెడతా అర్ధనారీశ్వరుల ఫొటో కల్లా చూసినాడు శివుడు.

ఒగుసరిగా గుండికాయి ఆగినమాదిరి కండ్లు పెద్దగా చేసి చూసి 'ఇదేమిటి యిమాదిరి ఉండాద యీ దేముడి పటం! ఇన్ని దినాలుగా యీపొద్దు నేను యీ మాదరి వుండే దేముణ్ణి చూళ్లేదే!? ఈ దేముని పటము యెబ్బిం వచ్చిందాది?" ఎన్నో పెశ్నలు ఏసుకుంటా కొంచెం నిమ్మలపడి 'ఓహో నిన్న అమ్మ యీస్వుని గుడికి పోయింది గదా? అబ్బుడు తెచ్చిండేది అయుంటది యీ శిముని పటం.

ఇదేమి యిద్దుడు ఆడ, మగ దేముళ్లు వొగటిగా అతుక్కొని వుండారు.? చూస్తావుంటే ఏదే రగస్యం వుండేమాదిరి వుండాది. పటంలో ఉండే చూపంచుదిరి నా ఒంట్లో వుండాది. అంటే నా మాదిరి మనుసులు యింగా గూడా వుండారా!? యాడ్నో వుండే ఉంటారనిపిస్తాంది.

దానికి సాచ్యమే యీ దేముని పటం.

ఇబ్బుడు నా బతుకు ఏమిటో తెల్సుకోవాలనిపిస్తా వుండాది.

తెల్సుకోవల్ల అంటే ఇబ్బుటికిబ్బుడు ఇంట్లోనింకా ఎల్లిపోవల్ల. అప్పుడే నేను అనుకునింది అయితేది' అనుకుంటా

'రెండు చేతుల్లో దండపెట్టుకుంటా 'దేముడా' మా యమ్మని మా నాయిన్ని చెల్లంగా చూడు. నన్ని చిన్నిగా మరిసిపోయేలా వాళ్ళని యామార్చు. వాళ్ళకి దైర్యం ఇచ్చి నిలబెట్టు' అని దండం పెట్టుకొని కన్నీళ్లు కార్చి ఇంట్లో నింక ఎల్లిపోయేదానికి ముందరకల్లా వచ్చినాడు. ఎదురుంగ సాలమ్మ నిల్చుకొని అంతా ఇంటా వునింది. శివుని నెత్తిన పిడుగు పడిన మాదిరి భయంగా చూసినాడు.

సాలమ్మ గుచ్చి గుచ్చి అడిగే సరికి అమ్మ కల్లా చూస్తా వేరే దేవ కాన్రాక అన్ని ఇవరంగా చెప్పేసినాడు. సాలమ్మకి దిక్కు తెలీకుండా వో మూలకి ఒరిగినాది.

అబ్బుడంగానే వచ్చిన రాజప్ప వీళ్లకల్లా చూస్తా “ఎమ్.. మే.. మయ.. సాలా! అట్లా వుండారు ఏమయిండాదమే..!? యింగే ఇద్దురికి చెప్పినాను. పొద్దునే పోవల్ల ఎలభారండి” అని. “పొయ్యేపని లేకుండా చేసినాడు వీడు” అనింది గెట్టిగానే.

రాజప్ప “ఇట్లపోయి అట్టొచ్చే పాటికి యింత బిన్నే ఏమి చేసినావురా ముండనా కొడుకా!” అంటా చేయి ఎత్తినాడు కొట్టేక్కి.

సాలమ్మ ఎదురుంగ పోయి “వాడేమి చేయలేదు. దేముడే వాడికి అన్నేయం చేసినాడు” అనింది.

రాజపకి అర్థం కానట్టు చూసినాడు.

శివుడు వాళ్ళ నాయిన కల్లా చూసి బరోమని ఏడ్సినాడు. సాలమ్మ తలకొట్టుకుంటా బోరున ఏడ్చుకుంటా శివుడు పటాల ముందర చెప్పింది పొల్లు పోకండా రాజప్పకు చెప్పింది.

రాజప్ప నిలబడ్డానికి చేతకాక కుప్పకూలిపోయినాడు.

నూరిండ్లున్న చిన్న ఊరు కావడంతో ఉష్ణో యాడ చూసిన శివుడు గురించే మాట్లాడతా ఉండారు. ఆడపడి యాడపడి సాలమ్మకి ఇసయం తెలిపినాది...

'రాజప్ప శ్యానా తాగేసి ఏడ్చుకుంటా అందరికీ దండోరా కొట్టేసినాడు మత్తులో,

"శివుడు మొగోడు కాదంట. అట్లని ఆడదీ కాదట" అని కోడై కూస్తా వుండాది పూరుపూడి,

'శివుడు శివుడు' అని ఎబ్బుడూ ఎనకాల తిరిగినోళ్లు కూడా చూసి చూడనట్టు పోలాంటి శివుడికి తలకొట్టినట్టు అయిపోయి సాలమ్మ దెగ్గిరికిపోయి

"మా! నేను బతకలేను యీ జనం మద్దిన. నన్ని అంటు రోగమొచ్చినొన్ని చూసినట్టు చూస్తుంటారు. దేముడు నన్నిట్ల పుట్టించినాడు. నాతప్పేముండాది? స్నియితులు చిన్నబ్బుటి నింకా వొగిటిగా పెరిగ పెద్దైనాము. వాళ్ళు గూడ నన్ని పగొన్ని చూసినట్టు చూస్తావుంటే తట్టుకునే దానికి నానింక కాలేదు మా! సచ్చిపోవల్లనిపిస్తావుండాది. చిన్నాయినోళ్లు వాళ్లికి మనికి సమ్మందమే లేదు అని నాకు యినిపించే మాదిరి గెట్టిగా అరిసి చెపుతున్నాడు పాపోడికి,

యింగో పక్క నాయిన తాగినదాని మీదనే తాగి తాగి కన్నుమిన్ను తెలీకుండా రోడ్లమ్మటీ మానం మీద గుడ్డ లేకుండా యీనంగా పడిండాడట. నానింకానే గదా మీకిన్ని కట్టాలు" సాలమ్మ చేతుల్లో మొగాన్ని పెట్టుకొని బరోమని ఏడ్చినాడు శివుడు.

అబ్బుడే యీదిలో నింకా జయరాముడు, శివుడికి ప్యాన స్నియితుడు ఎబ్బుడూ శివుడి ఇంట్లోనే ఉంటా రామలక్ష్మణుల మాదిరి ఉండేటోడు. ఇంట్లోకి రాకుండా యీదిలో నింకానే "ఓ.. సాలమ్మ పెదరోడ్డు దెగ్గర రాజప్ప పడినోడు వులుకూపలుకూ లేకుండా పడిండాడంట. కొందురు చచ్చిపోయినాడు అనుకుంటాండాడు" చెప్పి తిరిగి చూడకుండా ఎల్లిపోయినాడు.

సాలమ్మ, శివుడు ఇల్లూ ఆ మాట ఇంటానే పెదరోడ్డు కబ్జా పరిగెత్తినారు.

రాజప్ప చుట్టూ వుండారు గానీ వొగురూ వెగుక్క నీల్లు పోసిన పాపాన పోయినోళ్లు గాదు.

సాలమ్మ వొళ్ళోకి బాసుకొని "ఏమయ్యా! ఏమయ్యా!" అనింది. అల్పుడిదాకా కొనా వూపిరి బిగబట్టుకొని వుండేటి రాజప్ప వీల్ని చూడగానే 'సాలా... సాలా..." అనేదో

చెప్పబోయి సాలమ్మ వెళ్ళోనే ప్మానాలు వదిలినాడు.

కొడుక్కి చేసిన అన్నేయండి. ముగుడు రాజప్పు తోడులేకుండా యిద్దర్నీ ఒంటరోళ్లని చేసిన దేముడి పటాలకేసి చూస్తా కండల్లో నీళ్లు కారుస్తా వుండాది సాలమ్మ,

అబ్బుడే పూర్తై పెద్ద మనుషులు సాలమ్మ ఇంటికాడికి వచ్చి గట్టిగా కేక ఏసినాడు. సాలమ్మ కేక యిని గటగటా బైటికి పోయి "ఏమయ్యా! యిటోచ్చివారు" అనింది. శివునికి పోయేదానికి మొగు చెల్లకుండా యింట్లోనే వుండినాడు.

"నీ కొడుకు ఆడా మగ రెండు కాదంటగా వెగురంటే..

"అట్టాంటోళ్లు వూర్లో వుంటే వూరికి ఆరిస్టం సుట్టుకుంటాది" ఇంగ్గురు అన్నాడు..

"అట్లాంటోళ్ల మొగం చూస్తా ఇండ్ల పక్కల్లో మమ్మల్ని ఎట్ల బతకమంటారు" ఇంగొయమ్మ అనింది.

పెద్ద మనిసి "చూడు సాలమ్మ, వూరందురు వోగేమాట మీద వుండారు. వేగిటి శివుణ్ణి వూరినింకా పంపించేయి. లేదా వెళ్లి తీసుకొని నువ్వు వూరినింక ఎల్లిపో, వూర్లో వుండేదానికి యాల్లేదు. యిలాంటోళు వూర్లో అడుగెట్టినా, పంది పంటల్లో అడుగెట్టినా, ఆ వూరు ఆ పంట బాలిక్కిరాదు. అడుగారకపోతుంది" కరాకండిగా చెప్పిసినాడు.

"ఇన్నాళ్ళు వూర్లోనే వుండాడు కదా! ఏమన్నా జరిగిందా!? యీదినం వీడిట్టా అని తెల్వగానే ఏదో ముంచుకొచ్చినట్ల మాట్లాడతా వుండారు. మీకిది నాయమేనా?" అంటా సాలమ్మ బతిమలాడతా వుండాది.

వొగురు గానీ ఆయమ్మ మాటని యినిపించుకోలేదు. "రెండు దినాల్లో, రెండే రెండు దినాల్లో కాళీ చేసి వూరోదిలి పోవల్ల"ని చెప్పి ఆడ్నింక పోయినారు.

ఇల్లంతా నిశబ్దం అలుముకునింది శ్యానా చెపుగా,

సాలమ్మ ఏమాలోచించినాదో ఏమో..! ఒక నిచ్చయానికి వొచ్చి "శివుడూ, లెయ్యిరా" అనింది ఆవేశంగానే.

"యాటికి మా" అయోమయంగా చూసినాడు శివుడు.

సాలమ్మ కండ్లు తుడుసుకొని ఏంటికిలు ముడిసి "శివుడూ! బాధపడొద్దు. బయపడొద్దు, దేశమేమి గొడ్డుపోలేదులేరా.

యీ ఊరు కాకుంటే యింగే ఊరౌతాది. యీ దేశం కాకుంటే యింగే దేశమయితాది. తోటి మనిసిని అర్తం చేసుకోలేని యాళ్ల మద్దిన మనమే వుండక్కర్లేదు. పదరా పోదాం! చావటానికి గాదు బతికేదానికి" అనింది .

"అది గాదు మా"

"యింగేమి మాట్లాడొద్దురా, శివుడు నా బిడ్డ వూరికి బొరువు అయిండొచ్చును గానీ యీ తల్లికి గాదు. సాపైనా బతుకైనా ఇద్దరూ బతకదాం! మర్చిపోరా. ఈ వూరి సంగతులు అన్ని మర్చిపో.లే.. పోదాం యీట్నింక అంటా లేచింది సాలమ్మ.

లోపలికెళ్ళి కావల్సినవన్నీ మూట కట్టుకొచ్చింది. యీదిలోనికి అడుగు పెట్టింది. శివుడు సాలమ్మతో పాటుగా అడుగులేసినాడు.

దావింటి పోతాంటే చిన్నబ్బుటి నింగా జరిగిండిటివి వొగోగిటి కండ్ల ముందరకి వచ్చినాయి.

'మా నాయిన, మా చెస్టు, మా గొడ్లు, కలుంకూరి గుట్ట, మల్లిమామ, జయరాముడు' అంటా యోచన చేస్తానే వుండాడు.

"శివుడూ! కండ్లుల్లో మళ్ళిళ్ళికి నీళ్లు వస్తుండాయి. తుడ్చుకో" అనింది సాలమ్మ గెట్టిగా, "ఏమ్మా!?" బరువైన గొంతుతో అన్నాడు.

"ఇబ్బుడు శ్యానా దూరం పోయే రైలు వస్తాది. దాన్ని ఎక్కాల, జరిగిండేది ఏమున్నా మనసులోనింక బిన్నిగా తుడిసెయ్. మళ్లింకి యింగోసారి చెపుతున్న. దేశం గొడ్డు పోలేదురా! నీకింగో యిసయం తెలుసునా? నువ్విట్ల పుట్టినట్టు దేశంలో ఏమాదం పుట్టినోళ్లు శ్యానామంది వుండింటారు. నీవు దిగులు పడమాకు. దేముడు అందరికీ ఒగే జీవితం ఇచ్చినాడు. పోగొట్టుకుంటే మళ్లింకి ఇట్లా జన్మ తిరిగి వచ్చెలు. పిరికోల్లు మాదిరి బతికి యంతోనే సావటం రాదు. గొప్పోళ్లు మాదిరి బతికి చూపియ్యల" అనింది దీమాగా సాలమ్మ.

శివుడు సాలమ్మ కల్లా చూసి తల ఊపినాడు అబ్బుడే రైలొచ్చి నిలిచింది.

ఇద్దురూ బతకడానికి, బతికి చూపించటానికి దూరం పోయే రైలెక్కినారు.

రైలు బైలుదేరినాక శివుడు ఓపాలి యనక్కు తిరిగి చూసినాడు కిటికీ కాడ్నుంచి.

అది చూసి సాలమ్మ కూడా వూరు వంక చూసి "యీ దినంతో యీ వూరికి మనకు రుణం తీరిందనుకో! నిమ్మలంగా వుండు. యింగ యిబ్బుడ్నించి కొత్త మనుసుల మద్దన వుండబోతున్నాం. కొత్తగా బతుకుదాం.

బతికి చూపిద్దాం యీ లోకానికి" అంటూ సాలమ్మ శివుడి చేయి పట్టుకునింది.

అమ్మ ఇచ్చిన ధైర్యాన్ని కూడగట్టుకొంటూ శివుడు కళ్లు మూసుకున్నాడు... బవిసత్తు గురించి కలలు

ఇవేవీ పట్టనట్టు రైలు తనపాటికి తాను పోతానే వుండాది, సాలమ్మ, శివుడి జీవితాలు ఎట్టా వుండబోతోంది. కాలమే చెప్పళ్ల.

వేగిటి మాత్రం నిజం, గుండెల్నిండా ధైర్యాన్ని నింపుకున్నోళ్లు యోడైనా ఎట్టాగైనా బతగ్గలరు.

కొడుకు పైనే ప్యానం పెట్టుకున్న తల్లి సాలమ్మ... అమ్మ అంటే దేముడినని గట్టిగా నమ్ముకున్న శివుడు... ఆ పైనున్న దేముడిపైన బరోసా వుంచిన ఆ రెండు ప్యానాలకు జీవితంలో ఎట్టాంటి అడ్డంకులు వుండవనే అనిపిస్తుంది.

అబల కాదు ఆమె భళా

నారాయణ భాగ్యలక్ష్మి

చిత్తూరు

Ph:9701769572

"బృందా ఇంకా ఏంటి ఆలోచిస్తున్నావు?" అడిగాడు ప్రయోజ్ రైలు స్టేషన్లో బెంచిపై కూచుని ఎటో చూస్తూ పరధ్యానంగా ఉన్న బృందావనికి నీళ్ళందిస్తూ,

"ప్రయోజ్ ఈ లోకంలో జంతువులు, పక్షులు మొదలైన వాటికిలేని ఈ ఆడ మగ హెచ్చుతగ్గులు ఈ మనుషులకే ఎందుకో?! పదేళ్లుగా నిష్కల్మష మనసులతో మంచి స్నేహితులుగా మనం ఒకరికొకరం అవసరమైన సాయం చేసుకుంటు మంచి మిత్రులుగా సాగుతుంటే మన స్నేహం గురించి తప్పుగా ఆలోచిస్తున్న ఈ సమాజం వైఖరి నాకు ఎంతకూ అర్థం కావడం లేదు" అంది బాధగా బృందావని.

"ఇందులో అర్థం కాకపోవడానికి ఏముంది? సమాజం అంటే ఎవరో కాదు కద, ఏ ఇద్దరు స్త్రీ పురుషులు మాట్లాడినా, దగ్గరగా ఉన్నా, వారు ఎవరో, ఎందుకో, ఏమిటో తెలియకపోయినా, చివరికి సొంత తోబుట్టువులిద్దరు కలిసి వెళ్లున్నా, కూచున్నా నోటికొచ్చినదేదో మాట్లాడే వాళ్ళ గురించి ఆలోచించడం దండగ, అన్ని తెలిసి కూడా అనావసరంగా వాళ్ళ మాటలకు నువ్వు బాధ పడటంలో అర్థంలేదు" అన్నాడు ప్రయోజ్ బృంద చేతికి రైలుటిక్కెట్ ఇస్తూ,

"మనిషిని మనిషిగా చూడకపోగ అడుగడుగునా ఆడది అరిటాకు అనే హేలనబావం ఉన్న ఈ సమాజంలో చదువు, డబ్బు, అందం, తెలివి, ధైర్యం, కుటుంబం అండ అన్ని ఉన్నవాళ్ళే తమకాళ్ళపై తాము నిలబడలేక ఎంతో బాధపడుతున్నారు,

అలాంటిది ఏ తోడు, అండ లేని,పెళ్ళి లేవు కాని ఆడపిల్లని, అందులోనూ అవిటిదాన్ని, నా కాళ్ళపై నిలబడే మాటెలా ఉన్నా, కనీసం నేను చేతికర్రల సాయంతో నిలబడటమే కష్టమౌతున్నది ఒక్కోసారి జనం మధ్య, అలాంటిదాన్ని బయట ఉంటూ నా పనులు చేసుకోగలనా?" అంది దిగులుగా ప్రయోజ్ వంక చూస్తు.

"హు మళ్ళీ మొదటి కొచ్చావా, నీ గురించి నీకంటే నాకే బాగా తెలుసు, నువ్వు ఇంకేం మాట్లాడకు నీ ఆలోచనలు నీ ఆశయసాధనకు అడుగులు కావాలే కానీ, ఇలా నిరాశ నిస్పృహలకు కాదు, రైలు ఇంకో పదినిమిషాల్లో బయలు దేరుతుంది, ఈ లోగా రైల్లో సర్దుకుని కుర్చుంటే సమయం సరిపోతుంది పద" అన్నాడు ప్రయోజ్.

"అది కాదు ప్రయోజ్ నేను ఇంతవరకు అమ్మనొదిలి బయట ఒంటరిగా ఎప్పుడూ ఉండలేదు, అమ్మకు దూరంగా నేనుండగలనా! అసలు నా వల్ల అవుతుందా? నేను లేకుండా అమ్మ ఎలా ఉంటుందో ఏమో!" అంటూ కళ్ళల్లో ఉబికివస్తున్న కన్నీళ్ళ మధ్య బేలగా ప్రయోజ్ వైపు చూసింది.

ఆమె బేలతనానికి ఒక క్షణం కదిలిపోయిన ప్రయోజ్ అనునయంతో పాటుగ తప్పనిసరై తెచ్చిపెట్టుకున్న కాస్తా కరుకుదనం కలగలిపిన గొంతుతో

"చూడు బృందా అమ్మ గురించి నువ్వేం బాధపడకు, అమ్మను నేను చూసుకుంటాను, అయినా ఒక సంవత్సరం రోజులేగా, చూస్తుండగానే గడిచి పోతాయి, అమ్మ నీ ప్రగతిని చూడాలను కుంటున్నది, అందుకోసమే ఆనందంగా ఎదురు చూస్తుంటుంది, ఇక నీవల్ల అవుతోందా అంటే..అవుతుంది, అది నీ పట్టుదల, లక్షంపై ఆధారపడి ఉంటుంది, అనుకున్నది సాధించాలంటే ఎంత కష్టమైన ఇష్టంతో కష్టపడితే అది కష్టమనిపించదని నీకూ తెలుసుగా, అయినా.. ముందుకు సాగాలని అడుగులు వేసే సమయంలో ఇప్పుడు వెనక్కిలాగే ఈ ఆలోచనలేంటి? ఎప్పుడూ నిర్ణయం అనేది స్తిరంగా ఉండాలే కాని, నడిసంద్రంలో నావలా మనసు ఇలా ఊగిసలాడ కూడదు, ఇక నీ మనసులో ఆశయం తప్ప మరో ఆలోచన రాకూడదు సరేనా, రా వెళ్ళదాం" ఆమె చేతిలోని లగేజీని తీసుకుని ముందుకు కదిలాడు ప్రయోజ్,

తన మాటలతో అప్పటి వరకూ మనసులో తొలుస్తున్న భయాలను బయటకు నెట్టి అతని వెనుక దృఢ లక్ష్యంతో అడుగులు వేసింది బృంద.

అలా ఆమెను పట్టణంలోని ఓ మంచి ఇన్స్టూట్ లో గ్రూప్స్ కోచింగ్ సెంటర్లో జాయిన్ చేసి వచ్చాడు ప్రయోజ్.

బృందావని ప్రయోజ్ మంచి స్నేహితులు, ఒకరి ఉన్నతిని ఒకరు నిత్యం కాంక్షించే పరస్పర శ్రేయోభిలాషులు, ఒకరు నిరాశకు లోనైనప్పుడు నీకు నేనున్నాననే భరోసాగా భుజం తట్టే ఆ ఆత్మీయ చెలిమిని కొందరు మెచ్చుకొన్నా, మరికొందరు అనుమానించినా, అవమానించినా వారిది స్వచ్ఛమైన స్నేహంగా మరింత బలపడుతూ చివరికి అదే వారి మానసిక బలంగా మారింది.

పుట్టినప్పటి నుంచి ఆడపిల్లవు నీకెందుకు అనే ప్రశ్నల పలకరింపులు, అవిటిదానివి ఇవి నీకవసరమా? అనే నొసలు వెక్కిరింపులు అలవాటే అయినా, అంతా తలరాత అని సరిపెట్టుకుని కాలంతో రాజీ పడుతున్నా, ప్రశాంతంగా ఉండే మానస సరోవరంలో అపవాదుల గులకరాళ్ళు వేస్తూ, రేగిన మది కల్లోలపు అలజడిని సరదాగా చూస్తూ పైశాచికానందం పొందే వారిని పట్టించుకోకున్నా, పనికట్టుకుని వచ్చి మరీ గిల్లి,నెప్పిగా ఉందా అనే బంధువులు, భరించలేక ఎందుకిలా అని అడిగితే పెద్దాచిన్నా లేకుండా ఎదురు మాట్లాడిందంటూనే, ఇలా ఉండే ఇలా ఉంది. ఇంకా అన్ని సమంగా ఉంటే ఇంకెలా ఉండేదో! అంటు వెక్కిరింతల దెప్పిపొడుపులు.

అవసరమైనన్నాళ్ళు లబ్ధిపొందిన నా అనుకున్న వాళ్ళు తెప్పసాయంతో ఒడ్డుకు చేరుకున్నామనే సృహాను మరచి తెప్పను తగలేసినట్లుగా, ఐనా నీకు ఇంకేం కావాలి? సమయానికింత తిని ఊరుకుండక నీకెందుకివన్ని అని సింపతి మాటలతోనే సెగపెడుతుంటే బోధివృక్షం కింద బుద్ధునికి జ్ఞానోదయమైనట్లు తనకోసం ఆలోచించడం మొదలెట్టిన బృందాకి తను ఎవరో, తనవారి మనసుల్లో, తన ఇంట్లో తనస్థానం ఎంటో అప్పుడే బాగా తెలిసొచ్చింది, తనకు ఊహ తెలిసినప్పటి నుంచి తనవాళ్ళు బాగుంటే చాలనుకుని వయసుకు మించిన కష్టం, బాధ్యతతో చిన్నతనం నుంచి తను కష్టపడ్డ

ప్రతిపైసా వారికోసమే, తనకంటూ ఏమీ మిగుల్చుకోక తన ఉనికిని మర్చిపోయి తనవాళ్ళే ప్రపంచంగా, ఇన్నాళ్లు వారి ఆశలు, సంతోషాలే తనవిగా బ్రతికింది, బాధలు భాధ్యతలు తీరిన తీరికలో ఓసారి వెనక్కితిరిగి చూసుకున్న బృందావనికి తనకుతానే కాని, ఎవరికి ఏమీకాని ఒంటరినని తన నీడ తనకే తనకుమాలిన ధర్మం మొదలు చెడ్డ బేరమని హితవు పలుకుతుంటే తనపై తనకే జాలి కలిగింది,

అంటే ఇన్నాళ్లు తనవాళ్ళకు తాను పంటచేళ్ళల్లో దిష్టిబొమ్మలా ఉన్నానా?అని బాధకలిగినా, సర్లే అలా అయినా ఉపయోగపడ్డా ననుకుంది, కానీ చివరికి నీవల్ల మాకు తక్కువ అని, తననీడను కూడ నియంత్రిస్తు, తాను సంపాదించినప్పుడు గుర్తుకురాని నీతులు ఇప్పుడు గుర్తుకొచ్చి తానేదో కాని పనీ చేస్తున్నట్లు నిరోధిస్తుంటే తట్టుకోలేని బృంధ ఇక తన అవసరంలేని వారికి తానో బరువుగా మాత్రమే మిగిలానని తెలుసుకుని, ఎలాగైనా ఎవరికి భారంకాకుండా తనకు తానుగా బతకాలనుకుంది, తనవాళ్ళకోసం సహజంగా కలిగే కోరికలను సైతం బాధ్యతల బరువు క్రింద, పేదరికం, నిసహాయతల మధ్య తొక్కిపెట్టిన చిన్నచిన్న కనీసపు ఆశలను చిన్నపిల్లలా సృజించాలనుకుంది,

అప్పటికే తన కష్టసుఖాల్లో వెన్నుదన్నుగా ఉన్న ప్రయోజ్ తన పరిస్థితి గమనించి గడిచిన కాలం వెనక్కివచ్చి నువ్వు కోరుకున్నట్లు ఉండలేక పోవచ్చు, కానీ ఇకనుండైనా నువ్వాశించిన జీవితాన్ని కొంతైనా నీకు నచ్చినట్లు తీర్చిదిద్దుకునే అవకాశముంది, గడిచిన కాలం గురించి బాధపడటం కంటే ఉన్న కాలాన్ని సద్వినియోగం చేసుకోవడం ఉత్తమం కదా, ఇంతకంటే ఎక్కువ బాధపడుతు దీనస్థితిలో ఉన్నవారెందరో ఉన్నారు, ఆ దిశగా ఆలోచించు నీకే కర్తవ్యం బోధపడ్తుంది,

ఆశాధృకృధంతో అడుగులు ముందుకు వేసే నీ ప్రయత్నం ఏదైనాసరే నీకు అవసరమైనప్పుడు నా సహాయ సహాకారాలు ఎప్పుడూ ఉంటాయి అన్నాడు ప్రయోజ్.

ఆ మాటతో బృందా మనసులోని బాధ,నిరాశలు మబ్బుతునకల్లా కరిగిపోయి, దూదిపింజల్లా తేలికపడి తాను తీసుకున్న నిర్ణయానికి ఓ రూపమిస్తు దూర విద్యలో డిగ్రీ పూర్తిచేసింది.

నిప్పుల కొలిమిలోనే బంగారు తీగైనా అందమైన ఆభరణంగా రూపుదిద్దుకునేది అనే ఆలోచనతో వెంటనే ఆమెతో గ్రూప్స్ కి దరఖాస్తు చేయించి పట్టణంలో మంచి ఇన్స్టూట్ లో గ్రూప్స్ కోర్స్ లో జాయిన్ చేయించి బృందాకు చెప్పినట్లే ఆమెతల్లిని తనతల్లిలా చూసుకుంటు బృందా అవసరాలను కనిపెట్టుకుని అందుబాటులో ఉంటూ ఎప్పటికప్పుడు ఆమెలో పట్టుదల ఆత్మస్థైర్యం నింపుతూ బంధాలకు, బంధుత్వాలకు, స్వార్థానికి అతీతమైన స్నేహంగా నిలిచాడు.

అతని ప్రోత్సాహానికి నమ్మకానికి ధీటుగా కష్టపడి చదివి మొదటి ప్రయత్నంలోనే గ్రూప్ ఎ పరిక్షల్లో విజయంసాధించిన సంతోషంతో వెనుదిరిగింది బృంద, ఎప్పుడెప్పుడు అమ్మ ఒడిలో వాలిపోతానా అనే ఆరాటంతో రైలుఎక్కి తన సీట్లో కిటికీ పక్కన కుర్చున్న ఆమె మనసు గతంవైపు పరిగెడుతుంది.

ఒకప్పుడు డిగ్రీ చదవాలని ఎంత ప్రయతిస్తున్నా ఇంట్లో పట్టించుకోక ఇప్పుడు నువ్వు చదివి ఉద్యోగాలు చెయాలా? ఊర్లేలాలా? అని విసుక్కుని తనఆశలపై నీళ్ళుచల్లినా, నీ వెనుక నేనున్నాను నీ లక్ష్యం చేరుకోమని ఎప్పటికప్పుడు తన బుజంతట్టి వెన్నుదన్నుగా తన జీవితానికి ఆలంబనగా నిలిచిన
ప్రయోజ్ గురించిన ఆలోచనల్లో మునిగి తను దిగవలసిన స్టేషన్లో రైలు వచ్చి ఆగిన విషయం గమనించని ఆమెకు వెలుపల నుంచి సుతిమెత్తగ "బృందా" ఆత్మీయ పిలుపుతో కనులుతెరచి చూసింది.

కిటికీదగ్గర నిలబడి చిరునవ్వుతో "ఇప్పుడైనా ఒప్పుకుంటావా? నువ్వు అబల కాదు సబల అని, నీ శక్తిని గుర్తించావా? ఇప్పుడు నిన్ను చూస్తుంటే నాకేమని పిస్తుందో చెప్పనా.. అబల కాదు.. ఈమె భళా" అన్నాడు, రైలు దిగుతున్న ఆమెకు చేయందిస్తూ.

"ఇదంతా మీ ప్రోత్సాహం,స్నేహం చలువేగా.. నిజంగా మీస్నేహం దొరకడం నా అదృష్టం" అంది బృంద ప్రయోజ్ చేయందుకుని కృతజ్ఞతాభావంతో.

బొద్దింకలు

రుద్రపాక జితేంద్రకుమార్

విజయవాడ,

Ph:7993818667

తమ వారెలా ఉన్నారో చూడటానికి వచ్చే బంధువులు, స్నేహితులు, ఆత్మీయుల ఆరాలతో ఆసుపత్రి వాతావరణమంతా మరింత రద్దీగ ఉన్నది. పెద్ద డాక్టరుగారు నారాయణ ఎక్కడికి వెళ్ళారండి ? ఎప్పుడు వస్తారండి ? పదే పదే అడుగు తున్నాడు గంగాధర్. డాక్టరుగారు రౌండ్స్కు వెళ్ళారు, కొద్ది సేపట్లో వస్తారు. పనేమిటి? ప్రశ్నించాడు ఆసుపత్రి సూపర్వైజరు హనుమంతరావు.

అమ్మకు గుండెజబ్బు చికిత్స కోసం తిరిగి ఇక్కడే చేర్పిద్దామని పెద్ద డాక్టరు గారి అనుమతిని అడగాలి అంటూ సమాధానమిచ్చాడు గంగాధర్.

అంతలో డాక్టరుగారు వస్తూనే....మీ అమ్మగారి పరిస్థితి ఆందోళనకరంగా వున్నది. గుండె బాగా పెరిగింది . అందువల్ల ఆమె చాలా బలహీనంగా వున్నది. ఏ క్షణమెలాంటిదో చెప్పలేమన్నారు తమ కేబిన్లోనికి నడిచి వెళుతూనే, గంగాధర్ శరీరమంతా నిస్సత్తువలా ఆవరించాయి ఆ మాటలు. ఎలాగైనా మా అమ్మను కాపాడండి అంటూ రెండు చేతులు జోడించి అర్థించాడు. తెచ్చిన డబ్బంతా ఖర్చైపోయింది. నేను చిరుద్యోగిని. మీరు దయతలచి ఇ.ఎస్.ఐ సౌకర్యం పై మా అమ్మకు వైద్యము చేయండన్న గంగాధర్ మాటలకు పెద్ద డాక్టరుగారు కొద్దిసేపటికి అనుమతించారు. హుటాహుటిన ఆక్సిజన్ సౌకర్యము గల అంబులెన్స్ ద్వారా తల్లిని తీసుకువెళ్ళి ప్రభుత్వ కార్యాలయాన

ఇ.ఎస్.ఐ ఏర్పాట్లు పూర్తి చేసుకుని తిరిగి అదే ఆసుపత్రిలో ఐ.సి.యు లో ఆమెను చేర్పించాడు గంగాధర్.

పేషంట్ ఉదయాన్నే డిశ్చార్జ్ అయ్యి వెళ్ళిపోయింది కదా మళ్ళీ ఈమె ఐ.సి.యు లో ఉందేమిటి ? చిత్రంగా చూస్తూ అన్నాడు జూనియర్ డాక్టర్ అభినవ్. ఐ.సి.యు విభాగంలోని నర్సులు, ఆయమ్మ తోటి జూనియర్ డాక్టర్లు ఏవో సైగలు చేస్తున్నారు అభినవ్ కి. ఇదేంటి ? మళ్ళీ పేషంట్ పేరుతో ఫైలు రాయాలా?

ప్రొద్దున వరకు డబ్బులు కట్టి ట్రీట్మెంట్ చేయించుకున్నారు. ఇపుడు ఇ.ఎస్.ఐ ద్వారా ట్రీట్మెంట్ చెయ్యాలా ? నిర్లక్ష్యంగా మాట్లాడుతున్నాడు అభినవ్. లేదండి .. నా దగ్గరున్న రెండు లక్షల తొంభై వేల డబ్బంతా ఖర్చు అయిపోయింది. చిరుద్యోగినైన నాకు గల ఇఎస్ఐ సౌకర్యము ద్వారా మా అమ్మకు వైద్యము చేయించాలనే పెద్ద డాక్టరుగారి అంగీకారంతో మరలా ఇక్కడ చేర్పించానండి... డాక్టరుబాబు మాఅమ్మను కాపాడండి వేడుకుంటున్నాడు గంగాధర్. ఇలా ప్రతి ఒక్కరూ ఇ.ఎస్.ఐ ద్వారా ట్రీట్మెంట్ అంటే మాకు ఏం మిగులుతుంది? విసుగ్గా గంగాధర్ తల్లి తాలూకా మెడికల్ రిపోర్టుల ఫైలును టేబుల్ పైకి విసిరేశాడు అభినవ్. నేను ఈ పేషంట్ను చూడను ఈమె ఫైలుకు రిపోర్టును రాయనంటూ ముడుచుకున్న ముఖంతో వెళ్ళిపోయాడు లాభం కోల్పోయిన వ్యాపారస్తుడిలా అభినవ్. వెనకాల సరిగ్గా ఆదే నడక, నడతతో మరికొందరు జూనియర్ డాక్టర్లు ప్రక్క వార్డులోకి తొంగిచూస్తూ వెళ్ళిపోయారు కలుగున తిరిగే బొద్దింకల్లా .

ఎందరో ప్రజల ప్రాణాలు కాపాడే వృత్తిని ఎంచుకున్న జూనియర్ డాక్టర్ల ప్రవర్తన అక్కడున్న వారందరికీ తీవ్ర ఆవేదనను కలిగించింది. రాబోయే కాలాన కాసుల రాకాసుల్లా కనిపిస్తున్నారా జూనియర్ డాక్టర్లు పెద్దాసుపత్రి.. పెద్దపెద్ద డాక్టర్లున్న ఆసుపత్రి.. కాళ్ళ కింద అన్నీ బొద్దింకలే ...మనిషిని ప్రాణంతో నిలబడనిస్తేనా ...బెడ్ పై వున్న తన భర్తకు అన్నం తినిపిస్తూ కన్నీళ్ళతో ...ఓ పెద్దావిడ...!

ఈ అనుబంధం ఏనాటిదో...?

మన్నె లలితా రాజబాపయ్య
హైదరాబాద్
Ph:7416863289

సంయుక్త భర్త సంతోష్ తో ఎప్పుడు సమస్యాత్మక విషయాలు గానీ గొడవలు పడే విషయాలు కానీ మాట్లాడలేదు. తనకు, సంతోష్ కు గాలి బుడగ లాంటి జీవితాన్ని సరదాగా గడపాలి గాని తిట్టుకోవటాలు పోట్లాడుకోటాలు. తను పెళ్లయిన ఐదేళ్లలో ఇంతవరకు అలాంటివి ఇద్దరి మధ్య జరగలేదు. ఇరుగుపొరుగులతో సఖ్యంగా, సరదాగా ఉండటమే ఇద్దరికీ ఇష్టం . చేతనైనంతలో సాయం చేయాలనే ఇద్దరి కోరిక. "సముద్రంలో ఉప్పు అడవిలో ఉసిరిలా ఎలా కలిశారో తెలియదు కానీ ఇద్దరి అభిప్రాయాలు ఒక్కటే...

అమ్మమ్మకు పదకొండు మంది సంతానం అందరూ "ఒకటి తక్కువ డజను" అని నవ్వేవారట. అమ్మ అందరికంటే చిన్నది .బాగా చదివి ఉద్యోగం చేయాలని కోరిక

"ఆడది ఉద్యోగాలు చేయాలా ?ఊళ్లేలాలా?" అని నవ్వుకునే రోజులైనా తాతయ్య పట్టుబట్టి అమ్మను గూడు బండిలో బడికి పంపే వారట - పెద్దమనిషైనా బడికి పంపుతుంటే బంధువులు "దాన్ని ఎవడు చేసుకుంటారు ?"అని కొన్ని రోజులు మాట్లాడకపోయినా, తాతయ్య లెక్క చేయలేదు..

అమ్మ కష్టపడి చదివి గవర్నమెంట్ ఉద్యోగం సంపాదిస్తే చిన్న మేనమామ తన

కొడుకుకు చేసుకుంటానని అమ్మమ్మతో అనటం, చదువుకున్న తన చిన్న కూతురుకు 'సంబంధాలు రావేమోనని 'అమ్మమ్మ భయపడి వెంటనే ఒప్పుకోవటం జరిగింది.

అత్తయ్యతో పెద్ద చిక్కే వచ్చింది. మామయ్యకు తన కొడుకు చదువుకోలేదు, చదువుకున్న కోడలు పెత్తనం చెలాయిస్తే !!అసలే వాడు నోట్లో నాలుక లేనివాడు." ఇవి అత్తయ్య సందేహాలు.

"ఒసేయ్! పిచ్చి మొహమా! మనకు సంవత్సరానికి ఒక పంటనే పండేది. వాగులు వంకలు పొంగి రెండేళ్లు పంట అంతా కృష్ణ పాలు కాలేదా! రెండేళ్ల నుండి తిండి గింజలకే కటకటలాడి పోతున్నాము. సరస్వతి చదువుకున్నది. ఉద్యోగం చేస్తుంది కాబట్టే సంవత్సరానికి పన్నెండు పంటలు వచ్చినట్టే! పైగా మనవాడు అమాయకుడు కాబట్టి పరాయి వాళ్ళు అయితే నువ్వు అన్నదే జరగవచ్చు, చదువుకోకపోయినా ఈ సంబంధం చేసుకుంటే వాడు సుఖపడతాడు.

అత్తయ్యకి ఎలా చెప్పాలో అలా చెప్పాడు మామయ్య. 'నిజమే!' అనుకున్న అత్తయ్య పెళ్లికి ఒప్పుకుంది. కానీ డిగ్రీ చదివిన అమ్మ ఇంటర్ చదివిన నాన్నను పెళ్లి చేసుకోదని అందరూ అనుకున్నారట. కానీ అమ్మ, నాన్న మంచితనానికి ఒక డిగ్రీ, మానవత్వానికి ఒక డిగ్రీ ఇచ్చుకుని పెళ్లి చేసుకుంది.

సరస్వతి ఒక్క షరతు పెట్టింది. అత్తమామలతో పాటు బావ కూడా తను ఉద్యోగం చేసే చోటే ఉండాలని ఒప్పుకోవటంతో ముహూర్తాలు పెట్టుకున్నారు. ఉన్నంతలో బాగా పెళ్లి జరిగింది. సరస్వతి కోరిక మేరకు నాలుగు మైళ్ళ దూరంలోనే పట్నంలో కాపురం పెట్టారు. పొలం పనులప్పుడు సైకిల్ పై వెళ్లి వ్యవసాయం చేసేవాడు. తను పుట్టగానే అమ్మ ఒకళ్ళు చాలని ఫ్యామిలీ ప్లానింగ్ ఆపరేషన్ చేయించుకుంది.

బాగా చదివి పేద స్త్రీలకు సహాయం చేయాలి అనే ఉద్దేశంతో 'లా' చదివాను. కులాల విషయంలో అమ్మా నాన్నలకు చాలా పట్టింపు ఉన్నా సంతోష్ మంచితనం ముందు అమ్మా నాన్నలకు దూరమై పెళ్లి చేసుకొని చాలా దూరంగా వచ్చేయడం జరిగింది.

చదువు విషయంలో ఒక తరం ముందు అమ్మమ్మ తాతయ్య ఎవరి మాట లెక్క చేయక అమ్మను చదివిస్తే, కులం విషయంలో అమ్మ సమాధానం పడలేదు. ఎప్పుడు కలుస్తామో ఓ నలుసు కలిగితే నైనా కలుస్తారా ? వాళ్లతో సంబంధం లేకుండా అయిపోయింది ."అంతా గుర్తుకు తెచ్చుకుని నిట్టూర్చింది సంయుక్త. బంధుత్వాలు ఏమీలేని తమకు సుజల పరిచయం కొండంత ఓదార్పు. చూస్తుండగానే ఐదు సంవత్సరాలు గడిచిపోయాయి. సుజలకు రెండు సంవత్సరాల పాప ఉంది. సంతోష్ కు పిల్లలు బాగా ఇష్టం. పాప తమ ఇంట్లోనే ఉదయం సాయంత్రం ఆఫీసుకు వెళ్లి రాగానే పాపతోనే కాలక్షేపం ఇద్దరికీ. పదిహేను రోజుల క్రితం సుజల భర్త అమెరికా వెళ్లారు. సుజలను పాపను సంవత్సరం తర్వాత తీసుకువెళ్తానని చెప్పారు. సుజల అత్తగారికి అమెరికా వెళ్లడం ఇష్టం లేదు. ఊరిలో తమ్ముడి ఆసరాతో ఉంటానని ముందే చెప్పారు కొడుక్కి.

నాలో ఆలోచన మొదలైంది, సంతోష్ కు విషయం చెప్పాను. ఇన్నాళ్లు సుజల కూతురుతో మనకు బాగా అలవాటు అయిపోయింది. తను కూడా అమెరికా వెళ్ళిపోతే.... అందుకే మనకే పిల్లలు ఉంటే.....!" అని.

"రేపు డాక్టర్ గారి దగ్గరకు వెళ్దామా?

"వద్దు వద్దు !! ఎందుకు అనవసరంగా లీవ్ పెట్టటం. నేను వెళ్లి వస్తానండి" ఎవరిని ఇబ్బంది పెట్టడం ఇష్టం లేని సంయుక్త తనే వెళ్లి డాక్టర్ని కలిసి ఆమె చెప్పిన మాటలతో షాక్ అయింది..

"మీ వారిని తీసుకురామ్మ. మాట్లాడాలి"

"ఏమైనా ప్రాబ్లమా డాక్టర్ ?"

"మీ వారితో మాట్లాడితేనే బాగుంటుంది అను కుంటున్నాను"

"పర్వాలేదు డాక్టర్! నాతోనే చెప్పండి. మా వారు సున్నిత మనస్కులు. ఏదైనా ఉంథే తట్టుకోలేరు. నేను ధైర్యంగానే ఉంటాను చెప్పండి. డాక్టర్! ప్లీజ్".

"సరేనమ్మా !నీకు...." డాక్టర్ చెప్పింది విని ప్రమాన్పడినది సంయుక్త.

ఇంటికి వస్తూ ఆలోచించింది. భరించలేకపోతోంది డాక్టర్ చెప్పిన విషయం ఎవరికైనా చెప్పుకుంటే కాని ఈ బాధ తీరదు. సంతోష్ కు అస్సలు తెలియకూడదు. ఇన్ని రోజులు తను నాకు బాబు, నేను తనకి పాప ఇప్పటివరకు తనకు చీకు చింత లేకుండా గడిచిపోయాయి రోజులు. ఇప్పుడు ఈ పిడుగు లాంటి వార్త వింటే అసలు భరించలేరు. అనాధగా పెరిగి తన అనురాగాన్ని పొంది పిల్లల కోసం కలలుగంటున్న ఈ సమయంలో ఈ వార్త ఆశనిపాతమే!

టైం పాస్ కోసం ఉద్యోగం చేస్తున్న సుజల సాయంత్రం కాని రాదు. ఆలోచనలలోనే సుజల ఫ్లాట్ దాటుతుండగా ఇంట్లో నుండి మాటలు పెద్దగా వినిపిస్తున్నాయి. అటువంటివి వినాలని ఉండదు. అనాలోచితంగా విన్నది.

“లేదమ్మా అబార్షన్ చేయించుకోవాల్సిందే! పాప చిన్నది. రేపు అమెరికా వెళ్తే ఎంత కష్టం, పుట్టిన వాళ్లతో ఆట బొమ్మలా ఆడుతుంది పెద్దది,తెలిసీ తెలియని వయస్సు. అమెరికా రాలేను అని వాడితో చెప్పాను కదా వెళ్లే ముందే. ఇద్దరినీ దేశం కాని దేశంలో, అయినా వాడు వెళ్లి నెల కూడా కాలేదు. అప్పుడే తెలిస్తే ఏమి అనేవాడో, ఇప్పుడు రెండవ నెల అంటున్నావు”

అత్తగారి మాటలకు ఉలిక్కిపడింది. సుజల.. “అయ్యో! ఎందుకు రాలేదో అని అనుకున్నా అత్తయ్య. ఎప్పుడైనా నాకు రెండు నెలలకు కదా వచ్చేది. అలా తెలియక....

“వేరే అనుకోకే పిచ్చి పిల్ల నాకా మాత్రం తెలియదా, వాడితో నేను వాట్సాప్ కాల్ మాట్లాడుతాలే. పిచ్చి వెదవ! ఎలా ఉన్నాడో ఏమో?” కొడుకు మీదకు వెళ్ళింది తల్లి మనస్సు.

ఈ సమయంలో వెళ్లడం సబబు కాదు అనుకుని తన ఫ్లాట్లోకి వెళ్లి మంచం మీద వాలిపోయింది మనసులోని బాధను కన్నీటితో కడిగి వేయటానికి. కాలింగ్ బెల్ విని తలుపు తీసిన సంయుక్త సుజలను చూచి “నేనే వద్దామనుకున్నా”

“ఇవాళ కోర్టుకు వెళ్లలేదా అక్క”

“లేదురా”

"ఒంట్లో బాగాలేదా ?అంటూనే కంగారుగా అడుగుతూ నుదుటి మీద చెయ్యి వేసి జ్వరమా" అంటున్న సుజల చెయ్యి పట్టుకుని తలుపు వేసి జరిగినది అంతా చెప్పింది.

"గర్భసంచి బలహీనంగా ఉందని, పిల్లలను కనడానికి ఏమాత్రం అనువుగా లేదని ఒకవేళ ఆ ప్రయత్నం చేస్తే నీ ప్రాణాన్ని కూడా పణంగా పెట్టడమేనని "డాక్టర్ చెప్పిన విషయం అంతా చెప్పి మనసులో భారాన్ని దించుకుంది. సంయుక్త అయ్యో ! అవునా, అయినా అక్క రిస్క్ ఎందుకు? నీకేమైనా పరవాలేదని డాక్టర్ గారితో ఎందుకు అన్నావు ?నువ్వు ఏమైనా అయితే పుట్టే సంతానంతో బావగారు సంతోషంగా ఉండగలరు అనుకుంటున్నావా? అసలు విషయం వింటేనే తట్టుకోలేరు. అక్కా! నేను ఒక విషయం చెప్తాను ఏమీ అనుకోవద్దు. నాకా రెండేళ్లు పూర్తిగా నిండని పాప, ఇప్పుడు అనుకోకుండా ఇంట్లో టెస్ట్ చేసుకుంటే పాజిటివ్ వచ్చింది. అత్తయ్యతో చెప్పాను, అత్తయ్య ఏమో ఇప్పుడే కాబట్టి తీసేయించుకోవడం మంచిదంటున్నారు. ఏడాదిలోపు నేను అక్కడికి వెళ్ళిపోతాను కాబట్టి అక్కడ ఇబ్బంది పడతారని ఒక్కరి జీతంతో కష్టమువుతుందని ఇద్దరు చిన్నపిల్లలతో ఉద్యోగం కూడా చేయలేనని కనీసం అక్కడ ఐదేళ్లు వస్తే తప్ప స్కూల్లో చేర్చటానికి వీలు లేదు కాబట్టి, ఎవరినైనా పెట్టుకుంటే ఎలా చూస్తారు?" ఇలా రకరకాల సందేహాలు అత్తయ్య చెప్తున్నారు. చెప్పాలంటే తను చెప్పేది నిజమే కదా! తల్లిలా నా గురించి సలహా ఇస్తున్నారు. నాకా రావటానికి అమ్మ లేదు. అత్తయ్య వయోభారంతో రాలేరు కాబట్టి అది సరైనది అనిపిస్తుంది నాకు కూడా . ఇప్పటివరకు మనసులో చిన్న బాధ ఉంది. ఈ విషయం విన్న తర్వాత దీన్ని అలాగే పెట్టుకుని పుట్టే సంతానం నీకు ఇచ్చేయాలనుకుంటున్నాను, ఆలోచనలు ఒక కొలిక్కి వచ్చినట్లుగా చెప్పింది సుజల.

ఈ విషయం అత్తగారితో కూడా మాట్లాడి ఒప్పించాలనుకున్నారు. సంతోష్ బెల్ కొట్టే వరకు ఈ లోకంలోకి రాలేదు ఇద్దరూ.

"హలో! డార్లింగ్" అది ప్రేమ పొంగినప్పుడు సంతోష్ పిలిచే పిలుపు.. సుజలను చూచి ఆగి "చెల్లాయ్! మీ వదిన నీకు మేనల్లుడుని ఇస్తుందట, మనం పార్టీ చేసుకోవాలి. ఆ ఇంతకు డాక్టర్ గారు ఏమన్నారు?"

"ముందు కాఫీ తర్వాత... సుజలా! కూర్చో కాఫీ తాగుదాం"

"లేదక్కా ...వెళ్లాలి. అత్తయ్య ఎదురు చూస్తుంటారు. మీ తాళం తీసి ఉంది"

"ఎవరికైనా బాగాలేదా ? అని అడగ టానికి వచ్చి ఇక్కడే సెటిల్ అయ్యా. అత్తయ్య, నేను తాగుతాం" అంటూ తలుపు వేసి వేయగానే చంటి పిల్లను ఎత్తుకున్నట్లు ఎత్తుకున్న సంతోష్ ని చూచి కన్నీరు ఆగక రెండు చేతులు మెడకు వేసి గుండెల్లో ఒదిగిపోయి నింపాదిగా చెప్పింది.

"మీకో శుభవార్త" -చెవిలో చెప్పిన వార్తకు ఉబ్బి తబ్బిబ్బై ఎత్తుకొని గిర గిరతిప్పి 'ఇకనుండి జాగ్రత్తగా ఉండాలి కదా! అంటూ నెమ్మదిగా దించి, సంయుక్త బుగ్గలు గులాబీలు చేసి 'అట్టట్టాయ్ అంటూ ఈల వేస్తూ హుషారుగా కాఫీ కప్పుతో ప్రత్యక్షమైన భర్తను చూచి కళ్ళుపిల్ల కాలువలు అయినాయి సంయుక్త కు.

మరుసటి రోజు సాయంత్రం అభినందనలు చెప్పటానికి వచ్చిన సుజల అత్తగారితో" అమ్మా!యివాళ మంచిదేనా? మాకు తెలియదు కానీ పుట్టే వాళ్ళ మంచి కోసం తెలుసుకుందామని "

"ఎందుకయ్యా సంతోష్"

"ఉయ్యాలా డ్రస్సులు ఇంకేం కావాలో చెప్పండమ్మా! ఇద్దరం షాపింగ్ కి వెళ్లి తేవాలని " వద్దు వద్దు అలా తెచ్చి ఇంట్లో పెట్టుకోకూడదు.

"అవునా!"నిరుత్సాహ పడుతున్న భర్తను జాలిగా చూచింది సంయుక్త.

ఇంట్లోకి కొత్త ప్రాణి వస్తుంటే ఎన్ని కలలు కోరికలు!!

"ఈరోజు నుండి అన్నీ బంద్! చాలా సంవత్సరాల తర్వాత వచ్చిన ప్రెగ్నెన్సీ చాలా జాగ్రత్తగా ఉండాలి .మందులు ఇచ్చారు. డెలివరీ వరకు దూరం పాటించాలి." అని డాక్టర్ గారు చెప్పారు. గుసగుసగా చెప్పింది చెవిలో. డాక్టర్ గారు చెప్పింది పాటించాలి కదా మరి మన బంగారు బాబు కోసం .నీవు ఇంక జాబ్ చేయాల్సిన అవసరం లేదు -రేపు వెళ్ళి రిజైన్ చేసి రా. సరేనా?

సరేనంటూ పసిపాపలా ఒదిగిపోయింది సంతోష్ లో.

మరుసటి రోజు సంయుక్త, సుజల సెలవు పెట్టారు. సంయుక్త సుజల అత్త గారితో మాట్లాడి పసిపాపను చంపటం నేరమని, తాను ఒక ఉపాయం చెప్తాను అని, అందుకోసం ఇప్పుడు మిమ్మల్ని తీసుకువెళ్లి డాక్టర్ గారితో మాట్లాడిస్తాను అని చెప్పింది..

డాక్టర్ గారితో విషయమంతా చెప్పి తమ నలుగురి మధ్య ఈ విషయం ఉండాలని మాట తీసుకుంది. సంయుక్త డాక్టర్ గారు సుజల అత్తగారిని అభినందిస్తూ "మోడరన్ అత్తగారు" అనగానే ఆవిడ నవ్వి "సంయుక్త నా బిడ్డ లాంటిది" అంటుంటే కళ్ళల్లో నీళ్లు నిండాయి సంయుక్తకు. తీసుకోవాల్సిన జాగ్రత్తలు చెప్తూ, మరో మారు అత్తగారిని అభినందించారు డాక్టర్ బిందు మాధవి...

సంతోష్ ఆఫీస్ కు వెళుతూ "మందులు మార్చారు అన్నాప్ జాగ్రత్తగా వేసుకో. బత్తాయి రసం తీసి పెట్టాను. మర్చిపోకుండా తాగు, టైం అయింది బై బై! నెమ్మదిగా పొట్ట మీద చెయ్యి వేసాడు.

సరే అంటూ వెళ్లగానే తలుపు వేసి వస్తున్న కన్నీళ్ళకు అడ్డుకట్ట వేసి ముఖం కడుక్కుని సుజల దగ్గరకు వెళ్ళింది. టేబుల్ పై పెట్టిన వస్తువులన్నీ చూచిన అత్తగారు "ఎందుకమ్మా! రోజు మందులు, పళ్ళు అన్నీ తెస్తున్నావు?"

"మరి బాబు బలంగా పుట్టాలి కదా ఆంటీ"

"మోసం చేస్తున్నానా ఆయన్ని. ఒక్క పని ముట్టుకోనివ్వటం లేదు. అన్ని పనులు ఆయనే చేస్తూ కాలు కింద పెట్టనివ్వడం లేదు. చాలా బాధగా ఉంది ఆంటీ.."

"అలా అనుకోవద్దు తల్లి. నువ్వు అలా అనకపోతే ఎంత పాపం చేసుకునేదాన్ని, నా కళ్ళు తెరిపించావు. ప్రాణాన్ని నిలిపావు. నీ రుణం ఎలా..... మాటకు అడ్డు వచ్చి, "ఆంటీ! మీ రుణం మరో జన్మకి కూడా తీర్చుకోలేను".

"నిజం చెప్పాలంటే నేనే నీకు థాంక్స్ చెప్పాలి. జరగబోయే అనర్థాన్ని ఆపి అందమైన పరిష్కారాన్ని చూపించావు. ఆ పాప భారం నాకు లేకుండా చేశావు" అంటూ లోపలికి వెళ్లారు.

"అత్తయ్య జాబ్ మానేసి రెస్ట్ గా ఉండమని అంటున్నారు"

"అదే మంచిది"

"అక్కా! రోజు మందులు ఫ్రూట్స్ అన్నీ తెస్తున్నారు. నాకు మొహమాటంగా ఉందక్కా"

"భలే దానివే నువ్వు.. ఇది తీసుకోవటానికి నువ్వు మొహమాట పడితే నేను అంతకంటే పెద్ద బహుమతి తీసుకుంటున్నాను. దానికి ఏమనుకోవాలి .మరి మీ బావగారు తెచ్చేవన్నీ బుజ్జిగాడు కోసమేనట. ఆ బుజ్జి గాడు ఉన్నది ఇక్కడే కదా! నవ్వుతూ పొట్ట చూపించింది. చెప్పుతున్న కళ్ళల్లో అపరాధ భావం.. అక్కా! అది సరే కానీ !నువ్వు నెల నెల బావగారికి తెలియకుండా చూసుకోవాలి. అందుకే ముందర కాళ్ళ బంధాలు వేసినట్లు ముందే చెప్పాను. బలహీనంగా ఉన్నాను కాబట్టి జాగ్రత్తలు పాటించాలి అని డాక్టర్ గారు అన్నారని. ఇద్దరి సంభాషణ వింటూ ముసిముసిగా నవ్వుకున్నారు అత్తగారు.

"ఎందుకమ్మా! ఇవన్నీ రోజు కూరలు పచ్చళ్ళు, స్వీట్స్" టేబుల్ మీద పెడుతున్న అత్తగారిని చూస్తూ అన్నాడు సంతోష్.

నెలతప్పిన అమ్మకు కోరికలు ఉంటాయి. నాకు మా సుజలతో పాటు సంయుక్త కూడా. స్పెషల్ గా చేయడం లేదు కదా!

ఈ నాటకంలో సజల అత్తగారు కూడా చాలా బాగా నటిస్తున్నారు..

నెలలు గడిచాయి. ఉదయం ఒకరు, మధ్యాహ్నం ఒకరు హాస్పిటల్ లో అడ్మిట్ అయ్యారు. సంయుక్త కోసం సంతోష్ లీవ్ పెట్టుకున్నాడు. చాలా టెన్షన్ గా ఉంది. తను మొదటిసారి తండ్రి కాబోతున్నారు. బాబు ఎలా.. ఉంటాడు? తన పోలికా? సంయుక్త పోలికా? లేక ఇద్దరూ కలిసిన పోలికా? చాలా గమ్మత్తుగా ఉంది ఊహించుకుంటే.

"సార్ ! సంతోష్ గారు మీరే కదా ! మీకు పాప పుట్టింది .ఒక గంట ఆగి చూడవచ్చు. పాపా! బాబు కాదా? తల్లి, బిడ్డ క్షేమమే కదా"

"బాగున్నారు సార్, తల్లి బిడ్డ పాప. బాబు కాదు. అవునా మరి మా చెల్లలు"

"బాబండి . చాలా బలహీనంగా ఉన్నాడు"

తమకు బాబు అయితే ఎంత బాగుండేది. అంతలో మనను సమాధాన పరచుకుని 'ఎవరైతే నేమి ఇన్ని సంవత్సరాల తర్వాత, తల్లి బిడ్డ క్షేమంగా ఉన్నారు. అంతే చాలు' అనుకున్నాడు మనసులోనే.. డిశ్చార్జ్ కార్యక్రమాలు అయిపోయాక ఇంటికి వచ్చారు ఇద్దరు. ఒకరి చేతిలో పండంటి పాప, మరొక్కరి చేతులు శూన్యంగా....

అదేంటమ్మా, బాబు ఏడి ?సుజలతో ఆశ్చర్యంగా.

'అన్నయ్య! బాబు లేడు. చాలా తక్కువ బరువుతో పుట్టటంతో.... చెప్పలేక ఆపేసింది కూతుర్ని చూస్తున్న సుజల .

'బాబు చనిపోయాడా? 'నిశ్చేష్టుడయ్యాడు సంతోష్.

లోపలికి వచ్చిన తర్వాత గుక్క పట్టి ఏడుస్తున్న పాపను ఏం చేయాలో తెలియలేదు సంయుక్త,సంతోష్ లకు. కాలింగ్ బెల్ మోగింది. సుజల అత్తగారు వచ్చి దానికి ఆకలేసి ఏడుస్తుందమ్మా. నీకు పాలు పడలేదని, బిడ్డలేదు కాబట్టి పాలు వృధాగా పోరాదని తల్లి పాల లో పోషకాలు ఉంటాయి కాబట్టి అవే పట్టమని డాక్టర్ గారు చెప్పారు. అవసరమైనప్పుడు అమ్మాయిని లేపుతాను సరేనా!" అంటూనే పొత్తిళ్ళలోని పాపను ఆప్యాయంగా చేతిలోకి తీసుకున్నారు. నా బంగారు తల్లి అంటూ... సంతోష్ ఇష్టం లేకపోయినా ఏమి అనలేకపోయాడు" డాక్టర్ చెప్పారు.

అన్నమాట విని... సుజల బాబు పోయిన బాధలో నా పాపకు దగ్గర అయితే.. అని అనిపించినా బాబు పోయిన బాధలో ఉంది, ఇలా అయితే తొందరగా బాధ తగ్గుతుంది. నా చెల్లెలు అయితే ఇలా చేయనా! అనుకున్నాడు. సంతోష్.. ఇద్దరి ఆరోగ్యాలు కుదుటపడ్డాయి బయటి వారి దృష్టిలో సంయుక్తకు మాత్రం డాక్టర్ బిందు మాధవి గారుచెప్పిన మాటలు గుర్తుకు వచ్చాయి.

సంయుక్త నీ భర్త కోసం నీ త్యాగం, భ్రూణహత్య లేకుండా సుజల అత్తగారి నిర్ణయం, పాపను త్యాగం చేసిన సుజల... ఎవరికి వారే త్యాగమూర్తులు. ఏదేమైనా నీ గర్భసంచి చిన్నదని సంతానం మోసేందుకు పనికిరాదని, నాలుగవ మాసం నుండి పొట్టలా అనిపించే బ్యాగ్స్ నీ భర్తకు తెలియకుండా మెయింటైన్ చేసి అతనికి సంతాన

భాగ్యాన్ని కలిగించావు. ఇద్దరు పిల్లలతో కొడుకు కోడలు కష్టపడి పోతారని అబార్షన్ అనుకున్న ఆవిడ మరోసారి కోడలికి పిల్లలు కలిగితే ఇబ్బంది అవుతుందేమో అని కూడా ఆలోచించకుండా కోడలు బిడ్డను కని నీకు ఇవ్వటానికి ఒప్పు కుంది. నువ్వు తల్లివి అయ్యావు కానీ పాలు ఇవ్వలేవు కాబట్టి సుజలకు అవకాశం ఉంది కనుక బలహీనంగా ఉన్న నీలో తల్లిపాలు ఉత్పత్తి కాలేదని సుజలకు ఇబ్బంది కలగకుండా తనే ఇస్తుందని నేను ఒప్పించానని, మీ వారితో చెప్పు. పుట్టగానే తల్లి పిల్లను వేరు చేయకుండా ఆ మధురిమను సుజల పొందుతుంది. ఇది నీకు, నాకు, సుజలకు వాళ్ళ అత్తగారికి తప్ప మరెవ్వరికీ తెలియదు. నువ్వు చేసింది తప్పు కాదు అని మర్చిపో! ఇప్పటికీ బలహీనంగా ఉన్న నువ్వు ఆ విషయం చెప్పకుండా తెగించావని, మరోసారి ఇద్దరి ప్రాణాలు దక్కే ఇలాంటి అదృష్టం ఉండకపోవచ్చు అని, ఒక్క పాప చాలని నీ భర్తకు చెప్పు. అన్ని మర్చిపోయి నీ భర్తతో, పాపతో హాయిగా గడుపు. అవును. ఇంతకీ పాపకు ఏం పేరు పెట్టారు? మీరు ఇచ్చిన సలహాతో మేం తల్లిదండ్రులమయ్యే అదృష్టం కలిగింది. అందుకే పాప పేరు మీ గుర్తుగా 'మాధవి 'అని పెట్టాం. సుజల, అత్తయ్యల రుణం తీర్చుకోలేనిది" అన్నది చెమ్మగిల్లిన కళ్ళతో సంయుక్త "ఎప్పటి రుణానుబంధమో" సంయుక్త చెయ్యి నొక్కుతూ నవ్వుతూ అన్నారు డాక్టర్ గారు.

గోవిందా..గోవిందా!

పోలయ్య కవి కూకట్లపల్లి

హైదరాబాద్,

Ph:9110784502

శర్మ, భద్రకాళి ఒక మంచి జంట. ఊరిలో ఎక్కడ కళ్యాణం జరిగినా ఈ జంట వెళ్ళి కొత్త జంటను అక్షింతలు జల్లి ఆశీర్వదించి ఆపై కంటపడి ఊరించిన వంటలన్నీ

"వివాహ భోజనంబు వింతైన వంటకంబు..? అహహ్హా మాకే ముందు" అన్నట్టు పక్కవారినెవ్వరినీ పట్టించు కోకుండా ఇచ్చిన గిఫ్ట్ కు గిట్టుబాటయ్యేలా భార్య భర్తలిద్దరూ పోటీపడి ప్రతి ఐటమ్ రుచి చూడాలన్న ఆశతో జిహ్వా చాపల్యంతో రుచికరమైన వంటలన్ని పీకలదాకా మెక్కి ఇంటికొస్తూ ఉంటారు.

మొన్న ఆదివారం అలాగే వెళ్లి పాపం అర్ధరాత్రి ఇల్లు చేరారు ఆయాసంగా...

ఆశ్చర్యం, ఇల్లు బార్లా తెరిచి వుంది. ఏమైందోనని లోనికెళ్ళి చూడగా కళ్ళు బైర్లు కమ్మాయి. ఇల్లంతా చిందరవందరగా ఉంది. బీరువాలన్నీ నోళ్ళు తెరిచి ఖాళీగా కనిపిస్తున్నాయి.

"రెండు ఫోన్లెందుకూ... పెళ్ళిలో పోతే ఎలా..? ఒకదానితో సరిపెట్టుకుందాం" అన్న భార్య ఉచిత సలహాతో బీరువాలో పెట్టిన అమెరికా నుండి అబ్బాయి పంపిన లక్షరూపాయల ఐ ఫోన్ కనిపించడం లేదంటూ... లబోదిబోమంటూ...

నా ఖర్మ నా ఖర్మ అంటూ తలబాదుకుంటూ...ఏమైంది అని అడిగినవారికి "గోవిందా...గోవిందా...నా

లక్షరూపాయల ఐ ఫోన్ పోయింది. గోవిందా...గోవిందా... అంటున్నారు పాపం శర్మగారు.

మొన్నటి వరకు బ్యాంకు లాకర్ లో భద్రంగా ఉన్న బంగారు నగలు నిన్ననే తెచ్చింది భార్య భద్రకాళి "పెట్టుకొని పెళ్ళికి పోదామని...పక్కింటి పంకజం కుళ్ళు కుంటుందని"అన్నీ బీరువాలోనే పెట్టి నకిలీ నెక్లెస్ పెట్టుకుపోయింది.

"అయ్యో! అయ్యో! ఎంత ఘోరం జరిగిందయ్యా. నా ప్రాణానికి ప్రాణమైన బీరువాలోని నా బంగారునగల్లో ఒక్కటీ నాకళ్ళకు కనిపించకుందయ్యా. ఊడ్చుకు పెట్టుకుపోయాయి. ఈ పెళ్లి మా చావుకొచ్చింది" .

"క్యాబ్ లో నలిగిపోతుందని ఖరీదైన పట్టుచీర ఈ మధ్యనే కొన్నది ఒక్కసారే కట్టుకున్నది. కనిపించడంలేదయ్యా కంటికి...అయ్యో అయ్యో ఓ శ్రీరామచంద్రా ఎంతో ఘోరం జరిగిందయ్యా'... అంటూ లబోదిబోమంటుంది భార్య భద్రకాళి.

ఔను మరి దొంగలు ఏ ఇంట్లో దూరినా

ఆ ఇల్లు గుల్లేకదా..! నిజమే

"నా ఐఫోన్ ఉంచి దాని పట్టు చీరలు పట్టుకు పోయినా బాగుండేది... అన్నది భర్త శర్మ అంతరంగ ఆవేదన.

"నా పట్టుచీరలు బంగారు నగలు ఉంచి అయ్యగారి ఐఫోన్ పట్టుకెళ్ళినా బావుండేది"...అన్నది భార్యామణి భద్రకాళి అంతరంగ ఘోష!

ఈ సమయంలో ఇంట్లో కంటే హాస్పిటల్లో ఉండమే మంచిది. బీపీ, షుగర్,గుండెదడ, టెన్షన్ కాస్త తగ్గుతుందని ఉచిత సలహా ఇచ్చారు కొందరు ప్రాణమిత్రులు.

ఒప్పు కోలేదు శర్మగారు అది గోరుచుట్టుపై రోకటి పోటన్నారు. ఈ భారీ నష్టమే భరించలేకుంటే మళ్ళీ ఆ ఖర్చెందుకులే అన్నారు. కళ్ళు మూసుకుని కాసేపు యోగ

చేశారు టెన్షన్ తట్టుకోలేక. అప్పుడు చేసిన చిన్న పొరపాటు గుర్తుకు వచ్చింది శర్మ గారికి ."గొళ్ళెం పెట్టి తాళం వేయడం" మరిచిపోయాడు, పెళ్లికి పోతూ ఆ హడావుడిలో.

పోలీస్ కేసు పెట్టమన్నారు కొందరు మిత్రులు. ఎందుకులే జరిగిందేదో జరిగింది పోయినవేవో పోయాయి. పోయినవి మనవి కావు.

ఐఫోన్ పోయిన ఆవేదనలో శర్మగారు, బంగారు నగలు పోయిన బాధలో భార్య భద్రకాళి ఉన్నారు. పోలీసు కేసు పెట్టాలని ఆలోచిస్తుంటే, ఎందుకైనా మంచిది ఇంట్లో దొంగలు పడితే తేలుకుట్టిన దొంగల్లా ఉండడమే ఉత్తమం. పోలీసు కేసులు,పెట్టడం దండగ అన్నారు కొందరు ఆ కాలనీ వాసులు, ఐనా కేసు పెట్టాలా వద్దా అని ఒక నిర్ణయం తీసుకోలేకున్నారు భార్యా భర్తలిద్దరూ.

కఠినమైన ఒక నిర్ణయం తీసుకున్నారు. ఇది తమకు ఒక పెద్ద గుణపాఠమని, ఇక నుండి ఎవరి పెళ్ళికి వెళ్ళరాదని.

జారవిడిచిన వజ్రాలు

గద్వాల సోమన్న,

ఎమ్మిగనూరు,

Ph: 9966414580

రవి ఉన్నత పాఠశాల విద్యార్థి. అల్లరి పిల్లవాడు. పాఠశాలలో, ఇంటి దగ్గర చాలా అల్లరి పనులు చేసేవాడు. ఉపాధ్యాయులు రవికి, చదువ వలన కల్గే ఉపయోగాలను తెలిపి, చదువు పై ఆసక్తి కలిగించాలని ప్రయత్నించారు. వారి ప్రయత్నాలు బూడిదలో పోసిన పన్నీరు అయింది.

ఒక రోజు విహార యాత్ర వెళ్లుటకు తేదీని నిర్ణయించి, ఆ రోజు సకాలానికి రావాలని ప్రకటన చేశారు. ఆ తీపి వార్త విని పిల్లల ఆనందానికి అవధులు లేవు .ఒకటే సందడే సందడి..

ఆ శుభ సమయం రానే వచ్చింది. పిల్లలందరూ రంగు, రంగుల దుస్తులు ధరించి, పిండివంటలు చేయించుకొని ఉషారుగా వచ్చారు. అందరూ బస్సులో అనుకున్న ప్రకారం ప్రసిద్ధిగాంచిన పురాతన కోటను సందర్శించారు. కోటంతా కలియ చూశారు. ఒక చోట రవికి ఓ పాత సంచి దొరికింది. దానిని జేబులో దాచుకొన్నాడు. అటుపిమ్మట సముద్రం చెంతకు చేరాడు. పిల్లలందరూ అలలను చూస్తూ గవ్వలు ఏరుకుంటూ.. ఇసుకతో ఇళ్ళు కడుతూ సంతోషంతో కేరింతలు కొడుతున్నారు. రవి మాత్రం ఒడ్డున కూర్చొని నీటిలోకి తన జేబులో ఉన్న దొరికిన సంచిలోని రాళ్లను పారవేస్తున్నాడు. చివరకు ఒకటి మిగిలింది. జేబులో వేసుకొని పిల్లలలో జతకలిశాడు.

ఆట, పాటలతో సరదాగా గడిచింది. ముగింపులో తాము సేకరించిన వాటిని ఉపాధ్యాయులకు చూపిస్తున్నారు. రవిని అడగగా గుర్తుకు వచ్చి తన జేబులో రాయిని చూపాడు. ఆశ్చర్యం! అది మేలిమి వజ్రం. ఉపాధ్యాయులు దాని గురించి ఆరా తీశారు. రవి జరిగిందంతా వివరించాడు. అప్పుడు మాష్టారులు జారవిడుచుకొన్న వజ్రాల విలువను రవికి ఉదహరించారు. అంత అమూల్యమైన వజ్రాలను జారవిడిచికున్నందుకు ఎంతో బాధ పడ్డాడు రవి. జారవిడిచిన వజ్రాలలా గడిచిన విలువైన కాలం జీవితం తిరిగి రాదని, ప్రతి క్షణాన్ని, జీవితాన్ని జాగ్రత్తగా సద్వినియోగపరచుకోవాలని వివరించారు ఉపాధ్యాయులు రవికి. వజ్రాలు పోయినా, కాలం ఖరీదు, బ్రతుకు విలువ తెలిసినందుకు రవి చాలా సంతోషించాడు. నాటి నుండి అల్లరిమాని చదువుపై శ్రద్ధ వహించాడు. ఉపాధ్యాయులు, రవిలో వచ్చిన మార్పుకు ఆనందించారు. కాలము, జీవితము అమూల్యమైనవి, గతించిన తిరిగిరావు జారవిడుచుకున్న వజ్రాలలా.

ముద్దుబిడ్డ

అద్దేపల్లి జ్యోతి,

కాకినాడ

Ph: 9290441888

'హాయ్ ఎలా ఉన్నావ్' అని ఫోన్ లో నా ఫ్రెండు రవళి పలకరింపు,...

'బాగున్నాను ఏంటి విశేషం ఇలా...' అన్నాను నవ్వుతూ.,

'ఎప్పుడూ గుర్తు ఉంటావ్ కానీ, నీకు తెలుసుగా అని.... సరే కానీ నువ్వు రేపు ఊర్లోనే ఉంటావా అంది ప్రశ్నార్థకంగా., ఇంట్లోనే ఉంటాను. ఈరోజు సాయంత్రం వసీరా అని పెద్ద రచయిత సభ ఉంది. ఆయన కవిత్వం చదువుతారు' అన్నాను.

'తెలుసు అందుకే నీకు ఫోన్ చేశాను. ఆయన నా ఫేస్బుక్ ఫ్రెండ్, నువ్వు కలిసి రేపు ఉంటారా, ఎక్కడ ఉంటున్నారు'

'కనుక్కో. నేను కలిసి ఆయన్ని సర్ ప్రైజ్ చేయాలని నా కోరిక. నేను రేపు వస్తున్నాను. ఆయన అడిగితే నా పేరు చెప్పకు, ఎవరో మీ అభిమాని వచ్చి కలుస్తాను అని మాత్రం చెప్పు' అంది.

'సరేలే సర్ ప్రైజ్ విలువ నాకు తెలుసు,నేను నీ పేరు చెప్పను కంగారు పడకు, లంచ్ కి వచ్చేయండి' అన్నాను.,

'లేదు లేదు, లంచ్ ఇంకో ఫ్రెండ్ ఇంట్లో' అంది .

'అవును మరి నేను కానా' అన్నాను.

'అబ్బా నువ్వు నా బంగారానివి అర్థం చేసుకుంటావు- ఆ ఫ్రెండ్ భర్త ఈ మధ్య కాలం చేశారు. అప్పటినుంచి ఆమె ను కలవాలని ప్రయత్నం ఇప్పటికి కుదిరింది,

నిన్ను కలవడం మధ్యాహ్నం అవుతుంది' అంది.

'అయితే రాత్రి తినండి' అన్నాను.

'అయ్యో పెళ్ళికి వెళ్ళాలి .దారిలో ఈ పనులు చూసుకుని రాత్రి పెళ్లి కి వెళ్ళాలి నేను మావారు వస్తున్నాం' అంది.

'సరే నీ ఇష్టం' అన్నాను.

'రేపు సభ లో ఫోటోలు నువ్వు పెడతావ్ గా' అంది.

'ఆ ఫోటోలు పెడతాను, ఆయన ఎక్కడ ఉంటారు కూడా వివరంగా అడిగి నీకు చెప్తా. నీ పేరు చెప్పకుండా, తెలుసుకుంటాను సరేనా, అన్నాను నవ్వుతూ.- సరే ఉంటాను, రేపు కలుద్దాం. నాతో పాటు నువ్వు కూడా రావాలి, ఆయన ని కలవటానికి' అంది.

'ఆ సర్ ప్రైజ్ చూసి నేను కూడా థ్రిల్ పీల్ అవుతా' అన్నాను ఫోన్ పెట్టి.

మా ఫ్రెండ్ గురించి ఆలోచిస్తూ పనులు చేసుకుంటున్నాను. మా పరిచయం గజల్స్ వర్క్ షాప్ లో జరిగింది తను. పాటలు పాడుతుంది, గజల్స్ నేర్చుకుని పాడటానికి తను, రాయడానికి నేను వెళ్ళాము.

నా బుర్రకి ఆ నియమాలు ఎక్కలేదు. వచ్చిన ఆలోచనని స్వేచ్ఛ గా కాగితం మీద పెట్టడం తప్ప అంత కసరత్తు చేయడం నావల్ల కాలేదు. రవళి చక్కగా నేర్చుకుని గజల్ గాయనిగా, గజల్ రచయితగా స్థిరపడింది కచేరీలు చేస్తూ. తను మల్టీ టాలెంటెడ్ .బొమ్మలు కూడా చేస్తుంది, పెయింట్ చాలా బాగా వేస్తుంది. ఎంత బాగున్నాయో తను తయారు చేసిన బొమ్మలతో, పెయింటింగ్ లతో వాళ్ళ ఇల్లు కళాత్మకంగా ఉంది. నా కథ లకు బహుమతులు వచ్చినప్పుడు తనకు కూడా బహుమతి వచ్చింది. ఆ సందర్భంలో వారి ఇంట్లో ఆతిథ్యం ఇచ్చింది. ఇంటి చుట్టూ మొక్కలు ముందు పూల మొక్కలు, వెనక కూరగాయలు మొక్కలు అంటే ఇష్టం అంటూ అన్ని పనులు చేసుకుంటూ పనిమనిషి కూడా లేకుండా ఆశ్చర్యపోయాను. అంత పని చేసుకుంటూ రచనలు, వంట, మొక్కలు, చిత్రలేఖనం బొమ్మలు చేయటం. నాకు పని మనిషి ఒక పూట రాకపోతే నాకు

టెన్షన్ . రవళి పొద్దున్నే లేచి ఇల్లు శుభ్రం చేసి,పూలు కోసి పూజ, వంట పూర్తిచేసుకుని ఆ మిగిలిన సమయాన్ని తన అభిరుచులకు కేటాయిస్తూంది అంటే, నేను చాలా చాలా నేర్చుకోవాలి అని తెలుసుకున్నాను.

అదే అంటే--

'చాలు లే మా అమ్మ ఈ వయసులో నాన్న కాలం చేసినా అనాథలను చేరదీసి ఆశ్రమం నిర్వహిస్తోంది, అన్ని పనులను ఆమే చేసుకుంటూ ఆమెకు వచ్చే పెన్షన్ డబ్బులతో' అంది.

'అవునా నిజంగా మీరు అందరూ చాలా గ్రేట్, అన్నాను మెచ్చుకుంటూ. అలాంటి వ్యక్తి మొదటిసారి మా ఇంటికి వస్తుందంటే సంబరంగా అన్పించింది. పనులు ముగించుకుని సాయంత్రం సభ కి వెళ్లాను. ఆయన తో మాట్లాడి వివరాలు సేకరించాను. ఆయన బంధువుల కూతురు పెళ్లికి వచ్చారట. రేపు రాత్రికి హైదరాబాద్ వెళ్లి పోతారట. నా ఫ్రెండ్ పేరు చెప్పకుండా, మా ఫ్రెండు మీ అభిమాని మిమల్ని కలవాలి అనుకుంటోంది, ఎక్కడ కలవాలి' అని అడిగాను .

'కళ్యాణ మండపం కి వచ్చేయండి, వధూవరులను ఆశీర్వదించి, పెళ్లి భోజనం చేయండి' అన్నారు అభిమానంగా.

ఆయనతో మాట్లాడుతుంటే ఇదే మొదటి సారి కలిసి మాట్లాడటం అనిపించలేదు, ఎప్పటినుండో పరిచయమున్న వ్యక్తిలా మాట్లాడారు. 'పెళ్లి కి ఆహ్వానించినందుకు ధన్యవాదాలు అండి, మా ఫ్రెండ్ వచ్చేసరికి రెండు అవుతుంది. కలుస్తాం మీకు పర్వాలేదా' అన్నాను. 'ఏమీ పర్వాలేదు' అన్నారు. ఈ లోగా నిర్వాహకులు వేదిక మీదకి ఆహ్వానిస్తే రేపు కలుద్దాం అని మరో సారి చెప్పి వెళ్ళారు.

విభిన్న కవితలు, అనుభూతి కవిత్వం ఆయన రాసిన కవితలు వినిపించారు. భీకర కవిత్వం వామ్మో అనిపించింది. అనుభూతి కవిత్వం హాయిగా ఉంది. కాళ్ళు

తడవకుండా సముద్రాన్ని దాటవచ్చు కానీ, కళ్ళు తడవకుండా సంసార సాగరాన్ని దాటలేము... అది విని ఆశ్చర్యపోయాను. అది ఒక జాతీయం అనుకున్నాను..

అదే విషయం సభ అయినాక చెప్పాను. 'మీ అమ్మగారు ఏం చదువుకున్నారు' అన్నారు అని- 'ఇది నిజంగానే చాలా సినిమాలు సీరియల్స్ లో వాడుకున్నారు చాలామంది మెచ్చుకున్నారు నీ వయసు ఏమిటి నువ్వు రాసింది ఏంటి'

'అప్పుడు నా వయసు 20 ఏళ్ళు మాత్రమే మరి' అన్నారు నవ్వుతూ..

'మన కవిత అందరికీ అంత చేరువయ్యింది అంటే సుకవి జీవించు ప్రజల నాలుకల పై అనేది ఎంత నిజం అనేది తెలుస్తుంది' అని అన్నాను. ఆనందపడ్డారు.

ఆ సభ ఫోటోస్ రవళి కి పెట్టాను, రేపు కలవమన్నారు, పెళ్లి భోజనం చేయమన్నారు అని,.ఓకే నా పేరు చెప్పలేదు గా అని మెసేజ్ పెట్టింది

నీ పేరు చెప్పలేదు అని మెసేజ్ పెట్టాను.

రెండు గంటలకు వస్తాను అన్నది. మీ ఫ్రెండ్ ఇంట్లో లేట్ అయిందని దారి కూడా తప్పేనని, వసీరా గారి దగ్గరికి నాలుగు గంటలకు వెడదాం అని ఫోన్ చేసి చెప్పింది.

అదే విషయం ఆయనకి ఫోన్ చేసి చెప్పాను.

పర్వాలేదు రండి, కళ్యాణ మంటపం లోనే ఉన్నాను. నాలుగు దాటినా రవళి రాలేదు. ఫోన్ కలవడం లేదు, సిగ్నల్ లేదు, ఆయన. ఎదురుచూస్తూ ఉంటారు అని బాధపడ్డాను.

ఏం చేస్తాం ఎదురు చూడటం తప్ప అని నిట్టూర్చాను. వాళ్లు వచ్చే దారిలోనే కళ్యాణ మండపం. మీరు అక్కడ ఆయనని కలవండి, నేను వచ్చి కలుస్తాను తర్వాత మా ఇంటికి వెడదాం, అని మెసేజ్ పెట్టాను. ఫోన్ కలవడం లేదు నీకు, అని.

కాసేపటి తర్వాత చూసుకుని, ఓకే, గుడ్ ఐడియా అని మెసేజ్ పెట్టింది నువ్వు బయల్దేరు అని..

హమ్మయ్య

నా నిరీక్షణ ఫలించింది అని ఆటోలో బయలుదేరాను.

నేను వెళ్ళడం, వాళ్ళ కారు అగడం ఒకేసారి జరిగింది. ఇద్దరం చాన్నాళ్ల తర్వాత కలిశాము. ఒకరిని చూసి ఒకరు చాలా ఆనందపడ్డాము.

సరే పద ఫోన్ చేస్తాను అన్నాను.

ఇద్దరం వెళ్లి ఫోన్ చేసి ఎదురు చూస్తున్నాం..

ఆయన లిఫ్ట్ లో వస్తారని అనుకుంటే, మెట్లు దిగి రవళి ని చూసి అలా ఉండిపోయారు. ఒక నిమిషానికి తేరుకుని మీరు అనుకోలేదు అన్నారు ఆనందంగా చూస్తూ... సంబరపడ్డారు చిన్నపిల్లాడిలా. అమ్మయ్య సర్ ప్రైజ్ సక్సెస్ అనుకున్నాను. వారి ఆనందం చూసి నాకు ఆనందం వేసింది.

ఆయన వారి భార్య నీ, కొత్తజంట నీ పరిచయం చేశారు. ఆయన ఒక కవిత చదివి వినిపించారు. రవళి ఆయనకి చిరు సత్కారం చేసింది. అమ్మ పై గజల్ ఆలపించింది. వారి దగ్గర సెలవు తీసుకుని మా ఇంటికి బయలుదేరాం.

మీ ఇంటికి ముందు, దారి లో మా వారి వాళ్ళ ఫ్రెండ్ ని కలవాలి పర్వాలేదా అంది రవళి. సరే కొత్త పరిచయాలు నాకు ఇష్టమే, అన్నాను.

గూగుల్ చెప్పినట్లు ఆయన ఫ్రెండ్ ఇంటి కి చక్కర్లు కొట్టి మొత్తానికి వెళ్ళాం. ఇప్పుడు వెళ్ళేది మా ఆయన గర్ల్ ఫ్రెండ్ ఇంటికి అంది నవ్వుతూ... ఆమె భర్త మా వారి కి సీనియర్ ఆయన రిటైర్ అయిపోయారు సైంటిస్ట్ గా చేసి, వారి ఇంటి కే అంది. ఆవిడ మేము కల్పకం లో ఉన్నప్పుడు ఆవిడ పాటలు నేర్పేవారు .ఫ్యామిలీ ఫ్రెండ్స్ చాలా బాగా ఉన్నాం అంది రవళి.

ఆ భార్య భర్త చాలా హుషారుగా ఉన్నారు. ఆత్మీయంగా ఆహ్వానించారు. హాల్లో ఆయన పెద్ద ఫోటో అబ్దుల్ కలాం గారి చేతులమీదుగా అవార్డు తీసుకుంటున్న ఫోటో బాగుంది. బొమ్మల కొలువుకు సరిపడా బొమ్మలు ఉన్నాయి. ఉయ్యాల దానిమీద సరిపడా పెద్ద పరుపు. అలమార లో రామాయణ, భారత, భాగవత పెద్ద పెద్ద పుస్తకాలు ఉన్నాయి, వారి అభిరుచి ని తెలుపుతూ. నన్ను పరిచయం చేసింది రవళి.

ఆయన వెంటనే సెల్లులో ఫేస్బుక్ లో నా ఫోటో చూపించి ఇదేనా అని అడిగారు.

అవునండి అన్నాను.

ఎనభై ఏళ్ళ ఆవిడ అయిన వాళ్ళ అమ్మగారు కర్ర పట్టుకుని వచ్చారు. ఉత్సాహంగా ఉన్నారు ఆ వయసులో కూడా అని చాలా ఆశ్చర్యపోయాను.

రవళీ బావున్నావా, అని అడిగారు ఆవిడ.కల్పకంలో చూశారు. ఇన్నేళ్లయినా బాగానే గుర్తు పట్టారు అని ఆశ్చర్యపోయింది రవళి కూడా.

మా అమ్మకి జ్ఞాపకశక్తి ఎక్కువ అన్నాడు మురిపంగా ఆయన.

నేను మా మనవడి మాటలకు మురిసిపోయినట్టు ఆయన ఆనందం తల్లిని చూసి అని అనిపించింది.ఆవిడ కూడా మా అత్తగారు లాంగ్ ఫ్రాక్ చూశారా మెత్తగా ఉండాలని నా పాత చీర కుట్టాను అని మురిసిపోతోంది. ఆవిడ,అవును మా కోడలి పాత చీర హాయిగా ఉంది. గట్టిగా ఉంటే కట్టుకోలేక పోతున్నాను అన్నారు ఆవిడ బోసినోటితో నవ్వుతూ.

పెద్ద వాళ్ళు ఎందుకు ఉన్నారా అనుకునేవారు, వారు బ్రతికుండగానే స్మశానంలో వదిలేసేవారు, గుడి దగ్గరో, ఎక్కడో అక్కడ వదిలేసేవారు, తల్లిదండ్రులని భారంగా భావించే వారు వున్న ఈ రోజుల్లో అత్తగారిని ఒక ముద్దు బిడ్డలా అపురూపంగా చూసుకోటం చూసి ఆ జంటకి పాదాభివందనం చేయాలనిపించింది. మరీ సినిమాటిక్ గా ఉంటుందని ఆగిపోయి మామ్మగారికి మాత్రం నమస్కరించాను.

మా ఇంటికి వచ్చే దారిలో అంది రవళి, వారు తల్లి ని చూసే విధానం నీకు కొత్త గా అనిపించిందా, నాకు వారు పరిచయం అయిన కొత్త లో అలానే అనిపించింది. ఆయన తల్లి కష్టపడి పెంచి ఉంది, నాన్న లేకపోయినా. మాకు పిల్లలు లేరు అని బాధ లేదు, మా ఆవిడ నేను అంత అపురూపంగా చూసుకుంటాము. మా అమ్మ ఉండగా మాకు వేరే పిల్లలు ఎందుకు ఆవిడే మా ముద్దుబిడ్డ అని, ఇంక పిల్లల కోసం ఏ ప్రయత్నాలు కూడా చేయలేదు పిల్లల కోసం, వాళ్ళు అంది.

నీ వల్ల నాకు ఈ కుటుంబం తల్లిని ముద్దుబిడ్డ లా చూసుకునే సంస్కారవంతమైన దంపతులు పరిచయం చాలా కొత్తగా అద్భుతంగా అనిపించింది, అన్నాను ఉద్వేగంగా.

నిజమే ఆ తల్లి నిజంగా అదృష్టవంతురాలు.ఆమె ఎంత కష్టపడి బిడ్డని పెంచినా, ఏరు దాటాక తెప్ప తగలేసే బిడ్డలు ఉన్న నేటి సమాజంలో ఆయన తల్లి కష్టాన్ని చూస్తూ పెరిగాడు కాబట్టి ఆయన బాగా చూసుకోవడం గొప్ప విషయం కాదు, ఆయన భార్య కూడా అంత బాగా చూసుకోవడం అది గొప్ప. సొంత పిల్లలు లేరని అసలు అనుకోరు, అనాధ పిల్లలకు ఎంతో సాయం చేస్తూ ఉంటారు. అవునండి, చూసాను గా, వీరిని చూసి చాలామంది నేర్చుకోవాలి తల్లిదండ్రుల్ని ఎలా చూసుకోవాలో, ఆదర్శవంత మైన కుటుంబం, అన్నాను.

అదీ మా నాన్న

ఎన్.బి.ఎస్. శ్రీనివాస్ పోలిసెట్టి

పెద్దాపురం

మధురపూడి విమానాశ్రయం నుండి నేరుగా బ్లాక్ బీఎండబ్ల్యూ కారు రాజమండ్రి గ్రాండ్ లలిత ఇన్ లాన్ లోకి దూసుకొచ్చి ఆగింది.. 'ఇదేంటి ఇక్కడకు తీసుకొచ్చావ్?!' బ్యాక్ సీట్ లో కూర్చున్న హర్షిత్ డ్రైవర్ ని ప్రశ్నించాడు.. 'సర్..మా సార్ మిమ్మల్ని డైరెక్ట్ గా ఇక్కడికి తీసుకురమ్మని చెప్పారు' అన్నాడా డ్రైవర్.

ఒకసారి కారు గ్లాస్ డోర్ నుండి ఇన్ వైపు చూశాడు హర్షిత్.. ఎంగేజ్మెంట్ సెర్మనీ బోర్డు డెకరేటివ్ గా కనిపించింది..ఆ బోర్డుపై ఉన్నది తను, తన ఫియాన్సీ లాస్య ఫోటోగ్రాఫ్స్ కారు నుండి దిగగానే 'హలో! మై డియర్ సన్ ఇన్ లా, వెల్కమ్ వెల్కమ్' అంటూ ఫ్లవర్ బొకేతో ఆహ్వానం పలికాడు కాబోయే మావయ్య తన గ్యాంగ్ తో, హర్షిత్ ముఖంలో చిన్న చిరునవ్వు కానీ! అతని కళ్ళు పేరెంట్స్ కోసం వెతుకుతున్నాయి. వెనుకన ఎక్కడో కనిపించారు తల్లిదండ్రులిద్దరూ. మావయ్య ఆహ్వానాన్ని అందుకుంటూనే వారిద్దరి దగ్గరకు నడిచాడు హర్షిత్ ముందున్న వారందర్నీ జరుపుకుంటూ వెనక్కి వెళ్లి 'నాన్నా ఎలా ఉన్నారు?!' కుశలప్రశ్న వేసాడు. హర్షిత్ 'బాగున్నాను రా!' అన్నాడు రఘురామయ్య.. 'ఇప్పటికే చాలా ఆలస్యమయ్యింది ముందు శుభ్రంగా స్నానం చేసి రారా! ఫంక్షన్ కి టైం అవుతుంది' అంది ప్రక్కనే ఉన్న తల్లి.. 'అలాగేనమ్మ' అంటూ తన కూడా తెచ్చిన చిన్న లగేజ్ ని తల్లికి అప్పగించి ఫ్రెషప్ అవ్వడానికి వెళ్లాడు హర్షిత్.

ఎంగేజ్మెంట్ ఆడిటోరియం బంధు మిత్రులతో స్నేహితులతో కళకళ లాడిపోతోంది. చాలా రకాల టిఫిన్ ఐటమ్స్ తో రెడీగా ఉన్నారు సర్వర్స్, ఓ పక్క ఫేమస్ బ్యాండ్ లైట్ మ్యూజిక్ ప్లే చేస్తున్నారు. ఎంగేజ్మెంట్ వేదికపైకి హర్షిత్, లాస్య వచ్చి కూర్చున్నారు

లాస్య హర్షిత్ వంక చూసి 'బావా.. ఐ లవ్ యు' అంది చిలిపిగా..'ఛ..పో..వే! నువ్వు నీ చిలిపితనం' అని చిన్నగా నవ్వుతూ అన్నాడు హర్షిత్.. 'అయినా నేనెక్కడికి పోతాలే నీ గుండెల్లో ఉండబట్టేగా ఈ పెళ్లికి ఒప్పుకున్నావు' అంది లాస్య హర్షిత్ కళ్ళలోకి చూస్తూ

'అవునవును ఈ చిలిపి చిన్నది ఏ మాయ చేసిందో గాని చిన్నప్పటి నుండి తప్పించుకోలేక పోయాను. శత్రు సైన్యం నుండయినా తప్పించుకోవచ్చేమో గాని లాస్య చూపులనుండి తప్పించుకోవడం అంత ఈజీ కాదెమో!' అన్నాడు మరింత చిలిపిగా హర్షిత్.. ఇద్దరూ నవ్వుకున్నారు.

వేదికపై మైక్ అందుకుని మాట్లాడటంప్రారంభించాడు సత్య 'మై డియర్ ఫ్రెండ్స్ అండ్ రిలేటివ్స్ ఈరోజు నా కూతురు చేయి అందుకోబోతున్న హర్షిత్ ఎవరో కాదు స్వయానా నా మేనల్లుడు.. పల్లెటూర్లో అల్లరి చిల్లరిగా పెంటకుప్పల మధ్య పేడ తట్టల మధ్య పొలాల గట్లమీద గెంతులు వేస్తూ తిరిగినవాడు.. ఈరోజు ఇండియన్ ఆర్మీలో కల్నల్ పొజిషన్లో ' ఉన్నాడంటూ గర్వంగా హర్షిత్ ని అందరికీ పరిచయం చేశాడు సత్య.

'ఇక మా బావ రఘురామయ్య యింకా ఆ పాత పద్ధతులలోనే వ్యవసాయం చేస్తూ ఏటేటా నష్టాలు చవిచూస్తూనే ఉన్నాడు.. ఉన్న ఆ కాస్త పొలాన్ని అమ్మేసి రియల్ ఎస్టేట్ బిజినెస్ లో పెట్టుబడి పెడితే ఎంతో సంపాదించవచ్చని ఎన్నిసార్లు చెప్పిన వినడు..నేను తెలివిగా నాకున్న పొలాన్ని అమ్మేసి ఆ డబ్బుతో ఈనాడు రియల్ ఎస్టేట్ బిజినెస్ చేసి కోట్లు సంపాదించాను.. అదీ కూడా కలసి రావాలనుకోండి' అన్నాడు కొసమెరుపుగా

'ఇదంతా ఎందుకు చెబుతున్నానంటే మనుషులు ఎప్పటికప్పుడు అప్డేట్

అవుతూ ఉండాలి.. ఒకప్పుడు ఇదే చేతులతో వ్యవసాయం చేసేవాడిని.. నష్టం వస్తుందని తెలిసి దాన్ని విడిచి పెట్టేసాను..వ్యవసాయం మీద ప్రేమ లేకకాదు నష్టాలు భరించలేక! రియల్ ఎస్టేట్ ప్రారంభించాను అందుకే ఈ స్థాయికి రాగలిగాను.. అదే మా బావలా వ్యవసాయాన్ని నమ్ముకుంటే నేనీ స్థాయిలో ఉండేవాడిని కాదు.. ఇన్ని కోట్లు సంపాదించే వాడినే కాదు.. ఇక్కడ కూడా నష్టం వస్తుందంటే దీనిని కూడా విడిచి పెట్టేస్తా..ఈనాడు ఇన్ని కోట్ల ఆస్తికి నా మేనల్లుడు హర్షిత్ వారసుడు కాబోతున్నాడు' అంటూ గర్వంగా చెప్పుకొచ్చాడు సత్య.

ఆ మాటలు వినేసరికి హర్షిత్ లో తన కుటుంబాన్ని వృత్తిని తగ్గించి మాట్లాడుతున్నందుకు అసహనం పెల్లుబికింది.. అవకాశం కోసం ఎదురుచూస్తూ కూర్చున్నాడు.. సత్య తన ఎదుగుదల గ్రాఫ్ ను చెప్పుకుంటూ ప్రసంగించాడు.. ఫంక్షన్ హాల్ అంతా చప్పట్లతో మార్మోగిపోయింది.

ముహూర్త సమయానికి ఎంగేజ్మెంట్ రింగ్ చేతిలోకి తీసుకున్న హర్షిత్ లాస్య చేతి వేలికి తొడిగే ముందు ఒక్కసారి ఆగాడు.. అందరు వంక చూస్తూ నిలబడేసరికి 'ఏంట్రా?! ఏమైంది?' అని మెల్లగా అడిగింది తల్లి 'ఏమీ లేదమ్మా ! ఈ పెళ్లి నాకు ఇష్టం లేదు' అన్నాడు. అందరూ ఆశ్చర్యపోయారు. లాస్య గుండె గతుక్కుమంది. తనను చిన్నప్పట్నుండి ఇష్టపడిన బావేనా ఈ మాట అనేది అనుకుంది మనసులో.

'ఆ విషయం ముందే చెప్పాలి కదా ఇప్పుడేంట్రా?!' అన్నాడు తండ్రి రఘురామయ్య.. 'లేదు నాన్న ఈ విషయం ఇప్పుడే నాకూ తెలిసింది' అన్నాడు నర్మగర్భంగా హర్షిత్. 'ఏంటి నువ్వనేది?!' ఆందోళనగా ప్రశ్నించాడు సత్య.. 'నేను అనడం కాదు మావయ్య మీరే అన్నీ అన్నారు అవన్నీ ఆలోచించే సరికి నాకెందుకో లాస్యను పెళ్లి చేసుకోవడం కూడా ఓ బిజినెస్ లా అనిపించింది' సమాధానమిచ్చాడు హర్షిత్.

'ఏంటి నువ్వు మాట్లాడేది?! కాస్త అర్థం అయినట్లు చెప్పు హర్షిత్' చిరు కోపంగా అడిగాడు సత్య.. 'సరే చెప్తాను వినండి మనందరి జీవితాలు ఒకచోటనే

మొదలయ్యాయి.. కానీ ఈ రోజు ఒక్కొక్కరు ఒక్కొక్క పొజిషన్లో ఉన్నాం'

'మా నాన్న నిజంగా చెప్పిన మాట వినడు.. అందుకే అన్నం పెట్టే రైతుగానే మిగిలిపోయాడు.. పాలిచ్చినంత కాలం గడ్డిపెట్టి కుడితిపోసి ఆవుని పెంచడమే కాదు మావయ్యా.! అది ఒట్టి పోయినప్పుడు కూడా మనల్నే నమ్ముకుంటుందని ఆ నమ్మకాన్ని వమ్ము చేసి కసాయి వాడికి అమ్మేయడం తప్పని తెలుసుకోవాలి.. అలాగే భూమి తల్లిని కూడా! అందుకే నువ్వు చెప్పిన వెంటనే నీలా భూమి తల్లిని అమ్ముకోలేకపోయాడు మా నాన్న'

'ప్రతియేటా నష్టాలు వస్తున్నాయని భావించి ఈరోజు డబ్బు బాగా వస్తుందని పంట భూమిని రియల్ ఎస్టేట్ కి అమ్మేస్తే ఏం నష్టపోయామో భవిష్యత్కాలం చెబుతుంది.. ఈరోజు పంట పొలాన్ని అమ్మి నువ్వు కోట్లు సంపాదించి ఉండొచ్చు కానీ తిండికి కరువు వస్తే మళ్లీ అలాంటి పొలాన్ని తయారుచేయడం నీవల్ల కాదు.

'మా నాన్న నిజంగా అమాయకుడే! కానీ నన్ను డబ్బు కోసం అమ్ముకునేవాడు కాదు.. అందుకే నీలా సత్యనారాయణ పేరును సత్యగా మార్చుకున్నట్టు తన పేరు మార్చుకోలేక పోయాడు.. అదే పంచెకట్టు.. పైజమా.. నెత్తిన తలపాగాతో సగటు రైతులా మిగిలిపోయాడు.. తాను తిన్నా తినకపోయినా తను పండించిన పంట గింజలు పదిమంది తినాలని కష్టపడి నష్టపోయినా ఆశపడ్డాడు అదీ మా నాన్న!'

'ఐదు సంవత్సరాలకు ఒకసారి ప్రభుత్వాలు మారొచ్చు.. ప్రకృతి విలయతాండవం చేస్తే ప్రజలూ మారొచ్చు కానీ నిజమైన రైతు ఎప్పుడు మారడు.. ఏమన్నావ్?! పెంట కుప్పలు.. పేడ తట్టలు.. పొలం గట్లా?! వాటిమీద గెంతులు వేసినవారే నేడు ఇమ్యూనిటీని కలిగి ఉన్నారు.. రైతు తినే చద్దన్నమే నేడు దివ్యౌషధం అంటున్నారు అప్డేట్ అయిన మనుషులు'

'అందరిలా మా నాన్న ఆలోచించలేదు.. అందుకే నేను సైనికుడయ్యాను.. మనిషి దేహాన్ని దేశంతో పోలిస్తే వెనుకభాగం వెన్నుముక మా నాన్నయితే ఎదురొడ్డే ముందుభాగం నేను.. ఓ రైతుబిడ్డగా ఇది నా అదృష్టం'

'వ్యవసాయం అంటే పంటలు పండించడం కాదు, పదిమందికి సాయం అందించడం. టెక్నాలజీ ఎంత పెరిగినా నువ్వు తినే పిజ్జా బర్గర్ కూడా వ్యవసాయం నుండి వచ్చిందే! అలాంటి వ్యవసాయాన్ని.. రైతులను చులకన చేసి చూడడం.. మాట్లాడడం దేశ ఉనికికే ప్రమాదం. అందుకే దేశ సరిహద్దుల్లో పోరాడే సైనికుడుకి, సేద్యంతో ఆరాటపడే రైతుకి దక్కాల్సిన గౌరవం దక్కడంలేదు'

'నా కోట్ల ఆస్తికి వారసుడు నా మేనల్లుడు హర్షిత్ అన్నావు. నేను కోట్ల ఆస్తి కంటే కష్టించే కర్షకుడికి నిజమైన వారసుడని చెప్పుకోవడానికే ఎక్కువ ఇష్టపడతాను. అందుకే లాస్యను మనస్ఫూర్తిగా స్వీకరించలేకపోతున్నాను. నన్ను క్షమించండి' అంటూ వేదిక దిగబోయాడు హర్షిత్.

'ఆగు హర్షిత్.. నిజంగా సారీ చెప్తున్నా' అన్నాడు సత్య 'నేను నిన్ను అల్లుడుగానే చూశాను కానీ సైనికుడిగా ఎంతో ఎదిగిన నిన్ను గుర్తించ లేకపోయాను.. నీ మాటలు నాకేకాదు నాలాంటి వారందరికో చెంపపెట్టు జై జవాన్.. జై కిసాన్ అంటే సరిపోదు.. వారి సేవలను సరిగా ఉపయోగించుకున్నప్పుడే దేశం ముందంజలో ఉంటుందని నీ మాటలతో అర్థమైంది'

'అంతేకాదు కోట్ల ఆస్తికి కూటిని కొనగల శక్తి ఉన్నా, పండించగలిగే దమ్మున్నా, పండించే క్షేత్రం లేకపోతే నిరుపయోగమని తెలుసుకున్నాను.. నా కోట్ల ఆస్తితో అలాంటి క్షేత్రాలను కొని మళ్లీ రైతు జీవితాన్ని ప్రారంభిస్తాను.. ఇది ఆవేశంతోనో, అనాలోచితంగానో చెబుతున్న మాటలుకాదు.. నీవల్ల బాగా ఆలోచించి రైతు, సైనికుడు లేనిదే రాజ్యం లేదని గుర్తించి చెబుతున్నాను

'మీ నాన్న స్వంత ఊరిలో పెళ్లి చేయాలనుకున్నాడు కానీ ఆస్తి-అంతస్తు అంటూ నేనే ఈ ఫంక్షన్ గ్రాండ్ గా చేయాలని నీకు కూడా చెప్పకుండా ఇక్కడ పెట్టాను. డబ్బు, పదవి మనుషులను మారుస్తాయని గట్టిగా నమ్మాను. సైనికుడిని రైతుని ఏవి మార్చలేవని ఇప్పుడు తెలుసుకున్నాను' అన్నాడు సత్య.

'సారీ మావయ్య! సరిహద్దుల్లో ఉండి జన్మభూమిని తక్కువ చేసి మాట్లాడితే సహించలేని నేను ఇక్కడ కూడా అదే పరిస్థితి చూసి తట్టుకోలేకపోయాను.. బంధాలు బిజినెస్ కాకూడదు..అందుకే ప్రాణానికి ప్రాణమైన లాస్యను సైతం వదులుకోవడానికి సిద్ధపడ్డాను.. నీలో ఈ మార్పు చూశాక పెళ్ళంటూ చేసుకుంటే సత్యనారాయణ మావయ్య కూతుర్నే చేసుకోవాలని పిస్తుంది' అన్నాడు హర్షిత్. అక్కడున్నవారంతా ఆశ్చర్యపోయి పగలబడి నవ్వారు. వారందరి కేరింతల మధ్య ఎంగేజ్మెంట్ ఘనంగా జరిగింది

'హే...బావ ఇంతకీ పెళ్లెక్కడ చేసుకుంటావ్?!' అంది చిలిపిగా లాస్య.. 'ఇంకెక్కడ మనూరి రామాలయంలో..!' కన్నుగీటి చెప్పాడు కొంటెగా హర్షిత్.

మరోపోరాటం

మంగళాపురపు విజయ కుమార్

సత్తెనపల్లి

Ph:7660091053

ఒక్కసారిగా ఉలిక్కిపడి లేచి కూర్చుంది వసంత. వొళ్ళంతా చెమట్లు. పీడకల ఏదో వచ్చింది. లేచి కూర్చుంది. టైమ్ రాత్రి ఒంటి గంట. పక్కన భర్త శ్రీకాంత్ ప్రశాంతంగా నిద్ర పోతున్నాడు. మంచినీళ్ళు తాగి వచ్చి కూర్చుంది. నిద్ర పట్టడం లేదు. రకరకాల ఆలోచనలు, ఇద్దరు పాపలు తనను తరుము తున్నట్లు, చంపుతామని బెదిరిస్తున్నట్లు, అంతలోనే తమని చంపవద్దని వేడుకుంటున్నట్లు, ఏడుస్తున్నట్లుగా పాడు కల. ఉలిక్కి పడి లేచి కూర్చుంది. మనసులో చెలరేగే ఆలోచనలే కలలుగా వస్తాయంటారు. తనకా కల రావడంలో విచిత్రమేమీ లేదు అనుకోవచ్చు. వసంతలో కల తాలూకు అలజడి, భయం తగ్గి ఆ స్థానంలో దిగులు పెరగసాగింది. ఏమీ చేయలేని తన నిస్సహాయత మీద జాలి, కోపం, బాధ అన్నీ కలగలసి కలుగుతున్నాయి. తెల్లవారితే తను చేయబోయే హత్యను తలచుకొని అంతులేని దు:ఖం కలుగుతోంది. మనసు నిండా విచారం, దిగులు.

" నేనీ హత్య చేయను" అని పెద్దగా అరవాలని, ఆ ఇంటినుంచి, ఆ మనుషుల నుంచి దూరంగా పారి పోవాలని ఉంది. అంత ధైర్యం, సాహసం చేయలేదు. సగటు పిరికి మధ్య తరగతి అమ్మాయి.

కడుపులో పెరిగే పిండాన్ని తీసి వేయించుకోవడమంటే హత్య చేయడమేగా? భూమి మీదకు రానివ్వకుండా గర్భంలోనే పసిగుడ్డుని చిదిమి వేయడమంటే కర్కశంగా హత్య చేసినట్లేగా? కడుపులో పెరిగే పిండం ఆడపిల్ల కనుక, కనడానికి వీలు లేదు, కడుపు తీసివేయించుకోమని అత్తగారు ఆజ్ఞాపించారు. భర్త తలూపాడు. మధ్యలో తను అరచి గీపెట్టినా వారిగేదేమీ లేదు. దిగులు, ఆలోచనలే పీడకలలై వసంతను వెంటాడుతూ నిద్ర పోనివ్వడం లేదు. కన్నీరు మున్నీరు అవుతుంటే భర్త మాత్రం తనకేమీ పట్టనట్లు హాయిగా నిద్రపోతున్నాడు. ఎందుకు పోడు ఎంతయినా తల్లి మాట జవదాటని కొడుకు. తల్లి మాటకు ఎదురు చెప్పని సుపుత్రుడు. చేసేది ప్రభుత్వ ఉపాధ్యాయ ఉద్యోగమయినా కనీస ఆలోచన చేయడు. తల్లి ఏది చెబితే అదే. మంచి కొడుకు అనాలో, చేతకాని భర్త అనాలో అర్ధంకాని విషయం. శ్రీకాంత్ వొక్కడే కాదు ఆ ఇంట్లో ఎవరూ అత్తగారు దుర్గాంబకు ఎదురు చెప్పరు. ప్రతిదీ ఆమె చెప్పినట్లు జరిగి తీరవలసిందే. ఆమెదే అంతిమ నిర్ణయం .

***

మనిషికి కడుపు నిండా తిండి, కట్టుకోవడానికి బట్ట ఉంటే బాగా బ్రతుకుతున్నట్లు అనుకుంటే వసంత అత్తగారింట్లో బాగానే ఉన్నట్లు, ఆలోచనలు పంచుకోవాలి, అభిప్రాయాలు తెలుసుకోవాలి, ప్రేమగా మాట్లాడాలి, మనసుని అర్థం చేసుకోవాలి, మనిషిలా గుర్తించాలి అని భావిస్తే బాగా లేనట్లే. బాగా వుంది, బాగాలేదు రెండింటి మధ్య ఉండే సన్నని విభజన రేఖ మీద అటూ ఇటూ పడుతూ, లేస్తూ యాంత్రికంగా జీవిస్తోంది అనడం సబబుగా ఉండవచ్చు.

వసంత తండ్రి రాఘవయ్య ప్రభుత్వ ప్రాధమిక పాఠశాలలో ఉపాధ్యాయుడు. రాఘవయ్య కి నలుగురు సంతానం. మొదటి ముగ్గురు ఆడపిల్లలు. ఆఖరివాడు మగ పిల్లవాడు. వసంత రెండవ అమ్మాయి. జీతంరాళ్ళు తప్ప వేరే ఆస్తులు, ఆదాయంలేని రాఘవయ్య కుటుంబాన్ని జాగ్రత్తగా నెట్టుకొస్తూ అమ్మాయిలు ముగ్గురునీ డిగ్రీ చదివించారు. మగ పిల్లవాడు ఇంజనీరింగ్ చదువుతున్నాడు. పెద్దమ్మాయిని ప్రేవేటు ఉద్యోగం చేసే అబ్బాయికిచ్చి చేసారు. ఆమె కాపురం అంతంత మాత్రంగానే ఉంది .

తరచుగా ఆర్థికంగా ఆదుకోవలసి వస్తోంది. శ్రీకాంత్ వాళ్ళది స్వతహాగా వ్యవసాయ కుటుంబం. ఊళ్ళో పొలాలు కౌలు కిచ్చేసి పట్టణంలో స్థిర పడ్డారు. దగ్గర్లోని గ్రామంలో ప్రభుత్వ ఉపాధ్యాయ ఉద్యోగం చేసే శ్రీకాంత్ రోజూ ఇంటి దగ్గర నుంచి తిరుగుతూ ఉంటాడు. శ్రీకాంత్ వాళ్ళ సంబంధం వసంతకి రావడం అదృష్టంగా భావించారు రాఘవయ్య కుటుంబం .

శ్రీకాంత్ కుటుంబం కలిగిన కుటుంబమే అని చెప్పవచ్చు. తండ్రి వీరయ్య, తల్లి దుర్గాంబ. శ్రీకాంత్ కి అక్క ఉంది. అక్కకి పెళ్ళి అయింది. దుర్గాంబ తల్లి, అంటే శ్రీకాంత్ అమ్మమ్మ గారు మీనాక్షమ్మ. దుర్గాంబ చిన్నప్పుడే తండ్రి చనిపోతే తల్లి మీనాక్షమ్మ అల్లారు ముద్దుగా పెంచారు. మీనాక్షమ్మ కృషికి అదృష్టం తోడవటంతో ఆస్థి బాగానే పెరిగింది. పెళ్ళీడు వచ్చిన కూతురుకి పెళ్ళి చేసి అల్లుడుని ఇల్లరికం తెచ్చుకుంది. దుర్గాంబ భర్త అతి మంచివాడు, నెమ్మదస్తుడు కావడంతో ఇంట్లో దుర్గాంబ మాటకు ఎదురు లేకుండా పోయింది. వసంత అందంగా వుండటం, వొద్దికగా వుండటం నెమ్మదైన మంచి కుటుంబ నేపథ్యం అన్నీ నచ్చి కట్నం తక్కువయినా సంబంధం ఖాయం చేసుకున్నారు. సగటు మధ్య తరగతి కుటుంబం కావడంతో కాపరానికి పంపేముందే కష్టమయినా, నష్టమయినా అత్తింట్లోనేనని జాగ్రత్తల పేరుతో ముందు కాళ్ళకు బంధం వేసేసారు. నెరవేర్చాల్సిన బాధ్యతలు చాలా ఉన్నాయి మేము నిమిత్త మాత్రులమేనని చెప్పకనే చెప్పారు.

కాపురానికి వచ్చిన దగ్గరినుంచి వసంతకు బాగా కష్టాలయితే లేవు. అలాగని సుఖాలు లేవు. ఏదో జరిగి పోతోంది. యాంత్రిక జీవనం. ప్రతి పనిలో లోపం వెతకడానికి ప్రయత్నిస్తారు. శ్రీకాంత్ అక్క అయితే మరీ ఎక్కువ. పెళ్ళి అయిందన్న మాటేగాని అత్తింట్లో తక్కువ పుట్టింట్లో ఎక్కువగా వుంటుంది. ఏదో వంకతో రావడం రోజుల తరబడి పుట్టింట్లోనే ఉండి పోవడం జరుగుతుంది. వసంత చేసే ప్రతి పనిలోను లోపాలు వెతకడం లోనే వుంటుంది. ఏదో ఒకమాట అంటూనే వుంటుంది. దుర్గాంబకి కూతురు మీద ప్రేమ ఎక్కువ. కూతురు మాటలకి తాను వంత పాడటం. మనసులోనే కుమిలిపోతూ సర్దుకు

పోతోంది వసంత. కుటుంబ సభ్యులందరూ మౌన ప్రేక్షకులే. మీనాక్షమ్మ కాస్త అప్పుడప్పుడు దుర్గాంబ దూకుడుకి కళ్ళాలు వేయాలని ప్రయత్నిస్తూ వుంటుంది. వసంత కాస్త మనసు విప్పి కబుర్లు చెప్పగలిగేది ఆమెతోనే.

***

గదిలో నుంచి వచ్చి వరండాలో కూర్చుంది వసంత . దిగులు నిండిన మనసులా చీకటి నిండిన ఆకాశం. తన చేతకానితనాన్ని వెక్కిరిస్తున్నట్లు చీకట్లో కొమ్మల చేతులు ఊపుతూ చెట్లు . మనసులో చెలరేగే ఆలోచనల రొదలా కీచురాళ్ళ రొద. ఏమీ చేయలేని నిస్సహాయత కన్నీటి చుక్కలై జారుతోంది. ఎన్ని చట్టాలుండి ఏమి లాభం! స్కానింగ్ చేసినాక గర్భస్థ శిశువు ఎవరో చెప్పకూడదంటారు. చెప్పేస్తారు. చట్టం దారి చట్టందే సమాజం దారి సమాజందే. డబ్బు, పలుకుబడికి దొంగ దారులెన్నో? జరిగేవన్నీ జరిగి పోతూనే వుంటాయి. ఆడ, మగ ఇద్దరూ సమానం అంటారు. అడుగడుగునా అంతరాలు, కనబడని వివక్ష. స్త్రీకి ఏ స్వేచ్ఛా లేదు. అడుగడుగునా ఆంక్షల చట్రాలే. ఆఖరికి తన చేతుల్లో లేని, తనకేమాత్రం సంబంధం లేని పిల్లలు కనే విషయంలో కూడా నిర్బంధమే. ఆడపిల్లను కనకూడదు. మగపిల్లవాడే కావాలనడం ఎంత విచిత్రమో! కడుపుతో ఉన్న తనను తెలిసిన డాక్టరు దగ్గర అత్త గారు స్కానింగ్ చేయించడం, పుట్టేది ఆడపిల్ల అని తెలియగానే అబార్షన్ చేయించుకోమనడం ఎంత దారుణం. వంశోద్ధారకుడయిన మగపిల్లవాడినే ముందుగా కనాలట. మొదటిసారి కడుపుతో ఉన్నప్పుడూ ఇదే జరిగింది. ఎంత మొత్తుకున్నా లాభం లేక పోయింది. జరగవలసింది జరిగి పోయింది. మళ్ళీ అదే తంతు . పరిస్థితులను ఎదిరించే ధైర్యం తనకు లేదు. తన భర్తకు అంతకన్నా లేదు. అమ్మ మీద భయమో, భక్తో, ప్రేమో, పిరికితనమో ఏదీ అర్థం కాని విషయం. ఇంట్లో అత్తగారు చెప్పిందే జరుగుతుంది. మీనాక్షమ్మ మాట్లాడతారు, బలంగా వుండదు. దుర్గాంబ చెప్పిందే జరుగుతుంది . పొరపాటున ఎవరన్నా నోరు విప్పితే యుద్ధమే.

తను ఓ ఆడదే కదా? అమ్మ తనపు ఆనందాన్ని అనుభవించిందే కదా? మరి కోడలు కూడా సాటి ఆడదే కదా? గర్భంలో పిండాన్ని గర్భంలోనే చంపేయమని, అమ్మతనానికి దూరం కమ్మని చెప్పడానికి నోరు ఎలా వచ్చింది. ఆడపిల్లయినా, మగపిల్లవాడయినా ఎవరయినా వొక్కటే అని ఎందుకు అనుకోలేక పోతోంది? ఇందులో తన తప్పు లేక పోయినా, తనని బాధ్యురాలిని చేసి నేరస్తురాలిగా చూడడం ఎంత వరకు సబబు? ఒకవేళ మళ్ళీ ఆడపిల్ల అయితే మళ్ళీ అబార్షనేనా? ఇలా ఎన్నిసార్లు? తన ఆరోగ్యం సంగతేమిటి? అసలు ఈ ఆలోచన అత్తగారికేమన్నా వుందా? తనేమన్నా యంత్రమా? తనలోనూ ఓ మనస్సు, దానిలో కొన్ని ఆలోచనలు, అభిప్రాయాలు ఉంటాయని వాటిని గౌరవించాలని, ప్రేమగా మాట్లాడాలని అనిపించదా? ఎవరూ ఆలోచించరు, ఏమీ పట్టించుకోరు. అమ్మ తానా అంటే తాను తందానా అంటాడు. ధైర్యం చేసి ఎదురు తిరుగుదామంటే తర్వాత తన పరిస్థితి అగమ్యగోచరం. పుట్టింటి ఆశ అంతంత మాత్రమే మొదటిసారి అబార్షన్ అప్పుడే ఆకు ముల్లు సామెత చెబుతూ అన్నింటికీ సర్దుకు పోవాలని, గుట్టుచప్పుడు కాకుండా వొద్దికగా కాపురం చేసుకోవడం అందరికీ మంచిదని ధర్మప్రవచనాలు చెప్పారు. ఇప్పుడు అవే ధర్మప్రవచనాలు చెబుతారు. సమాజం చేతిలో బ్రతుకు రిమోట్ పెట్టిన సగటు పిరికి మధ్యతరగతి బ్రతుకులు. కడుపులోనే మరో పసిగుడ్డు చస్తూ వుంటే చేతకాని తల్లిని క్షమించమని వేడుకోవడం, ఏడవడం తప్ప చేయగలిగింది ఏమీ లేదు. నిస్సహాయ పరాన్నజీవి బ్రతుకు. ఆలోచనలు ఉక్కిరి బిక్కిరి చేస్తున్నాయి. మనసులో చెలరేగే ప్రశ్న లెన్నింటికో జవాబులు దొరక్క చీకటిని చూస్తూ కూర్చుంది. తెల్లవారకుండా అలాగే ఉండి పోతే బాగుండన్నట్లు.

***

“ఏమిటే ఇంత రాత్రివేళ వొంటరిగా కూర్చున్నావు?” మీనాక్షమ్మ గారి గొంతు విని తలత్రిప్పి చూసింది.

“ఏం లేదు నాయనమ్మ ఊరికేనే కూర్చున్నాను నిద్రపట్టడం లేదు అందుకని” నసిగింది దాచాలన్నా దాగని బాధ గొంతులో తెలుస్తోంది .

"రేపు ఉదయం ఆసుపత్రికి వెళ్ళాల్సిన విషయం గురించి ఆలోచిస్తున్నావా?" ప్రక్కనే కూర్చుంటూ అనునయంగా అడిగింది .

ఔను, కాదు అన్నట్లు తల ఊపింది.

"మన చేతిలో లేని, మనమేమీ చేయలేని విషయం గురించి ఆలోచించి మనసు పాడు చేసుకోవడం అనవసరం. దేవుడు మీద భారం వేసి జరగవలసిన దానికి సిద్ధపడిపోవడమే" వోదార్పుగా అన్నది గానీ అది అంత సులభం కాదని ఆమెకూ తెలుసు.

"ఎలా నాయనమ్మా ఏమన్నా చిన్న విషయమా? ఆడపిల్ల భూమి మీదకు రానివ్వకుండా కడుపులోని పిండాన్ని నాశనం చేయడం చిన్న విషయమా? ఎంత పాపపు పని, అమ్మగా నాకు ఎంత నరకం" ఆవేదన నిండి వుంది వసంత గొంతులో .

"మనం మనసుని రాయి చేసుకోవడమే"

"ఎందుకో నావల్ల కావట్లేదు అసలు ఇందులో నా తప్పు ఏముంది. ఎవరిని కనాలనేది నా చేతుల్లో ఉందా? నేనేదో కావాలని కంటున్నట్లు నన్ను బాధ్యురాలిని చేసి సూటి పోటి మాటలనడం, ఖచ్చితంగా అబార్షన్ చేయించు కోవాలనడం, కాదంటే నీచావు నువ్వు చావు అన్నట్లు అనడం ఎంత వరకు న్యాయం" ఆవేదన, ఆవేశం కలగలసి ఉన్నాయి ఆమె గొంతులో.

"న్యాయ అన్యాయల ప్రశ్నే లేదు దుర్గాంబ అనుకున్నదే న్యాయం. అది జరిగి తీరవలసినదే" తన నిస్సహాయత ధ్వనిస్తోంది ఆమె గొంతులో .

"అమ్మగా మీరు, భర్తగా మావయ్య గారు, కొడుకుగా మీ మనుమడు ఎవరూ నోరు విప్పరు ఎందుకని?" ఆరోపణగా అన్నది.

"మా ఆయన దాని చిన్న వయసు లోనే పోయారు. వొంటరి అత్తగారిని, చిన్న పిల్లని పెట్టుకొని సంసార బాధ్యత భుజానికెత్తుకున్నాను. ఎన్నెన్నో ఎదురు దెబ్బలు తింటూ, అంతకంతకూ రాటుదేలుతూ సంసారాన్ని ఈద సాగాను.

కష్ట సుఖాలెన్నో అనుభవించాను. మా పుట్టింటి వారు అంతంత మాత్రమే వాళ్ళ తిప్పలు వాళ్ళకే సరిపోయేవి. చిన్నదానికి తండ్రిలేని లోటు తెలియ కూడదని కాస్త

గారాబం గానే చూసే దానిని. దీనికి తోడు మా అత్తగారి గారాబం. కాలక్రమంలో కాస్త పెద్ద దిక్కుగా వున్న మా అత్తగారు కూడా పోవడంతో మేమిద్దరమే అయ్యాము. పగలల్లా పొలం పనులతో సతమతమయ్యే నాకు సాయంత్రానికి దుర్గాంబే ప్రపంచమయ్యేది. దాని మీద అభిమానం, ప్రేమ మరింత ఎక్కువయ్యాయి. అది కాస్త మొండితనానికి దారి తీస్తోందని అర్ధమవుతున్నా తెలియని ఉదాసీనత. కష్టానికి తోడు అదృష్టం తోడవడంతో కొంచెం ఆస్తిపాస్తులు పెరిగాయి. మంచివాడు, నెమ్మదస్తుడు అయిన భర్త ఇల్లరికం రావడం, కడుపున పుట్టిన పిల్లలూ ఏమీ మాట్లాడక పోవడంతో దుర్గాంబ ఆడింది ఆట, పాడింది పాటగా జరిగింది, జరుగుతోంది. ఇది దాని మీద ప్రేమో, మా బలహీనతో అర్ధంకాని విషయం. దాని నిర్ణయాలతో మంచి, చెడు రెండూ జరుగుతున్నాయి. దేని గురించి పెద్దగా ప్రతిస్పందించక పోవడం మా ఉదాసీనతో, నిర్లక్ష్యమో, చేతగానితనమో ఏదీ అర్ధంగాని విషయం. నీ విషయం లోనూ అదే జరుగుతోంది. చిన్నదాని వయినా నిన్ను క్షమించమని వేడుకోవడం తప్ప చేయ గలిగింది ఏమీ లేదు. మా చేతులు మేమే కట్టేసుకోవడం జరుగుతోంది."

తమ పరిస్థితి గురించి ఆవేదన తో సుదీర్ఘ వివరణ ఇచ్చింది.

"క్షమాపణ, అంత మాట అనకండి నాయనమ్మ మీరెళ్ళి పడుకోండి . నేను కూడా పడుకుంటాను" అంటూ కదిలి వెళ్ళి పోయింది వసంత.

మీనాక్షమ్మ మనసు లోనూ ఎంతో బాధ, ఆవేదన. ఏవేవో ఆలోచనలు సుడులు తిరుగుతున్నాయి. వసంత వెళుతున్న వైపే చూస్తూ దీర్ఘంగా నిట్టూరుస్తూ మెల్లిగా తనూ లోపలికి కదిలింది .

***

కాగితం మడతలు విప్పుతున్న దుర్గాంబ చేతులు తనకు తెలియకుండానే సన్నగా వణుకుతున్నాయి. రోజూ తెల్లవారకుండానే లేచి పనులు చేసే కోడలు, వద్దన్నా వినకుండా పనుల్లో చిన్న చిన్న సహాయాలు చేసే తన తల్లి బారెడు పొద్దెక్కినా లేవక పోయే సరికి లేపుదామని చూసిన దుర్గాంబ గారికి ఇద్దరూ తమతమ గదుల్లో కనబడక

పోయేసరికి అంతా వెదికి ఎక్కడా కనబడక కొంత ఆందోళన పడుతున్న సమయంలో తన తల్లి గదిలో మంచం మీద కనబడ్డ కాగితం మడతలు విప్పే సమయంలో చేతులు సన్నగా వణుకుతున్నాయి. చూపులు అక్షరాల వెంట కదలసాగాయి .

ప్రియమైన దుర్గాంబకి!

ఇలాంటి రోజొకటి వస్తుందని కలలో కూడా అనుకోలేదు. తప్పనిసరి పరిస్థితుల్లో ఈ నిర్ణయం తీసుకోవలసి వచ్చింది. నిస్సందేహంగా కారణం నీవు, నీ మొండితనం. నీ కోడలి పట్ల నీ అర్థం పర్థం లేని నిర్ణయాలు.

“అమ్మ తనం ఆడదానికి పరిపూర్ణత నిస్తుందని నీకు తెలియదా ? ప్రతి స్త్రీ అమ్మతనపు అనుభూతికి ఎన్నో ఆశలతో ఎదురు చూస్తుంటుందని ఒక స్త్రీ గా నీకు తెలుసు. అయినా నీ మూర్ఖత్వంతో, అర్థంలేని ఆలోచనలతో మధురమైన అమ్మతనాన్ని నీ కోడలుకి దూరం చెయ్యాలని చూస్తున్నావు. ఒకసారి పాపం చేసావు. ఎవరం నోరు మెదప కుండా ఆ పాపంలో పాలు పంచుకున్నాం. తిరిగి మళ్ళీ అదే తప్పు, పాపం చేయాలంటున్నావు. ఎవరి అండా దండా లేక, మనసు విప్పి మాట్లాడే వాళ్ళు లేక, తన మనసులోని బాధ ఎవరికి చెప్పుకోవాలో, ఎవరితో పంచుకోవాలో అర్థంకాక, పుట్టింటి వారు, అత్తింటి వారు తమకేం సంబంధం లేనట్లు నిమ్మకు నీరెత్తినట్టు కూర్చుంటే, కట్టుకున్న భర్త కూడా ఆలోచన శూన్యమై శిలా విగ్రహంలా కూర్చుంటే అది ఎంత నరక యాతన అనుభవిస్తోందో వొక్కరమైనా ఆలోచిస్తున్నామా? తన బాధను, మనసును అర్థం చేసుకోవడానికి ప్రయత్నిస్తున్నామా ? లేదు.

'స్త్రీకి స్త్రీయే శత్రువు' అన్న నానుడిని నిజం చేస్తూ క్రూరంగా ప్రవర్తిస్తున్నాం. అందరినీ వదిలేసి ఎన్నో ఆశలతో మన నట్టింట్లో దీపం పెట్టడానికి అడుగు పెట్టిన దాని కన్నీళ్ళు ఇంటికి శుభం గాదే. గర్భంలోని పిండాలను చిదిమేస్తూ, మగ పిల్లవాడు, వారసుడు, వంశాభివృద్ధి, అంటూ పాకులాడటం అంత మంచిది కాదు. వంశానికి ఆ ఉసురు తగలదా? మూర్ఖంగా గిరి గీసుకోకూడదు. ఇంతకంటే ఎక్కువ ఏం రాయాలో అర్థం కావడం లేదు. ఇంత కంటే ఏమి చేయాలో తెలియక తీసుకున్న నిర్ణయమిది .

కన్నీరు మున్నీరు అవుతున్న మనవరాలిని చూసి తప్పని సరి పరిస్థితుల్లో ఈ వయసులో ధైర్యం చేస్తున్నాను . నీ చిన్నప్పుడు చేసిన బతుకు పోరాటాన్ని గుర్తు చేసుకుంటూ మరో పోరాటానికి సిద్ధ పడుతున్నాను. నీ కోడలిని తీసుకొని మళ్ళీ మన ఊరి బాట పడుతున్నాను. నా పేరన ఉన్న రెండెకరాలతో కలో, గంజో తాగుతూ బతకాలని, భూమి మీదకు రావలసిన పసి ప్రాణాన్ని కాపాడి, దాని ఆలనా పాలనా చూడాలని నిర్ణయించుకొని తెల్లవారకుండానే బయలుదేరి వచ్చేసాము. ఇక ఆలోచించు కోవలసినది, నిర్ణయించుకోవలసినది నువ్వూ, నీ కొడుకు. జాగ్రత్తగా, ప్రేమగా నిన్ను పెంచినట్లుగానే నీ మనమరాలిని పెంచే ప్రయత్నం చేస్తాను. మరో పోరాటానికి సిద్ధ పడుతున్నాను. ఉంటాను సెలవు.

చదవడం పూర్తి చేసిన దుర్గాంబలో ఎడ తెగని దుఖం . కళ్ళనిండా నీళ్ళు నిండి పోయాయి. మనసు పొరల మధ్య తెలియని కదలిక. తన తప్పు తెలిసి వస్తోంది

రాబోయే వెలుగులకి ప్రతీక అన్నట్లు సూర్యుడు ప్రకాశవంతంగా వెలగసాగాడు.

అమ్మను రా! అమ్మేయకు

రత్న మణిహారం కల్పన

తెనాలి,

Ph: 9573345054

"జననీ జన్మభూమిశ్చ
స్వర్గాదపి గరీయసి"

లంకా నగరంపై విజయం సాధించిన పిమ్మట రాముడు తనను లంకా నగరాన్ని ఏలుకో అని చెప్పిన విభీషణుడి తో ఈ మాటలు చెప్తాడు. పుట్టిన నేల గొప్పతనాన్ని తెలియచేస్తాడు.

జన్మభూమి, ఖర్మభూమి అని మనం చెప్పుకుంటాము. అసలు భూమి ఉంటుందా? ముందు తరాలకు మిగులుతుందా? మన దేశంలో మనిషి మనుగడకు ఆధారం వ్యవసాయం. దానికి మనకున్న వనరులే సాక్ష్యం. మనదేశం లోని నేల చాలా అనువైనది. అన్ని రకాల పంటలకు అనుకూలమైనది. చైనా చెత్త ని కొనుక్కుని మరీ తింటున్న ఈ తరం లో కూడా ఎక్కడో అక్కడ ఒక్కింత సంపూర్ణ, స్వచ్ఛమైన ఆహారం దొరుకుతుంది అంటే, అది మన నేలతల్లి చలవే. బంగారు బాతు లాంటి భూమిని అత్యాశతో బాతుని చంపిన రైతు వలే మనము చంపుకుంటున్నాము. మన ఇంట్లో అమ్మయెక్క కొరతను ఎవరూ భర్తీ చేయలేరు.అమ్మున్న ఇల్లు ఒక అక్షయపాత్ర వంటిది. దేనికి కొదువ ఉండదు. మరి మనకు ఆధారం అయిన భూమి మన అమ్మ అని చెప్పుకోవడంలో సందేహం లేదు. అక్షయపాత్ర వంటి భూమాతను ఆక్రమణల పేరుతో,

నాగరీకరణ పేరుతో, చేతులు దాటేస్తూ, దాని రూపురేఖలు మారుస్తూ,పునాదుల పేరుతో ఇనుప రాడ్డుల గాయాలతో గర్భశోకాన్ని కలిగిస్తూ వికృతచేష్టల వికటాట్టహాసానికి తల్లడిల్లుతున్న తల్లి భూమి వేడుకోలు విందాము.

"అమ్మను రా....... అమ్మేయకు."

ఇంటిల్లపాదికి సరిపోయే సంపాదన లేక, నన్ను సాగుచేసి నష్టపోయి, ఈ భూమి నాకు ఎందుకు ఉపయోగం? అని తలచి, ఎక్కువ రేటు చూసి అమ్ముకుని పచారికొట్టు కానీ, హోటలు కానీ పెట్టుకుందాం అని అనుకుంటున్నావా? అది నీకు ఎంత ఉపయోగమో కానీ, నన్ను కొన్న వాడుమాత్రం నాపైన మేడలు కట్టి మోయలేని బరువులుపెట్టీ బాధ పెడతాడు. దానివలన నేను కంపిస్తాను. మిమ్మల్ని చంపేస్తాను. నా బిడ్డ నావలన చావడం ఏ తల్లికి మాత్రం ఇష్టం ఉంటుంది? ఇది నిన్ను భయపెట్టడం కాదు, బరువెక్కిన హృదయంతో భోరున విలపిస్తున్నాను.

"అమ్మనురా.... అమ్మేయకు"

నన్ను సరిగా ఉపయోగించుకోకుండా రియల్ ఎస్టేట్ తో నాకు తూట్లు పొడిపిస్తున్నావు. ఒక మగమృగానికి అమ్మాయిని ఆహారంగా ఇచ్చినట్లు మీ డబ్బు దాహానికి, అధికమైన హుందాతనానికి, మట్టేలేని ప్రపంచం కోసం, దేవుడు చేసిన సృష్టికి నువ్వు ప్రతి సృష్టి చేయాలనుకుంటూ అమ్మనైన నాతో వ్యభిచారం చేయిస్తున్నావు.

మట్టేలేకపోతే నీ మలినాలు ఎలా శుద్ధి అవుతాయి? నీ కాలుష్య కోరల నుండి నన్ను కాపాడుతావని శిరస్సు వంచి అర్థిస్తున్నాను.

"అమ్మను రా.... అమ్మే యకు".

అధునాతన పట్టణ వ్యాప్తి వలన వాననీరు నాలో ఇంకడంలేదు. ఫలితంగా వర్షపునీరు,మురుగునీరు ఏకమై సముద్రమట్టాన్ని పెంచుతున్నాయి. దానివలన సముద్ర తుఫానులు వస్తున్నాయి. అయినా నీ తప్పును తెలుసుకోవు. నీ తప్పుని సరిదిద్దే అమ్మను అర్థం చేసుకుంటావనే చొరవతో చెప్తున్నాను.

" అమ్మను రా... అమ్మేయకు".

నేను పుట్టిన కొత్తలో నదులు, ఏరులు, కాలువలు స్వచ్ఛమైన నీటిని సరఫరా చేసేవి. మీరు వాటిని అన్ని రకాల పనులకు, తాగు నీటి అవసరాలకోసం ఉపయోగించే వాళ్లు. కానీ ఇప్పుడు మీరు తాగుతున్న కాలుష్యపు నీటిలో ఎన్ని రసాయనాలు ఉన్నాయో కదా. వాటి వలనే కదా మోకాళ్ల నొప్పులు, ఎముకలు అరిగిపోవటం. నువ్వు చేస్తున్న కంపు పనులకు నా బాధను చెప్పుకోడానికి నోరులేక మూగపోయిన మనస్సుతో మొత్తుకుంటున్నాను" అమ్మను రా...... అమ్మేయకు".

నీ దేశంలో నేను ఉన్నది ఒక వంతే. అయినా ప్రపంచ దేశాలు నీ వైపు చూస్తున్నాయి అంటే నాలోవున్న సహజ వనరులే కదా కారణం. కానీ నువ్వు నాలో ఉన్న అడవులను నరికేస్తు, కొండలు పిండిచేస్తూ, గొడ్డు గోదానీ తరిమి వేస్తున్నావు. ఏం సాధించాలని? ఏం చేయాలని?.

ఈనాడు నువ్వు తినే తిండి కల్తీ, పాలు కల్తీ, పంటలు కల్తీ,నీరు కల్తీ. నా గర్భంలో దాగున్న జలాలు ఏమై పోతున్నాయి? ఎటు దాటేస్తున్నావు? పొడిబారి పోయిన నాకు నిన్ను మోసే శక్తి ఎక్కడి నుండి వస్తుంది? హద్దు తప్పిన నిన్ను హెచ్చరిస్తూ, అభ్యర్థిస్తున్నాను.

"అమ్మను రా... అమ్మేయకు"

అభివృద్ధి పేరుతో చేస్తున్న వంకరపనులు, తింగరి ఒప్పందాలు మూడవ ప్రపంచ యుద్ధంలో నువ్వే ముందుండేలా నీకు నువ్వే నిప్పుతో తలంటు పోసుకుంటున్నావు. రానున్నకాలంలో ఉష్ణోగ్రతలు మరింత పెరిగే ముప్పు ఉంది అని శాస్త్రజ్ఞులు గగ్గోలు పెడుతున్నారు. థర్మల్ విద్యుత్తు కేంద్రాలు, రోడ్డురవాణ, రసాయన పెట్రోలు కర్మాగారాలు, హద్దుమించిన భవన నిర్మాణాలు, పంటలకు వాడుతున్న పురుగు మందులు అన్నీ కలిసి గ్రీన్ వాయువుల పెరుగుదలకు కారణం అవుతాయని నీ చదువు నీకు నేర్పలేదా? నీవు పెట్టిన కర్మాగారాల వలన గ్లోబల్ వార్మింగ్ ప్రభావంతో పక్షులు, ఉభయచర జీవులు నశించిపోతున్నాయి. నీ విచ్చలవిడి వినాశనానికి నేను సైతం నా ఉనికిని కోల్పోతున్నాను.సముద్ర జలాల్లో వేడిని తట్టుకోలేక కొన్ని జాతుల చేపలు

అంతరించి పోతున్నాయి. ఇవన్నీ వ్యవసాయంపైన ప్రభావం చూపి 2050 నాటికి ఆహార ధాన్యాల ధరలు ఆకాశాన్ని దాటి నీతో పాటు చంద్రమండలం వరకు రాగలవు. అయినా నువ్వు మాత్రం సాటి జీవరాశులకు అన్యాయమే చేస్తావు. అన్నిటి ప్రతిరూపాల్ని ప్లాస్టిక్ తో చేసుకుని నీకు నువ్వు శభాష్ అనుకుంటున్నావు. నువ్వు తయారు చేస్తున్న ప్లాస్టిక్ ఎంత ప్రమాదమో నీ ముందు తరాలకు తెలుస్తుంది. ఈనాటి నీ వికారమైన విహీనమైన వంకరబుద్ధి నాకు ముందే తెలిసి ఉంటే అస్సలు నిన్ను ఇన్ని యేళ్లు మోసేదాన్ని కాదు.

రెండవ ప్రపంచయుద్ధ సమయం లో నువ్వు, నీ దేశం తటస్తంగా ఉండి యుద్ధం నుండి తప్పించుకుని నష్టపోకుండా ఉన్నారు అంటే దానికి కారణం మీరు అగ్రదేశాల జాబితాలో లేకపోవడమే. కానీ ఇప్పుడు మీరు చేసే ద్వైత ఒప్పందాలు, అగ్రదేశాల నుండి దిగుమతులు, దేశ సంపదను తాకట్టు పెట్టడం, ప్లాస్టిక్ వ్యర్థాలను సైతం దిగుమతి చేసుకుని నీ ప్రజలను కాలుష్య కోరలకు బలి చేస్తున్నావు. 4G,5G అని నీకు నువ్వే భయంకర ఉచ్చు లో పడిపోతున్నావు. నా మట్టిని నాశనం చేసి నా రూపు రేఖలను మాయం చేస్తున్నావు.

నువ్వు పుట్టింది మట్టిలో, నీ శరీరం చేసింది మట్టితో, నువ్వు చస్తే కలిసేది మట్టిలో.... అంటే నాలోనే కదా. ఇన్ని తెలిసి కూడా నన్ను నువ్వు లెక్కచేయక, నాతో పాటు మిగిలిన నీరు, అగ్ని,వాయువు అన్నిటినీ కలుషితం చేస్తున్నావు. నీ కాలుష్యాన్ని నేను భరించలేక కుళ్ళు కంపు పడలేక ఏదోఒక రోజు ఈ భూదేవి సహనాన్ని వీడి సంహారినై నిన్ను వేటాడక ముందే నాకు విధేయుడవై, సకలజీవులకు తోడు ఉంటావనే నమ్మకం తో ముందస్తు విజ్ఞాపన చేస్తున్నాను”

“అమ్మను రా.. అమ్మేయకు”

అమ్మా! పట్నం వెల్దామే

పన్నీరు సాయికుమార్

పాయకరావుపేట,

Ph:7013760140

చింటూ! ఎక్కడున్నావురా నాకు కనిపించడం లేదురా నువ్వు, అసలే కొత్త ప్రాంతానికి ఇచ్చాము. ఇది కూడా మన కారు. ఎక్కడరా నువ్వు ఒక్కసారి బయటికి రా!

అబ్బా! ఎంత కంగారు పడ్డాను రా చింటూ నువ్వు కనపడక పోయేసరికి.

ఎందుకమ్మా.. అంత కంగారు, మనం పట్నం వచ్చా కదా! ఇక్కడ చాలా వింతలు, విశేషాలు ఉన్నాయి. అవి చూస్తూ అలాగే అక్కడ ఉండిపోయాను.

నాకు చెప్పకుండా ఎక్కడికి వెళ్ళకు, సరేనా... అలాగే అమ్మా!

ఈ భవనాలు ఎంత బాగున్నాయో, పెద్ద షాపింగ్ మాల్స్, ఏ.సి., సినిమా థియేటర్లు. పట్నం ఎంత బాగుందో కదా! ఆటోలు... బస్సులు.... కార్లు నిత్యము ఈ రోడ్లు కళకళలాడి పోతున్నాయి అన్నమాట ఈ వాహనాల రద్దీతో. ఇక్కడ పిల్లలంతా చేరి ఆటలాడుతున్నారే. ఓహో! వీడియో గేమ్స్ అన్న మాట. ఇక్కడ టాయ్ గేమ్స్ కూడా ఉన్నాయి. అమ్మా, అక్కడ ఆడుకునేందుకు వీడియో గేమ్స్, టాయ్ గేమ్స్ ఉన్నాయమ్మా. అవి నాకు బాగా నచ్చాయి. నేను ఆడతానమ్మా.

ఇప్పుడు వద్దురా చింటూ ఇప్పటికి బాగా అలస్యమైంది. పద మన ఊరు వెళదాం, వద్దమ్మా, ఒకసారి ఆడుకున్నాక వెళ్దాం అమ్మా, అరే చింటూ, ఏమిటి ఈ మారాం, ముందు మనం వెళ్తాం పద.

అమ్మా, అమ్మా, ప్లీజ్, అమ్మా, అమ్మా, ఒరేయ్ చింటూ ఏమిటిరా ఆ అరుపులు ఏమైంది? లేవరా! తెల్లవారింది. సూర్యుడు అటు ఉదయించి, నడినెత్తున వచ్చేస్తున్నాడు. నీవు మాత్రం లేవలేదు. చింటూ! లేవరా? ఏమిటా మొద్దు నిద్ర. లే నాయనా!

ఏంటమ్మా! కాసేపు పడుకోనీకుండా.

ఎంతసేపు పడుకుంటావు రా నాయనా!

అమ్మా! మనం ఎక్కడున్నాం అమ్మా? మనం పట్నం వెళ్ళాము కదా? ఎప్పుడొచ్చాము ఇక్కడికి?

మన పట్నం వెళ్లడమేమిటి ? అవునమ్మా.... నీవు, నేను కలిసి పట్నం వెళ్ళాము. అక్కడ బోలెడన్ని వింతలు, విశేషాలు ఉన్నాయి. నాకు భలే ముచ్చట వేసిందమ్మా వాటిని చూడగానే.. నీకు మతి పోయిందేమిటిరా చింటూ, పట్నం వెళ్లడం ఏమిటి? రాత్రి బాగా మొద్దు నిద్రపోయినట్టున్నావు, ఆ నిద్దురలో కల కన్నావేమో! సరే లేచి త్వరగా స్నానం చేయి, తినడానికి టిఫిన్ సిద్ధం చేశాను.

అలాగేనమ్మా చింటూ స్నానం ముగించుకుని మంచి బట్టలు వేసుకుని టిఫిన్ తినడానికి వస్తాడు. అమ్మా! నేను నిన్ను ఒకటి అడుగుతాను? ఏమీ అనవుగా! ఏమిట్రా! చింటూ ఏమి కావాలి?

అదేనమ్మా, రాత్రి నాకు కలలో కనిపించించే పట్నం, ఆ పట్నం వెళ్దాం.

ఏయ్! చింటూ తమాషాగా ఉందా! ఇప్పుడు పట్నం ఎందుకురా..

ఏమీ లేదమ్మా మనం ఎప్పటినుంచో ఈ పల్లెటూరులోనే ఉంటున్నాము కదా! ఇక్కడ చూడడానికి ఏముంటాయి? రోడ్లు కూడా సరిగా ఉండవు. ఎప్పుడు ఆ పంట పొలాలు, పశువులు అవేగా మనకు కనబడేవి ఇక్కడ. అదే పట్నంలో అయితే పెద్ద పెద్ద

భవనాలు, షాపింగు, సినిమా హాళ్లు, రకరకాల వాహనాలు ఇవన్నీ మనకు కనువిందు చేస్తాయి. పైగా నాకు ఆడుకోవడానికి బోలెడు వస్తువులుంటాయి. వీడియో గేమ్స్, టాయ్ గేమ్స్ కూడా ఉంటాయమ్మా. అమ్మా, పట్నం వెళ్దాం..

చింటూ.... నోర్మూయ్! వేళాపాళా లేకుండా పట్నం ఏమిటిరా, ముందు చదువు మీద దృష్టి పెట్టు.

అది కాదు అమ్మా! ఒక్కసారి పట్నం వెళదాం !

ఇక చాలు చింటూ, నన్ను విసిగించకు, అవతల నాకు చాలా పని ఉంది..

చింటూ పట్నం వెళ్లడానికి ఏడుస్తూ ఉంటాడు. పట్నం వెళ్లాలన్న కోరిక ఉన్నా తల్లి ఒప్పుకోకపోవడంతో నిరాశ చెందుతాడు.

ఒకసారి చింటూ బడికి వెళ్తున్నాడు. మనసులో ఒకటే ఆందోళన. నిరాశ. పట్నం చూడలేదనే బాధ. నడుస్తూ మనసులో ఈ విధంగా అనుకుంటాడు. అమ్మ ఎప్పుడు ఇంటి పనితోనే గడిపేస్తుంది. నాన్నకు నన్ను పట్టించుకునే తీరికే ఉండదు. నాకు చాలా కోరికలున్నాయి. పట్నం వెళ్దామని, అక్కడ వింతలు చూద్దామని, కానీ ఎప్పుడు అడిగినా అమ్మ ఏదో ఒకటి చెబుతూనే ఉంటుంది. నాన్న చాలా విసుక్కుంటారు. అయినా పుట్టినప్పటి నుండి చూస్తున్నాను, ఏముంది ఈ పల్లెటూరులో? ఎప్పుడు పొలాల్లో పని చేసుకోవడం, పశువులను పొలాలకు తీసుకెళ్లడం. ఈ చెట్లు, గట్టు, చెరువులు.

పట్నాలలోలాగా విశాలమైన రోడ్లు ఉండవు. ఎత్తైన భవనాలు ఉండవు. మనకు కావలసిన వస్తువులేవి అంతగా దొరకవు .ఏముంది ఇక్కడ. అదే పట్టణాల్లో ఉంటే చాలా ప్రదేశాలు చూడవచ్చు. మనకు కావలసినవి సమకూర్చుకోవచ్చు. నాకు కలలో కనబడిన ఆ పట్నం చాలా అందంగా ఉంది. “నేను ఎలాగైనా పట్నం వెళ్లాలి” అని మనసులో అనుకుంటాడు.

ఒకరోజు ఇంటి వద్ద తాను దాచుకున్న డబ్బులు తీసుకుని ఎవరికీ చెప్పకుండా పట్నం బయలుదేరుతాడు. హాయ్! భలే ఉందే ఈ పట్నం. అబ్బా! ఎంత పెద్ద భవనాలో

కదా! ఈ రోడ్లు చాలా విశాలంగా ఉన్నాయి. ఆ.. ఆ.. అదిగో నాకు కలలో కనబడిన షాపింగ్ మాల్ వలె ఉన్నదే, అక్కడికి వెళ్తాను.

ఆ షాపింగ్ మాల్ కి వెళ్లి అన్ని వైపులా తిరుగుతాడు. చాలా ఆశ్చర్యం వేస్తుంది చింటూకి. అక్కడ విశేషాలు చూసి తన వద్ద ఉన్న డబ్బులతో వీడియో గేమ్స్ ఆడుతాడు. చాలా ఆనంద పడతాడు. ఆకలి వేయడంతో తినడానికి ఏమైనా ఉన్నాయేమోనని చుట్టూరా చూస్తాడు. అక్కడ కొన్ని తినుబండారాలు కనబడతాయి. వాటిని తిందామని వెళ్తే అతని దగ్గర ఉన్న డబ్బులు సరిపోవు. దానితో వాటిని తినలేదు. ఆకలి వేస్తుంది చింటూకి, ఎవరిని అడిగినా ఏమీ పెట్టరు. కొనడానికి సరిపడా డబ్బులు లేవు .మరి అక్కడ నుండి ఇంటికి వెళ్దాం అనుకున్నాడు. కానీ ఎలా వెళ్లాలో తెలియదు, ఎటు వెళ్ళాలో తెలియదు. రోడ్డు దాటడానికి కూడా భయమేస్తుంది.. వాహనాల రద్దీతో, రణగొణ ధ్వనులతో చెవులు మారు మ్రోగిపోయేటట్లు ఉన్న ఆ శబ్ద కాలుష్యం తట్టుకోలేక పోతాడు చింటూ- ఇంటికి వెళదామని ఆశ ఉంది. కానీ వెళ్లే మార్గం లేదు. ఎవరిని అడిగినా పట్టించుకోరు. కనీసం మంచినీరు తాగుదామన్నా అక్కడ

అలాంటి సౌకర్యాలు ఏవి మచ్చుకైనా కనబడవు. ఒకవేళ కనిపించినా వెళ్లలేని పరిస్థితి. ఎందుకంటే రోడ్లు రద్దీ కదా! చింటూ కనబడకపోయేసరికి ఇంటి వద్ద అతని తల్లిదండ్రులు ఆందోళన చెందుతారు. అన్ని చోట్లా వెతుకుతారు. కానీ అతని జాడ తెలియడం లేదు.

ఇక్కడ చింటూకి భయమేస్తుంది. ఎక్కడికి వెళ్లాలో దిక్కుతోచని పరిస్థితి. తల్లిదండ్రులు గుర్తుకు వస్తారు. అతనికి బాధ ఎక్కువవుతుంది. కన్నీరు మున్నీరుగా విలపిస్తాడు.

అప్పుడు ఇలా అనుకుంటాడు.

అదే నా ఊళ్ళో అయితే తెలిసిన వాళ్ళు చాలామంది ఉంటారు. నన్ను అందరూ పలకరిస్తారు. అమ్మ అయితే నాకు కావాల్సినవన్నీ వండి పెడుతుంది. నాన్న

నాకు అన్ని సదుపాయాలు సమకూరుస్తారు, నేను ఎక్కడికి వెళ్లినా భయపడే వాడిని కాదు.

ఈ పట్నంలో నాకు ఎవ్వరూ కనబడటం లేదు. భయమేస్తుంది. ఇప్పుడు ఎలా ఇంటికి వెళ్ళను? పట్నం కన్నా పల్లెలే గొప్పవి అని నాకు తెలిసి వచ్చింది.

నన్ను కాపాడు. నన్ను మా ఇంటికి చేర్చు. నాకు మా అమ్మ నాన్నలు కావాలి. ఈ పట్నం వద్దు ఈ...ఈ

బాబు, ఎవరు నాయనా నువ్వు ఎందుకు ఏడుస్తున్నావు అని ఒక బాటసారి అడుగుతాడు.

నా పేరు చింటూ అండి. మాది ఒక పల్లెటూరు. నాకు పట్నం చూడాలనిపించి ఇంట్లో చెప్పకుండా వచ్చేసానండి. కానీ నేను తిరిగి వెళ్ళడానికి నా వద్ద డబ్బులు లేవండి. పైగా ఆకలి కూడా వేస్తుంది. ఇంకా అమ్మానాన్న గుర్తుకు వస్తున్నారు. ఈ ...ఉ...

అయ్యో నాయనా ఏడవకు, ఇదుగో వా వద్ద ఉన్న ఈ పండ్లను తీసుకో. ఆ బాటసారి పండ్లు ఇస్తే చింటూ వాటిని తింటాడు. అప్పుడు ఆ బాటసారి ఈ విధంగా అడుగుతాడు. బాబు! మీ ఊరు ఎక్కడ ఉంది?

మీ ఉరి పేరు ఏమిటి?

మాది బుక్కరాయసముద్రమండి.

ఓహో బుక్కరాయసముద్రమా, సరే నాయన ఇప్పుడు బాగా చీకటి పడింది కదా! నేను ఉదయాన్నే మీ ఊరు తీసుకువెళ్తాను.

అంతవరకు నాతోరా నాయనా, మా ఇంటికి వెళదాం.

ఆ బాటసారి చింటూ నీ వాళ్ళ ఇంటికి తీసుకుని వెళ్తాడు .ఆ రాత్రి అక్కడ అతనికి కడుపునిండా భోజనం పెడతాడు. చింటూని బాగా చూసుకుంటారు. భోజనం తిన్న తర్వాత ఆ బాటసారి చింటూతో ఈ విధంగా అంటాడు.

బాబు, నువ్వు మీ అమ్మానాన్నలకు చెప్పకుండా రావచ్చా. వాళ్ళు ఎంత కంగారు పడతారో కదా. ఇలా పెద్ద వాళ్లకు చెప్పకుండా ఇంటి నుండి వచ్చిన నీవంటి

పిల్లలు దొంగలుగా తయారవుతున్నారు. పాల కవర్లు ఏరుకుంటూ దుర్భరంగా జీవిస్తున్నారు. అందుకే చింటూ నీవు ఇంకెప్పుడూ ఇటువంటి పని చేయకు.అమ్మానాన్నల మనసులను నొప్పించకు. సరేనా!

అలాగేనండి,ఇంకెప్పుడూ అమ్మానాన్నల మనసులను బాధపెట్టను. వారికి తెలియకుండా ఎక్కడకు వెళ్ళను. ఇప్పుడు నాకు బుద్ధి వచ్చింది. బాబు! అమ్మానాన్నలు మనకు అన్నీ ఇస్తారు. ప్రేమను, మమకారాన్ని అన్నీ. వారి ఆశలు పిల్లలే. వారే దూరమైతే ఆ కన్నవాళ్ళ పరిస్థితి ఏమిటి.

సరే బాబు! చాలా రాత్రి అయింది. ఇక పడుకో, ప్రొద్దుటే నేను మీ ఊరు తీసుకువెళ్తాను.

అలాగేనండి.

మరుసటి రోజు ఉదయం చింటూని ఆ బాటసారి తనతో పాటు అతని ఊరికి తీసుకువెళ్తాడు. తల్లిదండ్రులకు జరిగిన విషయం చెబుతాడు. చింటూ కనపడక బాధ పడుతున్న అతని అమ్మానాన్నలు ఆ బాటసారికి ఎంతగానో కృతజ్ఞతలు తెలుపుతారు. చింటూ వాళ్ళ అమ్మ చింటూని గుండెకు హత్తుకుంటుంది. చింటూ తల్లి కౌగిలిలో చాలా ఆనందం పొందుతాడు. తాను చేసిన పనికి క్షమించమని అంటాడు. ఇంకెప్పుడూ వాళ్లకు ఇష్టం లేని పని చేయనని చెబుతాడు. దాంతో వారి మనసుల్లో ఆనందం వెల్లివిరుస్తుంది.

ఆమె ఓ కాగడా!

గుండాన జోగారావు

విశాఖపట్నం,

Ph: 6302718715

ఆసుపత్రి ఆవరణలో కాలు కాలిన పిల్లిలా చక్కర్లు కొడుతున్నాడు అరవింద్. ఒకటే టెన్షన్ ఈ సారి కూడా..! 'భగవంతుడా కరుణించు' అని మనసులో పదే పదే వేడుకుంటున్నాడు... ఎదురుగా లేబర్ రూమ్ లో ప్రసవ వేదన పడుతోంది భార్య సుశీల మొదటి కాన్పులో కవలలుగా ఇద్దరు ఆడపిల్లలు, ఈ సారి బాబు కావాలి... అని ఒకటే ఆతృతతో, మనసు నిండా ఆందోళనతో సతమతమవుతున్నాడు అరవింద్. రకరకాల ఆలోచనలు మస్తిష్కాన్ని అస్తవ్యస్తపరుస్తున్నాయి. మది నిండా ప్రతికూలత రాజ్యమేలుతూ ఒక్క భయావహ భావ ప్రకంపన సృష్టిస్తోంది. ఒక వేళ ఈ సారి కూడా ఆడపిల్ల అయితే...

'చిరుద్యోగియైన అరవింద్ ఆ ముగ్గుర్నీ పెంచటానికి రకరకాలుగా కష్టపడుతూ అప్పుల పాలైనట్టు, గిలగిలా కొట్టుకుంటున్నట్టు..." ఉలిక్కి పడ్డాడు. మనకు అసలైన శత్రువులు మన ఆలోచనలే... ఏది ఏమైనా పరిస్థితిని దృఢంగా ఎదుర్కోవాలని ఒక కృత నిశ్చయంతో ఒక్క నిముషం కళ్ళు మూసుకుని విప్పాడు. కాస్త ఊరటతో ప్రశాంతంగా ఉంది.

దూరంగా హాలులో సందర్శకుల నిమిత్తం చిన్న ధ్వనితో టీవీ వార్తలు ప్రసారం అవుతున్నాయి. వెళ్ళి వినసాగారు అరవింద్.

నలుగురు ఆడపిల్లలు కటిక పేద కుటుంబంలో పుట్టి, రకరకాల వ్యంగ్యాస్త్రాలను ఎదుర్కొన్న అమ్మాయి నిఖత్ జరీన్ ప్రపంచ బాక్సింగ్ చాంపియన్ షిప్ విజేత... దేశ వ్యాప్తంగా ప్రశంసల వెల్లువతో బహుమానాలూ, కార్పొరేట్ సంస్థల నజరానాలూ... దేశ రాష్ట్రపతి, ప్రధాన మంత్రితో పాటు తెలంగాణా ముఖ్యమంత్రి అభినందనల మధ్య తమ కుటుంబానికి గౌరవాన్ని తెచ్చి పెట్టిన బిడ్డకు ముద్దులు పెడుతూ నిఖత్ తల్లిదండ్రుల ఆనందభాష్పాల పోటోలు.

"బావ గారు" దగ్గరకు వచ్చి పిలిచాడు బావమర్ది. ఏంటన్నట్టు చూసాడు అరవింద్.

"అక్కకు డెలివరీ అయింది".

లేబర్ రూమ్ దగ్గరకు పరుగెత్తాడు అరవింద్. నర్స్ అనుమతి తీసుకుని భార్య దగ్గరకు వెళ్ళాడు. ఆమె పిల్లనే చూస్తోంది.

"మళ్ళీ ఆడపిల్ల అని నా కళ్ళలో కళ్ళు కలపలేక తలదించుకున్నావా సుశీలా, ఎత్తు, తలెత్తు, ఈ పాప మొన్న చనిపోయిన నా తల్లికి ప్రతిరూపం. మనకు అండగా ఉండి కుటుంబం అంతా తలెత్తుకుని బ్రతికేలా చేస్తుంది చూడు. మనం గర్వించేలా కీర్తి ప్రతిష్టలు సంపాదిస్తుంది.

మా అమ్మని కుందనపు బొమ్మలా ప్రసాదించినందుకు ధన్యవాదాలు" అన్నాడు అరవింద్.

సుశీల తలెత్తి శీల గుణ సంపన్నుడైన భర్తకు కళ్ళతో ధన్యవాదాలు చెబుతూ, చిరునవ్వు నవ్వింది.

ఆవు-పులి

సరసి

హైదరాబాద్,

Ph:9440542950

గంటన్నర పైగా అయింది హైవే మీద మొత్తం ట్రాఫిక్ ఆగిపోయి. పక్క వూళ్ళో కోడిపందేలవుతూ ఉంటే పోలీసులొచ్చి అందినవాళ్ళని అందినట్టు కొట్టారట. అందులో ఓ వ్యక్తి అక్కడి కక్కడే చనిపోయాడట! శవాన్ని తెచ్చి హైవే మీద పడుకోబెట్టి ధర్నా చేస్తున్నారు ఊళ్ళో వాళ్ళు. 'పోలీసులూ డౌన్ డౌన్' అంటూ నినాదాలు. పరిస్థితి చాలా ఉద్రిక్తంగా ఉంది. ఒకరూ, ఇద్దరూ కాదు రెండు మూడు వందల మంది..

కారు టైర్లని తెచ్చి తగలబెట్టారు. నల్లటి పొగతో మంటలు ఎగిసిపడుతున్నాయి. రోడ్డు మీద ఆ వైపు, ఈ వైపు రెండు మూడు కిలోమీటర్ల మేర మొత్తం ట్రాఫిక్ స్తంభించిపోయింది. పోలీసులొచ్చారు కర్రలు పట్టుకుని. ట్రాఫిక్కుని వదలమని ఎంత చెప్పినా వినడం లేదు ఆందోళనకారులు. 'మీరు కాదు కలెక్టర్ రావాలి. చచ్చి పోయిన వాడి కుటుంబానికి పది లక్షలు నష్ట పరిహారం ఇవ్వాలి' ఊగిపోతున్నారు ఉద్యమకారులు ఆవేశంతో.

నిలిచిపోయిన కార్లు, బస్సులు, వ్యానుల్లోంచి దిగి రోడ్డు పక్కన, చెట్ల కింద స్టాప్ వద్ద కూర్చున్నారు. చాలామంది ప్రయాణీకులు తలలు పట్టుకుని. సమస్య ఎప్పటికి పరిష్కారం అవుతుందో తెలియదు. అవసరమైన పనుల మీద వెళ్ళేవాళ్ళు, దూర ప్రయాణాల వాళ్ళు, ఆసుపత్రులకి వెళ్ళవలసిన రోగులు... వీళ్ళందరూ ఎవరో చేసిన

పనికి బాధితులయ్యారు. ఆ బాధితుల్లో ఒకతె జానకి. ఆమె ఓ అంగన్వాడి టీచర్.

ఆమె చంకలో వున్న చంటి పిల్ల గుక్క పెట్టి ఏడుస్తోంది. సీసాలో చివరి చుక్క పాలు కూడా తాగేసి, చాల లేదో ఏమో ఏడుపందుకుంది. ట్రాఫిక్ సమస్య లేకపోతే ఓ అర గంటలో ఇంటికి చేరిపోయేదే తను. అందుకే ఎక్కువ జాగర్తలు తీసుకోలేదు పాప విషయంలో. తన దగ్గర లేనందున పోతపాలే అలవాటయ్యాయి మొదటి నించీ. ఏ పాలైనా ఇప్పటికిప్పుడు ఎక్కడ నించి తెస్తుంది? రోడ్డు కిరువైపులా చెట్లూ చేమలూ తప్ప ఎక్కడా ఓ చిన్న బడ్డి కొట్టు గాని, గుడిసె గాని లేదు. ఓ పక్క చీకటి పడిపోతోంది.

బస్సు దిగి, ఆగిన వాహనాలన్నింటి దగ్గరకి వెళ్ళి ఎవరి దగ్గరైనా పిల్లకి పాలు దొరుకుతాయేమోనని ఆశగా తిరిగింది జానకి. బస్సుల్లో కెక్కి అడిగింది. చంకలో పిల్లతో వచ్చి, అడుగుతూ ఉంటే ముష్టిదాన్ని చూసినట్టు చూసారందరూ. 'ముందు జాగర్త పడొద్దా, ఏం తల్లివి?' అని కొందరంటే, 'తల్లి పాలివ్వకుండా సీసా పాలు పట్టించడం గొప్పయిపోయింది ఈ రోజుల్లో' అంటూ వెటకారం చేసినవాళ్ళు కొందరూ. ఇవేమీ పట్టించుకునే స్థితిలో లేదామె. ఏదో విధంగా ఓ గుక్కెడు పాలు సంపాదించి బిడ్డని కాపాడుకోవాలి.

"ఇప్పట్లో కదలదు ట్రాఫిక్కు. కనీసం ఇంకో గంటా రెండు గంటలైనా పడుతుంది. కలెక్టర్ వస్తే కాని వీల్లేదంటున్నారు" అన్నాడొకడు ముందుకెళ్ళి చూసొచ్చి.

పాలు లేకపోతే ఎలా? ఎంతకీ పాలుపోలేదు జానకికి. ట్రాఫిక్ కదిలి 'ఇల్లు చేరుకునేవరకూ చంటిది బతికి ఉంటుందా' అన్న సందేహం, భయం పట్టుకున్నాయామెకు. ఒక పక్క చీకటి పడిపోతోంది. దిక్కులు చూసింది దిక్కు తోచక. పొలాల అవతల రెండు మూడు ఫర్లాంగుల దూరంలో ఏవో గుడిసెలో, ఇళ్ళో.. దీపాలు వెలుగుతున్నాయి. అక్కడికి వెళితే పాలు దొరక్క పోవు...

ఏడ్చేడ్చి నీరసంతో సోలిపోయిన పిల్లని భుజాన వేసుకుని, బ్యాగ్ తగిలించుకుని పొలాలకి అడ్డంపడి అడుగులేసింది జానకి. మసక వెలుతురులో పగుళ్ళు తీసిన చేలల్లో కోతలై పోయి ఎండిపోయిన గడ్డి మోళ్ళు సూదుల్లా గుచ్చుకుంటున్నాయి.

లక్ష్యం కనిపిస్తోంది దూరంగా దీపాల్లో. అంత దూరం వెళ్ళి తిరిగి రాగలదా? ఈలోగా ట్రాఫిక్ కదిలిపోయి తనొచ్చిన బస్సు వెళ్ళిపోతే ఎలా? ఈ ఆలోచనలేవీ ఆమెకు లేవిపుడు. సాధ్యమైనంత త్వరగా ఆ ఇళ్ళని చేరుకొని కొద్దిగా పాలు సంపాదించి చంటిదాన్ని కాపాడుకోవాలి.

మట్టి గుట్టేదో కాలుకి తగిలి ముందుకు పడబోతూ చంటిపిల్లకి దెబ్బ తగలకుండా ఒడుపుగా పట్టుకునే ప్రయత్నంలో నుదురు కొట్టుకుంది నేలకి. 'సెల్ఫ్ పిటీ' ఏం లేదామెకు. ఉన్నదంతా అనుకున్నది సాధించుకోవాలన్న తపన, పట్టుదలానూ. దార్లో ఓ నీళ్ళ బోదె. చీకట్లో సైతం ఆశలాగా నీళ్ళు మెరుస్తూ కనబడుతున్నాయి. వొంగి చేత్తో కొద్దిగా తీసుకుని నోట్లో పోసుకుంది. ఫరవాలేదు తాగొచ్చు. మురికిగా ఏం లేవు. బ్యాగ్ లోంచి పాల సీసా తీసి నీళ్ళు నింపి, గిలకరించింది కొద్దిగానైనా పాలవాసన తగిలితే చంటిది తాగుతుందని. నోటికి అందిస్తే గుటకలేసింది పిల్ల. కొంచెం ధైర్యం వచ్చింది జానకికి .

చేల గట్లు దాటేక పెద్ద మట్టి గుట్ట. ఎక్కి చూస్తే అంతకుముందు కనిపించిన దీపాలు కనబడటం లేదు. ఏమైపోయాయి? తను దారి తప్పిందా లేక కథల్లో చెప్పినట్టు కొరివి దెయ్యాలా అవి? నవ్వుకుంది. కొంచెం దూరంలో ఎవరో వెళుతున్నట్టు కనిపించింది అస్పష్టంగా. 'కాస్త తోడు దొరికేరు' అనుకుంటూ చురుగ్గా అడుగులు వేసి చూస్తే వాళ్ళు మనుషులు కారు. రోడ్డుకి ఇరువైపులా సున్నం పూసిన సిమెంట్ దిమ్మలు! అది కంకర పోసిన రోడ్డులా అనిపిస్తోంది. ఆ దారి ఏదో ఊరికి తీసుకెళుతుందన్న నమ్మకం కలిగింది జానకికి. కడుపులో నీళ్ళు పడేసరికి చంటిది నిద్రలోకి జారుకుంది.

దూరంగా చిరు దీపం. వడివడిగా అడుగులు వేసింది. గొడ్ల పాకలాగా ఉంది. చేరువ కాగానే హరికేన్ దీపం, దాని వెలుగులో ట్రాక్టరు, స్టాండు వేసిన మోటార్ సైకిలు. పక్కనే మంచం మీద కూర్చుని చుట్ట కాలుస్తూ ఓ వ్యక్తి. మరి కాస్త దూరంలో రెండు గేదెలో, దున్నలో గడ్డి మేస్తున్నాయి. ఓ పదేళ్ళ కుర్రాడు బకెట్టుతో నీళ్ళు తెచ్చి గొడ్ల ముందు పెడుతున్నాడు.ప్రాణం లేచొచ్చింది జానకికి. కూర్చున్న మనిషి వద్దకు పరుగున

వెళ్లి "అయ్యా, దేవుడిలా దొరికారు. చంటి దానికి కొద్దిగా పాలు కావాలి " అంది బ్యాగ్ లోంచి సీసా తీసి. అతడు మాట్లాడలేదు. చుట్ట కాలుస్తూ జానకి వంక ఎగాదిగా చూసాడు.

ట్రాఫిక్కు ఆగిపోవడం, సీసాలో పాలు అయిపోవడం అన్నీ కంగారు కంగారుగా చెప్పింది జానకి. పాలకి డబ్బిస్తానంటూ బ్యాగ్లో చెయ్యిపెట్టి వంద నోటు తీసి ఇవ్వబోయింది. అతడు తీసుకోలేదు. తీక్షణంగా ఆమె వంకే చూడసాగేడు. జానకి బ్రతిమలాడింది. "అన్నా, పాప నీరసం వచ్చి పడిపోయేలా ఉంది... ప్లీజ్".

ఆమె చెప్పేవేమీ అతడు వినడం లేదు. చుట్ట మళ్ళీ నోట్లో పెట్టుకుని పొగలు వదులుతూ కొరకొరా చూస్తున్నాడు.

"డబ్బు చాలకపోతే ఇంకో వంద తీసుకో. కొద్దిగా పాలివ్వు" అంది జానకి దీనంగా.

"డబ్బొద్దు, నువ్వు కావాలి" అన్నాడు వాడు తాపీగా. జానకి షాక్ తిన్నట్టు బిగిసిపోయింది.

"అన్నయ్యా, కొద్దిగా పాలు పొయ్యి. నీకు పుణ్యం వస్తుంది. చంటిపిల్ల ఆకలితో అల్లాడిపోతోంది చూడు."

"నేనూ ఆకలి మీదే ఉన్నాను. నా ఆకలి తీరిస్తే నీకూ పుణ్యం వస్తుంది. పిల్లకి పాలూ దొరుకుతాయి".

"నీకు దణ్ణం పెడతా అన్నయ్యా" అంది ప్రాధేయపూర్వకంగా.

"సొల్లు కబుర్లు చెప్పక. పాలు కావాలంటే నువ్విలా మంచం మీదికి రావాలి." అంటూ నిలబడ్డాడు నోట్లో చుట్ట కిందపడేసి కాలితో నలిపి. గుండె జల్లుమంది జానకికి. వాడు చటుక్కున ముందుకొచ్చి చెయ్యి పట్టుకోబోయాడు. తప్పించుకుని వెనక్కి అడుగులు వేసిందామె. ఇదేవిటి ఇలా ఇరుక్కుపోయింది తను?! ఏం చెయ్యాలిపుడు? ఎవరాదుకుంటారు తనని? కొద్ది దూరంలో నిలబడి చూస్తున్న ఆ చిన్న కుర్రాడి వంక చూసింది. వాడూ అయోమయంగా చూస్తున్నాడు ఇటువైపు. వాడేం రక్షిస్తాడు? ఈ

దుష్టుడిని కాదంటే ముందు పిల్లకి పాలు దొరకవు. పాలు ఇచ్చినా, ఇవ్వకపోయినా వీడు దౌర్జన్యం చెయ్యక వొదిలేలా లేడు. తనని రక్షించుకోవాలా పాలు సంపాదించు కోవాలా? క్షణంలో నిర్ణయానికొచ్చింది. తన సంగతి తరవాత, ముందు పాలు సంపాదించి బిడ్డని కాపాడుకోవాలి.

"ఆగలాగ!" అంది జానకి గంభీరంగా. ముందుకు రాబోయినవాడు ఆగేడు.

" ముందు పిల్లకి పాలివ్వు. తరవాత నువ్వెలా చెబితే అలా" అంది.

"రేయ్ బక్కోడా, ఆ కేన్లో పాలు దీన్లో పోసివ్వు" అంటూ అరిచి, ఆమె చేతిలో సీసా తీసుకుని వాడి వైపు విసిరేడు. సీసా నిండా పాలు పోసి తెచ్చి జానకి చేతిలో పెట్టాడు ఆ కుర్రాడు. ఆమె చంటిపిల్ల నోట్లో తిత్తి పెట్టింది. పిల్ల ఆబగా గుటకలేస్తోంది.

"నువ్వు చుక్క చుక్క తాగిస్తూ వుంటే నేను సినిమా చూస్తూ నిలబడాలా? రేయ్ ఇట్టారా! ఈ పిల్ల నెత్తుకుని పాలు పట్టు" అంటూ చంటిపిల్లను తల్లి చేతిలోంచి విసురుగా లాక్కుని కుర్రాడి చేతికిచ్చాడు వాడు. చంటిపిల్ల తల్లికేసి చేతులు చాపుతూ బిగ్గరగా ఏడుపు ప్రారంభించింది. తల్లి గుండె నీరైపోయింది. బిడ్డ వైపు పరుగెట్టబోతున్న ఆమె చెయ్యి పట్టుకున్నాడు వాడు.

"ఏంటి ఎగిరెగిరి పడతన్నావ్? పిల్లకి పాలిస్తే నేను చెప్పినట్టు వింటానన్నావుగా, ఎదవేషాలేస్తున్నావా?"

'ఆవు పులి' కథ గుర్తుకొచ్చింది జానకికి. అంత భయంకరమైన స్థితిలో కూడా బిడ్డకి పాలిచ్చి వచ్చి, పులికి తనని తాను అర్పించుకుంది ఆవు. అలా తను కూడా మాట నిలబెట్టుకుని తన వొళ్ళు వీడికి అప్పగించాలా? అప్పగిస్తే కథలో పులి లాగా, ఏం చెయ్యకుండా విడిచి పెట్టేస్తాడా?

పట్టు విడిపించుకోడానికి గింజుకుంటున్న ఆమె జుట్టు పట్టుకుని దవడ మీద బలంగా కొట్టాడు. పళ్ళు కదిలిపోయాయి జానకికి. నోట్లో ఉప్పగా తగిలింది రక్తం, భయపెట్టి లొంగదీసుకోవాలని వాడి ఆలోచన కావొచ్చు. ముడుచుకుపోయి నేలమీద కూర్చుండి పోయింది జానకి. ఆమె వీపు మీద చెయ్యివేసి జాకెట్టును పర్రున లాగి

చింపేశాడు వాడు. ఆమె రెండు చేతుల్నీ విడదీసి పట్టుకుని వెల్లకిలా పడేసి మీద పడ్డాడు. వీపు కింద ముళ్ళులాగా గుచ్చుకుంటున్న కంకర రాళ్ళూ, పైన బండరాయి లాంటి రాక్షసుడు! ప్రతిఘటించడానికి శక్తి చాలడం లేదు. గింజుకుని గింజుకుని ఒక్క నిముషం తరవాత, కట్టెలాగా కదలకుండా ఉండిపోయింది.

"ఓడిపోయింది. ఇక తన పని సులభం" అనుకున్నాడు వాడు. లేచి నిలబడ్డాడు. లుంగీ విప్పి పడేసి మళ్ళీ మీదకి వొంగబోతున్న వాడి రెండు కాళ్ళ మధ్య ఒక్క తన్ను తన్నింది జానకి బలాన్నంతా ఉపయోగించి! ఓటమిని ఒప్పుకోని తెగింపు బలమైన శక్తిలా ఆవహించింది ఒక్కసారిగా ఆమెలో. అంతే! బాధగా మూలుగుతూ పక్కకి ఒరిగిపోయాడు వాడు.

అలసిపోయి, ఆయాసపడుతూ లేచి కూర్చుని, ఒక్కసారి దీర్ఘంగా నిట్టూర్చింది జానకి. ఏదో విజయం సాధించానన్న చిన్న తలపు కొండంత బలాన్నిచ్చింది. ఆ క్షణంలో లేచి, చీర దులుపుకుని, నిండుగా కప్పుకుంది చిరిగిపోయిన జాకెట్టు కనబడకుండా. చెదిరిపోయిన జుట్టు ముడివేసుకుంది. 'వీడు లేచేలోగా త్వరగా ఇక్కడనుంచి వెళ్ళిపోవాలి' అనుకుంటూ కొద్ది దూరంలో చంటిదానికి పాలు పడుతూ ఇటువైపే చూస్తున్న కుర్రాడి వైపు పరుగెట్టింది. తనని కూడా తన్నుతుందేమోనని వాడు భయపడి వెనక్కి జరిగేడు. 'పులిలా కనిపిస్తున్నానా వీడికి ? అనుకుంది.

'ఆవు ఒక్కసారిగా పులి అయిపోయిందా? ఎందుక్కాదూ? తలుపు వేసి కొడితే పిరికి పిల్లి కూడా పెద్ద పులవుతుంది!!'

చంటిపిల్లని తీసుకుని, రెండు వంద రూపాయల నోట్లు తీసి వాడి చేతిలో పెట్టింది. పాలతిత్తి చంటిదాని నోట్లో పెట్టి, గుండెలకి హత్తుకుంది. పడిపోయిన వాడి వంక ఓ చూపు చూసింది క్షమించమన్నట్టు. దూరంగా వాహనాల లైట్లు కనిపిస్తున్నాయి. 'ట్రాఫిక్ ఇంకా కదలడం లేదు. గుడ్' అనుకుంటూ అటువైపు కదిలింది.

ఆత్మ శుద్ధి

జి.యెస్.వి.యెన్.జె. సావిత్రి

కాకినాడ

Ph: 9542698738

అమ్మగారు బాత్రూంలో అటక మీద నీళ్ల కుంపటి (గీజర్) వరవరగా వెలుగుతోంది.

'కట్టేనా? కట్టేయవు ఆయన రావడానికి చాలా టైం పడుతుంది. పాత స్నేహితులను ఎవర్నో కలిశారట. అప్పుడే ఎందుకు వస్తారు వచ్చినా ఆయన మొహం నేను, నా మొహం ఆయన చూసుకోవాలి. చేసేదేముంది?" పనిమనిషి వీరమ్మ మాటలకి జవాబుగా పలికింది జానకమ్మ.

"ఏందమ్మా! అలా అంటావ్ అయ్యగారు పొద్దుగాల ఈడనే ఉంటారు కదా. కాసేపే కదా వాకింగ్ కోసం బయటికి వెళ్ళింది" అని మూతి తిప్పుకుంది.

"నా ముఖం ఆయన ముఖం నేను చూసి విసుగొచ్చేస్తుంది. పిల్లాడేమో విదేశాలకు పోయి కూర్చున్నాడు మనవలతో ఆడుకునే అచ్చట ముచ్చట ఏమీ లేనే లేవు ఈ జీవితానికి. ఎన్నిసార్లు చెప్పానో రారా అంటూ వాడికి అమ్మ కన్నా డబ్బు ఎక్కువ అయిపోయింది. అది కూడా కాదు, వాడి పడుచు పెళ్ళాం రానివ్వడం లేదు. నాకు తెలుసు అది అలాగే చేస్తుంది. ముసలి వాళ్లు అయిపోయాము ఇవాళో, రేపో హరీ మంటే గుక్కెడు తులసినీళ్ళు కూడా పోసే నాధుడు లేని బతుకు అయిపోయింది. జీవితమంతా వాడి

చదువు సంధ్యల కోసమే కష్టపడ్డాం. తీరా రెక్కలు వచ్చాక అలసిపోయామంటూ నిట్టూర్చింది జానకమ్మ. ఇంతలో స్నేహితులతో మాటలు ముగించుకొని రామచంద్రయ్య వచ్చారు.

"ఏమోయ్! అబ్బాయి ఫోన్ చేశాడా, ఎలా ఉన్నాడట, ఆరోగ్యం జాగ్రత్తగా చూసు కుంటున్నాడా" అన్నాడు.

"నాకెందుకు చేస్తాడండి? వాడికి పెళ్ళాం పిల్లలు ముఖ్యం.ముసలి వాళ్ళు అయిన మనం ఉంటే ఎంత, పోతే ఎంత వాడికి. ఏమన్నా లెక్కా" అంటూ దండకం చదివేసింది.

"పిచ్చిదానా! ఎన్నిసార్లు చెప్పాను పిల్లల కోసం అలా ఆలోచించకు అని. వరండాలో వచ్చి కూర్చున్నాడు. ఇంతలో కాఫీ తీసుకొచ్చిన వీరయ్య "అయ్యగారూ, ఈరోజు దుబాయ్ నుండి నా కొడుకు వస్తున్నాడు నేను తరతర పోవాలయ్య" అని మెల్లగా చెప్పింది.

"మీ అమ్మగారితో చెప్పి వెళ్ళు" అన్నాడు.

అమ్మో ఇప్పటికే అయ్యగారు గుర్రుగా ఉన్నారు. ఇప్పుడు నేను సెలవు అంటే ఏమి అంటారు మీరు చెప్పండి" అని బేలగా అంది.

"సర్లే నేను చేసుకుంటాను వెళ్ళు"

అయ్యగారు అభయమిచ్చే సరికి ఆనందంగా వెళ్లి పోయింది. మూడు రోజుల తర్వాత వచ్చింది. అమ్మ గిన్నెలు తోమేనా"

"ఏమో ఇవాళ వస్తావో, రావోనని గిన్నెలు నేనే తోమేసా. అన్నం ఉంది పట్టుకెళ్ళిపో.

"సరే అమ్మ గదులు తుడిచేసి వెళ్తా"

"నీ కొడుకు వచ్చాడా దుబాయ్ నుంచి వచ్చాడంట, ఉన్నాడా వెళ్లిపోయాడా" అంది కనకమ్మ.

"వాళ్ళ బాసు నిలవనిస్తేగా వచ్చిన కాడ నుండి ఒకటే సెల్ఫోన్లు మాట్లాడుతూ ఉన్నాడు కొన్నాళ్ళు ఉండనిచ్చాడా తిననిచ్చాడా

అంతకి మావోడు బతిమాలుతున్నాడు వాళ్ళ బాస్ ని వింటేగా, మూడు రోజులు ఉన్నారంటే" బాధగా నిట్టూర్చింది.

"అంతేనే వీరమ్మ ఈ పిల్లలకి చాకిరి చేయడానికి మనం పనికొస్తాం అంతే అవసరం తీరాక వెళ్ళిపోతారు, నమ్మకూడదు పిల్లల్ని" జానకమ్మ అనగానే వీరయ్య "ఏందమ్మా అట్లా అంటారు నా బిడ్డ ఇక్కడ పూట గడవడానికి ఎంతో కష్టపడేవాడు. నేను పని చేసి ఆడిని పోషిస్తానంటే ఎంతో బాధపడేవాడు. ఈసారి వెళ్లేటప్పుడు కూడా వీసా వచ్చాక నన్ను తీసుక పోతానన్నాడు. పెరిగిన ఊరుని వదల్లేక పోతున్నాడు. అంతకన్నా ఇంకేటి కావాలి" అంటూ ఓ నవ్వి నవ్వి వెళ్ళిపోయింది.

ఫోన్ మోగింది. జానకమ్మ ఫోన్ ఎత్తి "హలో" అంది. అవతల నుంచి ఆమె కొడుకు "అమ్మా! ఎలా ఉన్నావ్. వేళకు తింటూ మందులు వేసుకుంటున్నారా నాకేమో ఖాళీ లేదాయే. ఏం చేయమంటావ్ మిమ్మల్ని రమ్మంటే మీరేమో రారు" అంటూ కొడుకు మాట్లాడుతున్నాడు.

"ఎలా ఉన్నావ్ నాన్న అంటూ ఆప్యాయంగా అడిగింది. బాగానే ఉన్నాను అమ్మ. ఈ వయసులో మీ దగ్గర లేకుండా ఇంత దూరం వచ్చినందుకు మనసుకు చాలా బాధగా ఉంది. తెలిసిందే కదా నా ఉద్యోగం క్షణం తీరిక ఉండడం లేదు. కొన్నాళ్లలో ఇండియాలో మా కంపెనీ స్టార్ట్ చేస్తారు. అందరం కలిసి ఉండొచ్చు. ఈ విషయం నాన్నకి చెప్పు" అంటూ ఫోన్ పెట్టేశాడు.

యధావిధిగా వాకింగ్ ముగించుకొని వీరమ్మ ఆన్ చేసిన గీజర్ స్విచ్, ఆఫ్ చేసుకుని స్నానం ముగించుకొని బాల్కనీలో కూర్చున్నాడు రామచంద్రయ్య.

మళ్ళీ అదే ప్రశ్న.

"ఏమోయ్ అబ్బాయి ఫోన్ చేశాడా" జానకమ్మ నవ్వుతూ "చేశాడండి. కొన్నాళ్లకు ఇండియాకి వస్తాడట. పోనీలే మంచి మాట చెప్పావు. వచ్చిన తర్వాత నువ్వు, నీ కొడుకు కలిసి ఉండండి. ఈ పోరు పడలేకపోతున్నా" అంటూ నవ్వుతూ చెప్పాడు.

"చాల్లేండి సంబరం. ఏదేమైనా మనం ఇక్కడే, వాడు ఉద్యోగం ఎక్కడ ఉంటే వాడు అక్కడే.

ఆశ్చర్యంగా "అదేమిటోయ్ పడుకుని పొద్దున్నే లేచిన దగ్గర నుండి నా ప్రాణం తీస్తావు. ఇండియా వస్తానంటే కలిసి ఉండాలి, ఏంటో ఈ మార్పు తెలుసుకోవచ్చా" అన్నది.

మార్పు లేదు, మంచినీళ్లు లేవు. ఈరోజు వీరమ్మ మాటలు విన్నాను. దానికి ఉన్నపాటి జ్ఞానం నాకు లేక పోయింది అనిపించింది.

కొడుకు దుబాయిలో ఉన్నా ఎంత సంతోషంగా ఉంటుంది. మరి నా కొడుకు కూడా విదేశాల్లో ఉంటే నేనెందుకు ఉండలేకపోతున్నాను. పాపం వాడి పుట్టినరోజు దగ్గర నుంచి కార్పొరేట్ స్కూళ్ళలో చదివింది.

మార్కులు రాకపోతే ట్యూషన్ లో పెట్టి చదువు చదువు ఫస్ట్ ర్యాంక్ అంటూ వాడిని కాల్చుకు తిన్నాను. పాపం ఎంత ఇష్టంగా అడిగాడు నేర్చుకుంటానని .మా అన్న కొడుకు విదేశాలకు వెళ్ళాడు.

వీడు వెళ్లకపోతే మా చుట్టాలు పరువు పోతుందని వీడి సుఖం ఆలోచించకుండా నా పోటీ స్వభావం కొద్దీ విదేశాలకు వెళ్లే వరకు నిద్రపోలేదు. ఇప్పుడు వాడి పెళ్లి పెళ్ళాం వచ్చిన తర్వాత అనుభవిస్తుంది అనుకుంటూ దానిని బడి ఏడ్చాను.

అదే నా కొడుకుని దూరం చేస్తుంది అనుకుంటూ అనవసర ఊహలు పెట్టుకొని వాళ్ళిద్దరి కి మనశ్శాంతి లేకుండా చేసి నా మనశ్శాంతిని పోగొట్టుకుంటున్నాను. ఇకపై అలా జరగనివ్వను. నా కొడుకు ఎక్కడున్నా వాడి పెళ్ళాం తో సుఖంగా ఉండాలి అని అనుకుంటాను.

నాకు ఇష్టమైనప్పుడు నా కొడుకు దగ్గరికి వెళ్తాను, వాడికి ఇష్టమైనప్పుడు వాడు నా దగ్గరకు వస్తాడు. అంతేగాని అధికారం చలాయించాలి అంటూ పిచ్చిపిచ్చి ఆలోచనలు అన్ని పెట్టుకొని వాడి మనసు పాడుచేసి నా మనసు పాడు చేసుకోను.

చిన్నతనం నుండి ఫారెన్ వెళ్లాలి అని నూరి పోసింది నేనే. తీరా అక్కడికి వెళ్ళాక వెంటనే వచ్చేయమని, వాడి భవిష్యత్తు ఏమౌతుందని ఏమాత్రం ఆలోచించకుండా ఇబ్బంది పెట్టాను.

ఈరోజు వాడు విదేశాల్లో మనల్ని విడిచి ఉండలేక ఎంత ఇబ్బంది పడుతున్నాడో ఫోన్లో అర్థమైంది. వాడికి నేను ఇబ్బంది పెట్టాను. ఇక పెట్టదల్చుకో లేదు.

ఇప్పటి నుంచైనా వాడి ఇష్టానికి వాడిని వదిలేస్తాను అంటూ లోపలికి వెళ్ళింది కాఫీ తీసుకురావడానికి.

వకరి కొకరు గా

పొన్నూరి భారతలక్ష్మి

ముంబై

Ph:9320036339

కొడుకు రమేష్ దగ్గరనుండి ఫోన్ వచ్చిన దగ్గర నుండీ మధన పడుతున్నారు అనసూయమ్మ .

కొడుకు కోడలు పట్నం లో ఉద్యోగాలు చేసు కుంటున్నారు . వాళ్లకు నాలుగేళ్ళ అభినవ్ వున్నాడు.

అనసూయమ్మ, రామయ్య ఇక్కడే పల్లెలో వ్యవసాయం చూసుకుంటూ ఉంటారు.బాగా పేరు డబ్బు ఉన్నకుటుంబమే

నిన్న కొడుకు ఫోన్ చేసి నేను విడాకులు తీసుకుంటున్నాను. మిగతా విషయాలు వచ్చి మాట్లాడతానని చెప్పి ఫోన్ పెట్టేశాడు . అప్పటినుండి అనసూయమ్మ గారికి కాలూ చెయ్యీ ఆడటం లేదు, భర్త రామయ్యకు చెబితే నీవే వెళ్లి ఏమి జరిగిందో కనుక్కొనిరా నాకు రావడం కుదరదు. ఇక్కడ పంట కోతలున్నాయని చెప్పి భార్యను రైలెక్కించారు.

అనసూయమ్మను కొడుకు కోడలు రేఖ మామూలుగానే ఆహ్వానించారు. సరేనమ్మా నేను ఆఫీసుకు వెళ్లివస్తాను, వచ్చాక మాట్లాడుకుందామని వెళ్ళిపోయాడు కొడుకు.

భోజనాలయ్యాక విషయమేమిటని రేఖని నిలదీసింది అనసూయమ్మ.

చూడండి అత్తయ్య,నేను మీ అబ్బాయితో కాపురం చెయ్యలేను. అభినవ్ చిన్నవాడని ఇన్నాళ్లూ నేను ఇంత పెద్ద చదువులు చదివినా ఉద్యగం చెయ్యాకుండా ఇంట్లోనే వున్నాను. బాబు పెద్దవాడ య్యాడని వక సంవత్సరం నుండి ఉద్యోగం చేస్తున్నాను కదా, ఇంట్లో అన్నిపనులూ మీ అబ్బాయి పనులూ పిల్లవాడిని స్కూల్లో దింపడం తీసుకు రావడం అన్నీ నేనే చెయ్యాలి. ఆయన వక్క పనికూడా ఏ చెయ్యరు ఇంటా బయటా అన్నీ నేనే చూసుకోవాలి. ఆఫీస్ అయ్యాక కూడా ఫ్రెండ్స్ తో పెత్త నాలు చేసి ఎప్పుడో వస్తారు. ఇక నావల్ల కాదత్తయ్యా నేను విడిపోదామని నిర్ణయించుకున్నాను, అని భోరుమంది రేఖ.

అంతా విని పకపకా నవ్వకుండా వుండలేక పోయింది అనసూయమ్మ రేఖకు కోపమొచ్చింది. నాసమస్య మీకు నవ్వులాటగా వుందా అని గయ్యిమన్నది రేఖ. చూడు రేఖా నేను కాపరాని కొచ్చినప్పుడు గంపెడు సంసారం అత్తగారింట. మరుదులు ఆడబిడ్డల పెళ్ళిళ్ళు, పురుళ్లు పుణ్యాలు అన్నీ వంటి చేతిమీద నడిపించు కొచ్చాను. నువ్వు ఈ మాత్రం దానికే విడాకు లంటున్నావా. భార్యాభర్తలు వకరినొకరు అర్ధంచేసుకుంటూ ఇది నాసంసారం అనే భావనతో ఉండాలి తల్లీ. నీవు చెప్పింది కూడా కరక్ట్ భార్య కష్టం సుఖం అర్ధం చేసుకోవాలి భర్త.

అసలు నాదికూడా తప్పేలే రేఖా. మొదటినుండీ మగపిల్ల వాడికి ఇంటిపనులెందుకని వాడికి ఏమీ పనులు చెప్పే దాన్నికాదు. ఆడపిల్ల అత్తవారింట్లో చెయ్యాలని కూతురికే పనులు నేర్పాను. నేనే కాదు చాలామంది నాలాగే మగపిల్లలకు ఇంటిపనులూ వంటపనులూ నేర్పరు.

నా తప్పు ఇప్పుడు తెలిసొస్తున్నది బయట ఉద్యోగం చేసే ఆడవాళ్లకు భర్తలు తప్పక పనిలో సాయం చెయ్యాలి. భార్యాభర్తలు వకరినొకరు అర్ధం చేసుకుంటూ సంసారాన్ని నడుపుకోవాలి. వకరికొకరుగా జీవించాలి.

కొడుకు వచ్చాక అన్నీ కొడుకుతో మాట్లాడి నచ్చచెప్పి,

రేఖకు సహాయం చేయమని, విడాకుల మాట మర్చిపోమని గట్టిగచెప్పి వెళ్ళిపోయింది అనసూయమ్మ.

నాకొడుక్కి నేను అన్నిపనులూ నేర్పించుతాను, భార్యను ఎలా చూసుకోవాలో చెబుతానని నిర్ణయించు కొన్నది రేఖ.

కష్టపడే మారాజులు

షేక్ అబ్దుల్ హకీం జాని,

తెనాలి

Ph:9949429827

"పది రూపాయలుంటే దానం చేయండి బాబయ్య" అంటూ చంకన పిల్లవాడిని వేసుకున్న ఒక మహిళ మురళీకాంత్ వెంట పడింది.

విదేశాలలో ఉద్యోగం చేస్తూ మూడేళ్ళ తరువాత చూడటానికి వచ్చిన తను ఆదర్శపురం రైల్వే స్టేషన్ నుండి బయటకు వస్తున్నాడు. రెండు చేతుల్లో చక్రాలపై నడిచే సూట్ కేస్ లు ఉన్నాయి. ఎంతో కష్టంమీద సూట్ కేసులను ప్రక్కన పెట్టి ఫోన్ మాట్లాడుతుంటే మరో బిచ్చగాడు వచ్చాడు.

వంకర చేయి కలిగిన బిచ్చగాడు 'అయ్యా! అవిటివాడిని బాబయ్య దయచూసి ధర్మం చేయండి' అంటూ మురళీకాంత్ కాళ్ళపై పడసాగాడు.

ఇద్దరికీ మురళీకాంత్ పది రూపాయల చొప్పున దానం చేసి ఫోన్ మాట్లాడ సాగాడు. ఫోన్ మాట్లాడటం పూర్తయినకాసేపటికి వెళటానికి ఏదైనా వాహనం దొరుకుతుందేమోనని చూడసాగాడు. ఇంతలో అనుకోని దృశ్యాలు మురళీకాంత్ కంటపడినాయి. అయిదు నిముషాల క్రితం వంకర చేయి చూపించి తన వద్ద పది రూపాయలు దానం పొందిన యువకుడు సమీపాన ఉన్న బడ్డీ దుకాణంలో సిగరెట్ కొనుక్కుని తాగడం మొదలు పెట్టాడు. అతనిది వంకర చేయి కాదు. మురళీకాంతుని మోసంచేసి పదిరూపాయల దానం పొందాడు. మరోవైపు చూస్తే పసికందును చూపించి

పరిరూపాయలు తీసుకున్న మహిళను మరొకరికి ఇస్తుండటం గమనించి ఆశ్చర్యపోయాడు.

ఇంతలో జ్ఞానానంద్ మాష్టారు ఆవైపుగా వెళుతూ మురళీకాంతను చూశారు.

'నాయనా మురళీకాంత్ ఇదేనా రావటం?' అంటూ కుశల ప్రశ్నలు వేశారు..

“అవును మాస్టారు. మూడేళ్ళ తరువాత విదేశాల నుండి వస్తున్నాను” అని మాట్లాడుతూనే ఆ బిచ్చగాళ్ళను చూడసాగాడు మురళీకాంత్.

ఇది గమనించిన మాస్టారు “నాయనా! వాళ్ళకు నువ్వేమైనా దానం చేశావా?” ప్రశ్నించారు జ్ఞానానంద్.

“అవును మాస్టారు! ఈ బిచ్చగాళ్ళు మోసగాళ్ళలా ఉన్నారే. లేని అవిటితనాన్ని చూపించి ఒకరు బిచ్చం ఎత్తుతుంటే, ముక్కు పచ్చలారని పాపను చూపించి మరోకామె బిచ్చమెత్తుతుంది. ఇది మోసం చేయడమే కదా మాస్టారు? శరీరంలో అన్ని అవయవాలు బాగుండి శారీరక శక్తి ఉన్న వారు సైతం కష్టపడి పనిచేయకుండా ఇలా మోసం చేస్తూ, భిక్షాటన చేసి, దేశానికి ఉపయోగపడకుండా సోమరితనంతో జీవనం సాగించడం సరైన పద్ధతి కాదుకదా?” అన్నాడు మురళీకాంత్.

జ్ఞానానంద్ మాస్టారు బదులిస్తూ, ఇవేం చూశావు నాయనా అవయవ లోపం ఉండి కాయకష్టం చేయలేని వాడు భిక్షాటన చేసి జీవిస్తున్నారంటే ఒక అర్థం ఉంది. అనేకమంది అనేక రకాలుగా మోసాలు చేసి బిక్షాటన చేస్తున్నారు. పాపను చూపించి భిక్షం అడిగి డబ్బులు తీసుకున్న మహిళకు పెళ్ళి కాలేదు. ఎవరి పాపనో అద్దెకు తెచ్చుకుని తన పాపలా చెప్పుకుంటూ రోజూ భిక్షాటన చేస్తుంది. కొందరైతే రైలు టిక్కెట్టుకు ఇరవై రూపాయలు తగ్గాయి అంటూ అబద్ధం చెబుతారు. పదిమంది దగ్గర తీసుకుంటే సునాయాసంగా రెండు వందల రూపాయలను నిముషాల్లో వసూలు చేసుకోవచ్చు. ఇంకొందరు ఇంట్లో అనారోగ్యంతో ఉన్న వృద్ధులు ఉన్నారు. వారికి మందులు కొనాలి అంటూ వందల్లో వసూలు చేస్తున్నారు” అన్నారు.

“ఇచ్చేవాళ్ళు ఎందుకు ఇస్తున్నారు?” అన్నాడు మురళీకాంత్.

మనం డబ్బులు ఇచ్చే వరకు మన పని మనల్ని చేసుకోనివ్వరు. పైగా మనది కర్మభూమి కదా? మనంచేసిన పాపాలు పోవాలంటే ఇలా చేయాలని అందరూ గుడ్డిగా నమ్ముతారు. కొందరైతే తామే దానకర్ణుల్లా బిల్డప్ ఇస్తుంటారు" అన్నారు మాస్టారు.

'ఇది చాలా అన్యాయం మాస్టారు. దేశానికి ఉపయోగపడవలసిన యువశక్తి ఇలా నిర్వీర్యం కావటం క్షమించరాని నేరం' అన్నాడు మురళీకాంత్.

"మీ నాన్న ఒక చైర్మెనే కదా? ఏదో ఒకటి చేసి అడుగడుగునా ఉన్న ఈ బిచ్చగాళ్ల వ్యవస్థను ప్రక్షాళన చేసే ప్రయత్నం చేస్తే బాగుంటుంది" అన్నారు మాస్టారు.

"తప్పకుండా చేస్తాను" అన్నాడు మురళీకాంత్.

ఇంతలో ఇంటి నుండి కారు వచ్చింది. మురళీకాంత్ ఇంటికి చేరాడు. ఆరోజు విశ్రాంతి తీసుకున్నాడు. రెండు రోజులు పట్టణంలో తిరిగి అనేక విషయాలు తెలుసుకున్నాడు. తరువాత ఓరోజు సాయంత్రం తండ్రి సర్వోత్తమరావుతో కులాసాగా మాట్లాడసాగాడు. ఇంతలో మాటల మధ్య తమ పట్టణంలోని బిచ్చగాళ్ళ విషయం చర్చకు వచ్చింది.

'మన ఊళ్ళో మోసాలు చేస్తూ అనేకమంది బిక్షాటన చేస్తున్నారు. ఇటువంటి వారిని అదుపు చేయవలసిన అవసరం ఉంది' అన్నాడు మురళీకాంత్.

'సవాలక్ష సమస్యలతో నేను సతమతమౌతున్నాను. ఇటువంటి చిన్నా చితకా సమస్యల గురించి అలోచించే తీరిక, ఓపిక ఎక్కడుంది. బాబు" అన్నాడు తండ్రి సర్వోత్తమరావు.

'ఇది చిన్న సమస్య కాదు నాన్నా! మనదేశానికి సంబంధించిన సమస్య" అన్నాడు కుమారుడు.

"దేశానికి సంబంధించిన సమస్య ఎలా అవుతుంది? ఆశ్చర్యంగా అడిగాడు సర్వోత్తమరావు.

"నేను నిన్న పట్నమంతా తిరిగి ఈ బిచ్చగాళ్ళని గురించి ఆరా తీశాను. వీరిలో అధికశాతం యువకులు ఉన్నారు. వీరంతా ఏ పనీ చేయకుండా సోమరిపోతుల్లా తయారై

లేని అంగవైకల్యాన్ని చూపించి, ఏదో ఒక కారణం చూపించి అందరినీ మోసగిస్తూ భిక్షాటన చేస్తూ అధికమొత్తంలో డబ్బును ప్రజల వద్ద గుంజి విలాసవంతంగా జీవిస్తున్నారు. నేను నిన్న అంగవైకల్యం ఉన్నట్లు నటిస్తూ బిక్షాటన చేశాను .నాలుగు గంటల్లో నాలుగు వందలు బిచ్చం రూపంలో వచ్చాయి. ఆశ్చర్యం కలిగి,బిచ్చగాళ్ళ ఇళ్ళ చిరునామాలు తెలుసుకుని వారి గురించి వాకబు చేశాను. ఇలా మోసం చేసి సంపాదించిన డబ్బుతో ఇళ్ళు నిర్మించుకుని అద్దెలు వసూలు చేస్తూ ఆదాయాన్ని ఆర్జిస్తున్నారు. కొంతమంది యువకులు వృద్ధులైన తమ తల్లిదండ్రులను భిక్షాటనకు పంపించి, వారు మాత్రం హాయిగా ఏ.సి. గదుల్లో కులాసాగా సేదతీరుతున్నారు. మరి కొంతమంది తల్లిదండ్రులు తమ బిడ్డలకు మతం పేరుతో ఏదో ఒక మాల వేసి, దేవుడి ఫోటో వారి చేతిలో పెట్టి బిచ్చగాళ్ళుగా తయారు చేస్తున్నారు. భావిభారత పౌరుల కావలసిన ఆ చిన్నారుల బ్రతుకును బుగ్గిపాలు చేస్తున్నారు" అన్నాడు మురళీకాంత్.

"దాని వల్ల మనకొచ్చిన నష్టం ఏమిటి బాబు?" అన్నాడు సర్వోత్తమరావు.

'మనదేశంలో యువశక్తి చాలా ఎక్కువగా ఉంది. ఒక్క మన ఊరిలోనే ఇంత యువశక్తి వృధా అవుతుంటే దేశంలో ఎంతమంది నిరక్షరాస్యులైన యువకులు మారిపోయి ఎంతమంది దేశానికి రాకుండా పోతున్నారో ఆలోచించండి. వీళ్ళంతా ఏదో ఒక పని చేసుకుని జీవించడం వల్ల దేశానికి ఉపయోగపడతారు. అప్పుడు దేశం అభివృద్ధి పథంలో నడుస్తుంది అన్నాడు మురళీకాంత్.

"మనం ఏం చేస్తే బాగుంటుందో నువ్వేచెప్పు నాయనా" అన్నాడు తండ్రి సర్వోత్తమరావు.

"అన్నీ అవయవాలు బాగుండి బిక్షాటన చేస్తున్న వారందరినీ కనిపెట్టి మనమే ఏదో ఒక పని కల్పిద్దాం. కష్టపడి బ్రతకడంలో ఉన్న తృప్తిని వారికి రుచి చూపిద్దాం. ఇలా మనం బతకడం గొప్ప విషయం కాదు కుక్కలు కూడా స్వేచ్చగా వాటి బ్రతుకు అవి జీవిస్తాయి. మానవత్వం ఉన్న మనుషులుగా మనం బ్రతుకుతూ, మరొకరు బ్రతకడానికి మార్గ సుగమం చేసే వాలు ప్రతి ఒక్కరికి నేర్పాలి" అన్నాడు మురళీకాంత్.

"బిక్షాటన మానితే వారు జీవించడం ఎలా?" ప్రశ్నించాడు సర్వోత్తమరావు.

"మనం వారికి జీవనోపాధి కల్పిద్దాం. యువకులు తోపుడు బండ్లపై పండ్లు, కూరగాయలు అమ్ముకునే ఏర్పాటు చేద్దాము. మహిళలకు కుట్టుమిషన్ నేర్పిద్దాం. జీవనోపాధి కల్పిద్దాం. అంగవైకల్యం కలిగివున్న దివ్యాంగులకు టెలిఫోన్తో పాటు కార్యాలయాలలో ఒకచోటు కూర్చుని చేసే ఉద్యోగం కల్పిద్దాం. వారంతా దేశానికి ఉపయోగపడటమే కాక సోమరితనాన్ని వీడి ఆత్మగౌవరంతో బ్రతుకుతారు" అన్నాడు మురళీకాంత్.

"ఆలోచన భేషుగ్గా ఉంది. వెంటనే అమలు చేద్దాము" అన్నాడు తండ్రి సర్వోత్తమరావు. వెంటనే మురళీకాంత్ రంగంలోకి దిగారు. బిచ్చగాళ్ళందరినీ కనిపెట్టి ఒకచోట సమావేశ పరచాడు.

"మిత్రులారా! మీరంతా మోసం చేసి బిక్షాటన చేయడం సమంజసం కాదు, కష్టపడి బ్రతకడం నేర్చుకోండి" అన్నాడు మురళీకాంత్. ఈ ప్రతిపాదనను తొలుత కొందరు బిచ్చగాళ్ళు అంగీకరించలేదు.

"కడుపులో సల్ల కదలకుండా ఒకచోట కూర్చుని మారాజుల్లా బ్రతుకుతున్నాము. ఈ కాయకష్టం చేయడం మాకు చేతకాదు. అయినా కష్టపడి బ్రతకడానికి మాకు పని ఎవరు ఇస్తారు బాబయ్య" ఉన్నాడు ఒక బిచ్చగాడు.

"మీరంతా బిక్షాటన చేయకుండా కష్టపడి పనిచేయడం వల్ల దేశానికి ఉపయోగ పడతారు. దేశ భవితకు ఉపయోగపడ వలసిన యువశక్తి నిర్వీర్యం కాకూడదనేది నా ఆలోచన. మీరు బ్రతుకుతూ పదిమంది బతికేందుకు మార్గం సుగమం చేయండి. మానవ జీవితానికి సార్ధకత ఏర్పడుతుంది. ఇలా అడుక్కుతినే మారాజులా కాకుండా కష్టపడి పనిచేసే మారాజుల్లా బ్రతికితే గౌరవంగా ఉంటుంది. మా నాన్న ఈ పురపాలక సంఘానికి చైర్మన్. ఆయన సహాయ సహకారాలతో మీరు పలు వృత్తుల్లో జీవించే ఏర్పాటు చేస్తాను. మీరు బిక్షాటన మానివేస్తారా?" ప్రశ్నించాడు మురళీకాంత్.

"మీరు పని కల్పిస్తామంటే మాకు అడుక్కు తినే ఈ దరిద్రపు బ్రతుకెందుకు బాబు, తప్పకుండా కష్టపడి జీవనం సాగిస్తాము" అని వాగ్దానం చేశారు బిచ్చగాళ్ళు.

వెంటనే మురళీకాంత్ తన బృందంతో రంగంలోకి దిగి బిచ్చగాళ్ళకు జీవనోపాధి లభించేలా, పలు వృత్తుల్లో వారు స్థిరపడేలా చర్యలు తీసుకున్నాడు. కొంతమంది బిచ్చగాళ్ళు ఇన్ని రోజులూ ఏ పనీ చేయకుండా సోమరితనానికి అలవాటు పడ్డారు.

వారిని గుర్తించి వారు కోరుకున్న వృత్తుల్లో చక్కటి శిక్షణనిప్పించి జీవితంలో స్థిరపడేలా చేశారు. బిక్షాటన చేస్తున్న పిల్లలను గుర్తించి వారిని వసతి గృహాలలో ఉంచి పాఠశాలల్లో చేర్పించి విద్యాబుద్ధులు నేర్చుకునే అవకాశం కల్పించాడు.

బాలబాలికలు భావిభారత ఉత్తమ పౌరులుగా ఎదగడానికి మార్గం సుగమమైంది. ఈ విధంగా కష్టపడటంలో ఉన్న తీయదనాన్ని మురళీకాంత్ సోమరులకు నేర్పించాడు.

బిచ్చమెత్తుతూ మారాజుల్లా బ్రతుకుతున్నామనే అపోహను వారి నుండి తొలగించి గౌరవప్రదంగా కష్టపడి మారాజుల్లా జీవించే విధానాన్ని అందరికి నేర్పించాడు. ఇలా అనేకమంది శారీరక శక్తి ఉన్నవారు పలు రంగాలలో స్థిరపడ్డారు.

ఈ వార్త మీడియా, సామాజిక మాధ్యమాల ద్వారా దేశమంతా పాకింది. వెంటనే ప్రభుత్వం స్పందించింది. భారతదేశంలో 60 శాతానికి పైగా యువశక్తి ఉంది. సరైన ఉద్యోగాలు లేక కొందరు యువత అడ్డదారులు తొక్కుతూ ఎన్నుకున్న మార్గంలో బిక్షాటన ఒకటి అని గ్రహించారు. ప్రతి ఒక్కరూ వైట్ కాలర్ ఉద్యోగాలు కావాలంటే ఎలా దొరుకుతాయి? కష్టేఫలి అన్నారు పెద్దలు. చేసే వృత్తిని దైవంగా భావించి, దొరికిన వృత్తిలో కష్టపడి మారాజులా బ్రతకాలి తప్ప బిచ్చమెత్తి మారాజుల్లా బ్రతకాలనే అపోహను తొలగించి చైతన్యం కలిగించారు.

అనతికాలంలోనే చాలామంది పలు వృత్తులో స్థిరపడి అడుక్కుతినే రాజుల్లా కాకుండా ఆత్మవిశ్వాసంతో ఆత్మగౌరావాన్ని కాపాడుకుంటూ, కష్టపడి మారాజుల్లా

జీవనం సాగిస్తూ దేశశ్రేయస్సుకు తమ శక్తిని అంకితం చేశారు. దేశానికి మార్గదర్శకమైన ఆదర్శపురానికి ప్రభుత్వం ఉత్తమ పురపాలక సంఘం పురస్కారాన్ని అందించింది.

జనతా పత్రిక

వి. విజయశ్రీ దుర్గ

విజయవాడ,

Ph:9030225437

సాధారణ జీవితం జీవిస్తూ ఒక సైకిల్ పై తిరిగి చిన్న ఉద్యోగం చేస్తూ ఒక చిన్న ఆలోచనచేసిఈ జనతాపత్రిక ప్రారంభించాను. ఎంతో పేరు తెచ్చుకున్న పత్రిక రా అది. నా కన్న బిడ్డ వలె పెంచుకొచ్చానురా.... జనతా పత్రిక ను అమ్మేద్దాము అంటావు ఏమిటి అంటు ఆవేదనగా అన్నారు కొడుకు ధనుంజయ్ తోటి జనతా పత్రిక అధినేత భాస్కరం గారు.

పత్రికా కార్యాలయములో కూర్చుని అయోమయముగా అనిశ్చితిస్థితిలో కూర్చుని ఏమి చెయ్యాలో తోచక చూస్తున్నారు. ధనుంజయ్, ఎంతోమందికి జీవనోపాధి ఈ పత్రిక తెలుసుకోమన్నారు భాస్కరంగారు కొడుకుతో గద్గదస్వరములో. ఆ మధ్య విపత్తు వలన వచ్చిన నష్టాన్ని పూడ్చటం ఎంతో కష్టము నాన్నా..... అందుకని అమ్మేద్దాము అంటున్నాను అన్నాడు ధనుంజయ్.

“జనతా పత్రిక ఎడిటర్ గా తండ్రికి చేదోడువాదోడుగా ఉంటూన్నారు ధనుంజయ్.

గత పదిఏళ్ళ నుండి చరిత్ర తెలిసిన వారెప్పుడు అమ్మనివ్వరు . ధనుంజయ్ మనకి తప్పకుండా మంచిరోజులు వస్తాయి. మంచి భవిత ఉంది. భవితకు పునాది చరిత్రనే కదా.

కొంతకాలం నష్టము ఉంటుంది తప్పదు,సంయమనం పాటిద్దాము. స్థితప్రజ్ఞత పెంచుకో ధనుంజయ్ అంటు తండ్రి భాస్కరం గారు అంటుంటే ఎంతో అసహనం చూపించాడు ధనుంజయ్. నిజం చెప్పాలి అంటే దేశమంతా ప్రసిద్ధి చెందిన దినపత్రిక జనతాపత్రిక. రెండు ఏళ్ళనుండి కష్టముగా ఉంది పత్రిక నడపటం. ప్రకృతి చేసిన విలయతాండవం విపత్తు వలన నష్టములో ఉందిప్పుడు.పత్రిక ఎడిటర్ ధనుంజయ్ కి నెలనెలా పత్రిక సిబ్బందికి జీతాలు ఇవ్వటం కూడా కష్టం అయింది. అప్పులు పెరిగిపోతూ వడ్డీలు కట్టుకోలేక మరొకపక్క తండ్రి మాటలు నచ్చక ఒకపక్క తల పట్టుడు కూర్చున్నారు .పత్రిక ఎడిటర్ ధనుంజయ్ అలాగే ఇతర సిబ్బంది ఆ రోజు ఆఫీస్ లోఅంతా గ్రహణం పట్టినట్టు ఉంది. ఆయనకు ఆ స్థితిలో చీకట్లు అలుముకుని నిరాశానిస్పృహలు చుట్టుముట్టిఉన్నాయి ఆ పత్రికకు అనిపించింది అందరికి ఆ సాయంత్రం.

పదిరోజుల తరువాత ఒక మహిళా రచయిత హేమ గారు బెంగుళూరు నుండి వచ్చింది, ఆ పత్రిక కార్యాలయానికి ధనుంజయ్ గారిని కలవటానికి వచ్చింది. కొన్ని రచనలు, కొన్ని సీరియల్స్, డైలీ సీరియల్, అలాగే ఆరోగ్యము గురించి కొన్ని చిట్కాలు, అలాగే హాస్య కథలు, డిటెక్టివ్ సీరియల్ మరి కొన్ని వ్రాసినవి తెచ్చి ఇచ్చింది ధనుంజయ్ గారికి.

పత్రిక ఎడిటర్ గా మీరు చదివి నచ్చితే వెయ్యండి అంటు వారు వ్రాసినవి ఇచ్చి, కొన్ని సూచనలు చెప్పింది. దిన పత్రిక ధర తగ్గిస్తే బెంగళూరు నుండి అనేక మంది చందాదారులను పెంచుతానని,ముంబై కలకత్తా నుండి కూడా ప్రయత్నిస్తామని, తనకు మంచి పరిచయాలు ఉన్నాయని ధైర్యం చెప్పింది ధనుంజయ్ కి.

చక్కని రచనలు హేమగారివి ప్రచురణ చేద్దాము, ప్రక్క రాష్ట్రాలు నుండి పాఠకులు తెచ్చుకుందాము అంటూ,

సతికిలపడ్డ పత్రికకు మరికొన్ని మెరుగులు దిద్ది ప్రచురిద్దాము అంటూ, సంపాదక వర్గముకు వారాంతపు సమావేశములో సూచనలిస్తూ,సంపాద కవర్గం నుండి

సలహాలు తీసుకుంటూ జనతాదినపత్రిక మార్పులు చేసి ప్రచురణ చేశారు పత్రిక ఎడిటర్ ధనుంజయ్. నెమ్మదిగా పూర్వస్థితి పుంజుకుంది. రచయిత హేమగారు ఎంతోమంది పాఠకుల జనతాపత్రికా చదివేటట్టు కృషిచేసారు. పత్రికకు మరింత పేరుప్రతిష్ఠలు వచ్చాయి దేశమంతటా. ఒక ఓటమి మరో గెలుపుకు నాంది అన్నట్టు, బీటలువారిన భూమి పండించక మానదు, ఎండిన కొమ్మ చిగురించక మానదన్న రీతిలో సరికొత్త వెలుగులు సంతరించుకున్న జనతా పత్రిక మళ్ళీ పూర్వస్థితికి పుంజుకుంది. ఎంతో సంతోషపడ్డారు భాస్కరం గారు. కొడుకు పడుతున్న కష్టాన్ని చుసి అచేతనంగా ఆగని కన్నీరుని తుడుచుకుంటూ భాస్కరం గారు కొడుకుని ఆత్మీయ ఆలింగనం చేసుకున్నారు.

సిబ్బంది అందరికీ దీపావళి పండుగ సందర్భంగా టపాకాయలు బోనస్ ఇచ్చారు జీతాలతో పాటు. అందరు సంతోషముగా ఉండటం చూసి ఎంతో సంతోషపడ్డారు జనతా పత్రిక అధినేత భాస్కరం గారు.

తన దాకా వస్తే

బట్టు శ్రీధర్ రాజు

నిజామాబాద్,

Ph:9849102599

"బాబూ! ధర్మం చేయండి! అమ్మా! ఓ పావలా వేయండి!" లయగా పాడుతూ అడుక్కుంటున్నాడు ఓ వ్యక్తి.

"సాయి రామయ్య" విసుక్కున్నాడతను.

"ఏంటి సార్! కుక్క పిల్లను చూస్తే రొట్టెముక్క వేస్తారు. అలాంటిది మనిషి మీద మనిషికి అభిమానం లేకపోతే ఎలా సార్" దీనంగా అన్నాడు.

"ఏంట్రా? అడుక్కునే వాడికే ఇంత పొగరా!"

"కాస్త మాలాంటి వారిపై దయ చూపండి సార్ "

"నాకే నీతులు చెబుతున్నావ్? చూస్తే బానే ఉన్నావు. ఏదైనా పని చేసే బ్రతకచ్చుగా?!"

"మా నాన్న చిన్నతనానే పోయాడు సార్. మా అమ్మ అవిటిది. చదువుకునే చెల్లీ, తమ్ముడు ఉన్నారు. నేను సంపాదిస్తే గానీ ఇల్లు గడవదు. తిరిగీ తిరిగీ ఏమీ దొరక్క ఈ వృత్తిలోకి దిగాను" ముష్టి వాడి దీనగాధ అతన్ని కదిల్చివేసింది.

దేశంలో ఎంతోమంది అట్టడుగు స్థాయిన బతుకుతున్నారు. వారిని పట్టించుకొనే నాధులే లేరు. ఆ జీవితాలు ఇలా సాగాల్సిందేనా!

ముష్టివాడికి రూపాయి ఇచ్చి పంపివేసాడతను.

పేరు గోపి. డిగ్రీ పట్టా పుచ్చుకొన్న విద్యార్థి. తండ్రి వ్యవసాయ కూలి. మధ్య తరగతి కుటుంబీకుడు. పేదరికం వెన్నంటే ఉన్నా వ్యక్తిగత శ్రద్ధపై పట్టణానికి వచ్చి డిగ్రీ పూర్తి చేశాడు.

ఎర్రని సూర్యకిరణాలు చుర్రున తాకగానే లేచి కూర్చున్నాడు గోపి పిచ్చుకగూడు లాంటి గదని శుభ్రం చేసాడు. స్నానపానాదులు కానిచ్చి ఇరవై మూడవ ఇంటర్వ్యూకు వెళ్ళడానికి సిద్ధమయ్యాడు.

"పోస్ట్!" కేక విని బయటకొచ్చాడు.

ఇంటి నుండి ఉత్తరం. అమ్మకు అనారోగ్యమని, నిన్ను చూడాలంటోందని తండ్రి వ్రాసాడు. వెంటనే ప్రయాణానికి రెడీ అయ్యాడు. ఓ జత బట్టలతో బస్టాండు వైపు బయల్దేరాడు. అప్పుడు గుర్తుగొచ్చింది, చేతిలో చిల్లిగవ్వ లేదని. పక్కనే పరిచయస్తునిలా ఉంటే "నమస్కారం సార్. ఓ ఐదు రూపాయలు అప్పిస్తారా! అమ్మకు అనారోగ్యమట. ఇంటి కెళ్ళాలి. చేతిలో డబ్బుల్లేవు" మెల్లగా అడిగాడు.

పక్కనే ఉన్న మరో వ్యక్తి "ఏమయ్యా! చదువుకొన్న వాడిలా ఉన్నావు. పూర్తి ఆరోగ్యంగా కనిపిస్తున్నావ్! అడుక్కోవడానికి సిగ్గనిపించడం లేదా! పో, పోవయ్యా ఏదైనా పని చేసుకోపో". కఠినంగా అన్నాడు. గతం గుర్తుకొచ్చింది గోపికి.

కళ్ళల్లోగిర్రున నీళ్ళు తిరిగాయి. వెనక నుండి భుజంపై చేయి పడగానే తిరిగి చూసాడు. డిగ్రీ క్లాస్మేట్, "ఎక్కడికిరా ? ప్రయాణమయ్యావ్ !"ఆప్యాయంగా అడిగాడు.

"ఇంటికేరా! అమ్మకు అనారోగ్యమట! మామూలు గానే ఉన్నట్టు నటిస్తూ చెప్పాడు.

"బస్సుంది కదరా, ఇక్కడే నిబడ్డావేం? వెళ్ళు" ప్రోత్సాహకరంగా అన్నాడు. సమాధానమేమియ్యాలో గోపికి తట్టలేదు.

"ఇంత క్రితమే నా పర్సు ఎవరో కొట్టేసార్రా, అదే వెతుకుతున్నా"

"ఎందుకురా, నా వద్దే అబద్దాలా, నీ పరిస్థితి నాకు తెలీదా. ఇంటర్వ్యూలకు అప్లయి చేయడానికే డబ్బు అప్పుగా తీసుకుంటావ్. ఇప్పుడు నీ పరిస్థితి అర్థం చేసుకోలేనా, ఇంద ఉంచు" అంటూ ఇరవై నోటు జేబులో పెట్టాడు. బస్సు నెమ్మదిగా కదుల్తుంటే పరిగెత్తుకెళ్ళి ఎక్కాడు. కళ్ళు వర్షిస్తుంటే స్నేహితుని వైపు చేయి ఊపుతూ అలా సాగిపోయాడు.

నందనవనం

సింహాద్రి వాణి

విజయవాడ

Ph:7569820872

ప్రసవించి మూడు నెలలైన కూతురుని అత్తవారింటికి పంపేందుకు అన్ని ఏర్పాట్లు చేసింది విజయ. ఆమె భర్త వచ్చాడు తీసుకువెళ్లేందుకు. రేపే ప్రయాణం. పాప నిద్రపోతోంది. భోజనాలయ్యాక మెల్లగా అమ్మ ప్రక్కన చేరింది శుభ.

“అమ్మా, పిలిచింది మెల్లగా.ఏమిటన్నట్లు చూసింది విజయ. అన్నయ్య లిద్దరూ జాబ్ చేసుకుంటూ వేరే చోట వున్నారు. నేను వెళ్ళాక నాన్న వచ్చేవరకు నువ్వు ఒక్కదానివే కదమ్మా ఇంట్లో వుండేది! నీకు తోడుగా పాపని వుంచుకో, నీకు మంచి కాలక్షేపమౌతుంది. నేను ఉద్యోగానికి వెళ్తానమ్మా, నన్ను బాగా చదివించారు కదా! సార్థకం చేసుకుందామని. మీ అల్లుడు గారు కూడా ఒప్పుకున్నారమ్మా” అన్నది శుభ.

సూటిగా శుభ కళ్ళలోకి చూసింది విజయ. అమ్మ కళ్ళనుంచి ప్రవహించే బలమైన శక్తిని తట్టుకోలేక ఆమె కళ్ళు వాలిపోయాయి. అమ్మ ప్రేమ, ఆ ప్రేమలోని గొప్పదనం రామబాణంలా ఆ గుండె నుండి దూసుకొచ్చి ఈ గుండెను తాకింది చాలా బలంగా.

అమ్మ ప్రేమ గురించి పసితనంలో తెలియక పోయినా, పెరిగేకొద్దీ బాగా అర్థమయింది శుభకి.

"చూడమ్మా, నీ పిల్ల పెంపకం నాకేం భారం కాదు. నువ్వన్నట్లు నాకు మంచి కాలక్షేపమే. కానీ, పసిబిడ్డ తల్లిగా ఇప్పుడు నీ బాధ్యత ఉద్యోగం చెయ్యడం కాదు. ప్రేమగా బిడ్డను పెంచు కోవడం."

మూడు నెలల పసిగుడ్డును అమ్మ పాలకు, మురిపాలు దూరం చేస్తావా? ఇప్పుడు నీకు ఉద్యోగం చెయ్యవలసిన అవసరం లేదుకదా! అల్లుడు గారికి మంచి సంపాదన వుంది. అయినా, మనిషికి డబ్బొక్కటే ప్రధానం కాదమ్మా, అంతకంటే విలువైన వెన్నో గొప్ప బాధ్యతలు, బంధాలు, మానవత్వ విలువలు వున్నాయి. డబ్బుకోసం, డబ్బు సంపాదన కోసం వాటిని వదులుకోకూడదు కదా!

"ఇప్పుడు నీకింతగా నేను చెప్పవలసి వచ్చిందంటే నాకు అనుమానం వస్తోంది. మీ ముగ్గురినీ నేను సరిగా పెంచలేక పోయానేమోనని. అమ్మ ప్రేమను గొప్పగా అందించలేక పోయా నేమోనని"

"చాలీచాలని ఆదాయమైతే పసి పిల్లల్ని వేరేవాళ్ళమీద వదిలి వెళ్ళడం తప్పనిసరి. అంతగా నువ్వు వుద్యోగం చెయ్యాలనుకుంటే పిల్లను స్కూలుకు పంపిన తర్వాత చెయ్యి. ఆమె వచ్చేలోపు నువ్వు ఇంటికి వచ్చేలా ఏర్పాటు చేసుకో"

"విజ్ఞానం పెరిగేందుకు, మానసిక వికాసం కలిగేందుకు విద్య తప్పనిసరి. వున్నత విద్యను అభ్యసించి కూడా విలువలను విస్మరించడం అమానుషం. విద్యా ప్రమాణాలు ఆకాశాన్ని తాకుతున్నా, మానవతా విలువలు పాతాళానికి చేరుతున్నాయి. వాటిని పునర్నిర్మించడం అందరి బాధ్యత." అంటూ కూతురికి చెప్తూనే లేచి గబగబా తన బెడ్రూమ్ లోకి వెళ్ళి, తన బీరువాలో దాచిపెట్టిన సర్టిఫికెట్లు తీసుకొని బయటకు వచ్చింది.

ఇంతవరకూ పెళ్ళైన తర్వాత వాటిని బయటకు తీయ వలసిన అవసరం రాలేదు విజయకు. ఇప్పుడు తీయక తప్పలేదు. ఇప్పుడు తీసింది కూడా తన చదువును చాటుకునేందుకు కాదు, అమ్మ చెప్పేది కూతురు అర్థం చేసు కుంటుందని.

తన చేతిలో వున్న వాటిలో నుంచి ఒక సర్టిఫికెట్ బయటకు తీసి కూతురి చేతిలో పెట్టింది. ఆ సర్టిఫికెట్ చూసి ఆశ్చర్యపోయింది శుభ. అమ్మ అంత చదువుకున్నందుకు

కాదు, అంత చదువుకునీ ముగ్గురు పిల్లలకు అమ్మయి నందుకు. ఆమె కొంత చదువుకొని వుంటుందని అనుకున్నారు పిల్లలు. ఎందుకంటే ముగ్గురినీ స్కూలైపోయాక ఆమే పదవ తరగతి వరకు చదివించుకొంది ఇంటి దగ్గరే. ఆ ముగ్గురు పిల్లలూ మంచి క్రమశిక్షణతో పెరిగి ఉన్నత విద్యల నభ్యసించారు. వాళ్ళలో చిన్నది శుభ ఎమ్.టెక్. పెద్దవాడు రవీంద్ర. ఎమ్.టెక్ పాసై దేశరాజధాని లో స్వంతంగా కంపెనీ పెట్టుకున్నాడు. చిన్నవాడు కిరణ్ హృద్రోగ నిపుణుడు. హైదరాబాద్ లో ప్రాక్టీస్ పెట్టుకున్నాడు.

శుభ చూసిన సర్టిఫికెట్ లో ఏమున్నదంటే "విజయ ఎమ్.టెక్." అని.

" అమ్మా, నువ్వు నిజమైన అమ్మవి. మాకోసమే దివినుండి భువికి దిగివచ్చిన దేవతవి. మమ్మల్ని ఎంతో జాగ్రత్తగా ఏలోటూ రాకుండా పెంచిన అమ్మవి." అంటూ వంగి ఆమె పాదాలకు నమస్కరించింది.

ఎంతో ఆప్యాయంగా కూతుర్ని పట్టుకొని పైకి లేవదీసింది విజయ.

సంస్కారవంతమైన తల్లి పెంపకంలో పెరిగిన కూతురి సంస్కారం అది. తల్లి పెంపకంలోనే పిల్లలు మానసిక వికాసం, భవిష్యత్తు ఆధారపడి వుంటాయి. మరుసటి రోజు పాపను తీసుకొని భర్తవెంట వెళ్ళింది శుభ.

రాఘవేంద్రరావు, లలిత దంపతులకు ఇద్దరు ఆడపిల్లలు. దంపతులిద్దరూ ప్రభుత్వ ఉపాధ్యాయులే. వాళ్ళది అను కూలమైన దాంపత్యం. చక్కని క్రమ శిక్షణతో పెరిగారు పిల్లలిద్దరూ.

పెద్దది విజయ ఎమ్.టెక్. చిన్నది వినయ డాక్టర్.

విజయ బెంగుళూరులో నాలుగు సంవత్సరాలనుంచీ ఉద్యోగం చేస్తోంది. పెద్దమొత్తంలో జీతం.

బి.టెక్. చదివిన తర్వాత వివాహ ప్రయత్నాలు చేశారు తల్లిదండ్రులు. ఎన్నో సంబంధాలు వచ్చాయి. వివాహానికి ఒప్పుకోలేదు విజయ. పట్టుపట్టి ఎం.టెక్. చదివి, ఉద్యోగం చేస్తోంది.

సంక్రాంతి పండుగకు ఇంటికి వచ్చిన విజయను ఒక సంభాషణ ఆకర్షించింది. మానవత్వం పొంగింది. మెదడు తీక్షణంగా ఆలోచించడం మొదలు పెట్టింది.

"ఆ పాత్రలో నేను ఒదిగిపోతే! మళ్ళీ ఆలోచించింది. శ్రమ కదా!" అనుకొంది.

"చదువుకున్నాను. ఉద్యోగం చెయ్యాలనుకున్నాను. ఆ కోరికా తీరింది. ఇంకేముంది, పెళ్ళిచేసుకోవడం పిల్లల్ని కనడం, అది మామూలే. అందరూ చేసేదే. కానీ, నేనాలోచించేది చేస్తే నా జన్మకు ప్రత్యేకత, ఓ సార్థకత కూడా లభిస్తాయి. తాను చేయదలచుకొన్నది ప్రత్యేకత కోసమూ ప్రశంసల కోసమూ కాదు, మానవతా దృక్పథంతో " అనుకున్నది మళ్ళీ.

"నాలో అంత ఓర్పూ, నేర్పూ వున్నాయా? ఆ పాత్రను నేను సక్రమంగా నిర్వర్తించలేకపోతే నా ఆలోచన, నా ఆశయం అన్నీ వృధా అవుతాయి. పైగా మోయలేనంత అపవాదు నెత్తిన వేసుకోవాలి" అనుకుంది.

"అసలే నా పేరు విజయ. విజయాన్ని సాధించడమే నా లక్ష్యం. నా లక్షణం." అని అనుకొని ఆ బాటలో ప్రయాణించేందుకే నిర్ణయించుకొంది మనఃస్ఫూర్తిగా.

నిర్ణయం తీసుకున్నాక ఆమె మనసు ప్రశాంతంగా వుంది. బెడ్రూంలోంచి హాలులో వున్న అమ్మ దగ్గర కొచ్చి "ఎవరో మనింటికి వచ్చినట్టున్నారు, మాటలు వినిపించాయమ్మా" అన్నది.

"ఆ, అవును, సుబ్బారావు మామయ్య" అన్నది కోపంగా తల్లి"

"ఏమిటి ఆయన చెప్పింది?

"ఏదో సొద. పనికిమాలిన సోది. నాకెందుకు చెప్పాలి? నేనేమైనా పిల్లలకు పెళ్ళి చెయ్యలేని స్థితిలో వున్నానా? మా పిల్లలిద్దరూ విద్యావంతులు. గొప్ప సంబంధాలు తీసుకురాగల శక్తి మాకుంది. ఆయనకు నేనేమైనా చెప్పానా సంబంధాలు చూడమని?"

"ఎందుకమ్మా, అంత కోపం?" అన్నది విజయం.

"ఆయన చెప్పిన విషయం నాకు విషంలా వుంది. అసలేం నచ్చలేదు."

బంధువులూ, స్నేహితులూ, తెలిసిన వాళ్ళూ, మనింటికి వస్తూ పోతూ వుంటారు. వచ్చారు కాబట్టి కాసేపు సంభాషణ సాగుతుంది. అవి ఏ విషయాలైనా, పరిమితు లుండవు. ఏదో లోకాభి రామాయణం చెప్తూ వుంటారు. మన కొచ్చిన నష్టమేం లేదు కదమ్మా." అన్నది విజయ.

కూతురి వైపు ఆశ్చర్యంగా చూసింది తల్లి. ఆమె కళ్ళముందు ఎప్పుడూ చూడని కొత్త కూతురు కన్పిస్తోంది. ఎవరైనా ఇంటికి వస్తే అంతెత్తున ఎగిరిపడే పిల్ల ఎంత ప్రశాంతంగా మాట్లాడుతోంది!

"విడి రోజుల్లో ఐతే మీరు దొరకరు. శెలవు రోజైతే ఇంట్లో వుంటారని వచ్చాం" అని ఎవరైనా అంటే.

"పనీ పాటా లేకపోతే సరి, వారానికి వచ్చేది ఓ ఆదివారం శెలవు. తగుదునమ్మా అంటూ తయారౌతారు చుట్టాలు, పక్కాలు. వచ్చిన దగ్గర్నుంచీ అమ్మకు అదనపు పని. టీలు, టిఫిన్లు, భోజనాలు" అని విసుక్కునే పిల్ల ఈ రోజు నాకు పాఠాలు చెప్తోంది ఏమిటా?" అని.

"ఏమి చెప్పారు మామయ్యా?" అని మళ్ళీ అడిగింది విజయ.

"దివిసీమలో అవనిగడ్డ దగ్గర 'బందలాయిచెరువు' అనే ఓ చిన్న గ్రామం వుందిట. ఆ గ్రామంలో చాలామంది వున్నత విద్యావంతులు, ప్రభుత్వ ఉద్యోగస్తులు వున్నారట. వారిలో ఓ ప్రధానోపాధ్యాయుడు విజయవాడలో ఉద్యోగం చేస్తున్నాడట. ఈ మధ్యనే ఆయన భార్య జబ్బు చేసి మరణించిందట. ఆయనకు పది సంవత్సరాలలోపు ముగ్గురు పిల్లలు వున్నారట. వారిలో ఆడపిల్ల చిన్నదట. అతడికి ఇప్పుడు పెళ్ళి చేసుకోను పిల్ల కావాలట. ఎంత కూటికి లేకపోతే మాత్రం ఎవరమ్మా, ముగ్గురు బిడ్డల తండ్రిని పెళ్ళిచేసుకునేది? పైగా అతడి అత్తగారు లేవలేని స్థితిలో వున్నదట ఆయన దగ్గరే. ఆమెకు సంతానం చనిపోయిన ఆ పిల్ల ఒక్కతేనట.

"అతడికి భార్యగా కాకపోయినా, ఆ ముగ్గురు బిడ్డలకు తల్లిగా వెళ్ళొచ్చు కదమ్మా."

" ఏరాయైతేనేం పళ్ళూడగొట్టుకోను!" అన్నది తల్లి.

"నీకు తెలిసిన పిల్లలెవరైనా వుంటే చెప్పరాదా!" అన్నది విజయ.

"నేనేమైనా పెళ్ళిళ్ళ పేరమ్మనా? అలా అని బోర్డు పె ట్టుకున్నానా? నాకేమీ పనీ పాటా లేదా?" అన్నది మళ్ళీ లలిత.

" నేను పెళ్ళి చేసుకుంటానమ్మా." అన్నది విజయ

"వాడికి పట్టిన పిచ్చే నీకూ పట్టిందా? నీ కంటికి నేనలాగే కనిపిస్తున్నానా పెళ్ళిళ్ళ పేరమ్మలా?"

కోపం అవేకిలా మాట్లాడిస్తుందని లలిత మాటలే చెప్తున్నాయి. విజయ తల్లి మాటలకు ఆపకుండా నవ్వింది పొట్ట చెక్కలయ్యేలా. కోపం తగ్గిన తర్వాత కూతురి మాటలకు ఆనంద పడింది. అర్థమయ్యాక అదిరిపడింది.

కాళ్ళ క్రింద భూమి కదిలి పోతున్నట్లు అనుభూతి. కూతురి పట్టుదల ఆమెకు తెలియంది కాదు.

నిగ్రహించుకొని, మనోభావాలు బయటకు కనబడ నీయకుండా అతి ప్రయత్నం మీద "అంతకంటే సంతోష మేముంది? నువ్వెప్పుడు పెళ్ళికి అంగీకరిస్తావా అని ఎదురు చూస్తున్నాము. నాన్నగారితో చెప్తాను మంచి సంబంధం చూడమని" అన్నది లలిత.

"మీరు ఏ సంబంధమూ చూడనవసరం లేదమ్మా. నే నా ముగ్గురు పిల్లలకూ తల్లినౌతాను." తిరుగు లేని తన నిర్ణయాన్ని ధృఢంగా చెప్పింది విజయ.

కూతురి నిర్ణయాన్ని విని హతాశురాలైంది లలిత. ఎన్నో విధాల నిచ్చ చెప్పాలని చూసింది. చిన్న కూతురితో చెప్పించాలని చూసింది.

"ఆమె ఇష్టమమ్మా, అక్కేం ఆలోచన లేనిది కాదు కదా!" అన్నది వినయ. తండ్రి "ఒకసారి ఆలోచించుకోమ్మా." అన్నాడు అంతే. తర్వాత కూతురి తిరుగు లేని నిర్ణయానికి అభినందనలు తెలిపాడు.

పెళ్ళికూతురూ, పెళ్ళికొడుకూ, పెళ్ళికూతురి తల్లీ, తండ్రీ చెల్లెలూ, తప్ప బంధువుల నెవరినీ పిలువ కుండా గుడిలో జరిపించారు వివాహం.

గుమ్మం దాటి భర్తతో కలిసి ఇంటిలోపలకడుగు పెట్టింది విజయ పసుపుబట్టలూ, పూలదండా, మంగళ హారతితో. ఆ ఇంట్లో ఇద్దరే ఎవరి పనుల్లో వాళ్ళు వున్నారు.

పెద్దవారికి ఏడు, రెండవ వాడికి ఐదు, పిల్లకి మూడు సంవత్సరాలు వయసు. పెద్దవాడు కుర్చీలో కూర్చున్నాడు. చిన్నవాడు పిల్లని జుట్టు పట్టుకుని గుంజుతున్నాడు. పిల్ల ఏడుస్తోంది గోలగోలగా.

విజయ మెడలో వున్న పూలదండ తీసి భర్త చేతికిచ్చింది. కొంగు ముడులు మెల్లగా విప్పుకొని పిల్లల దగ్గరకు వెళ్ళి" నాన్నా, నేను అమ్మనిరా! నువ్వు బంగారు తండ్రివి. చెల్లిని యేడ్పించ కూడదు కదా! చూడు, ఎలా ఏడుస్తోందో!" అంటూ పిల్లను ఎత్తి చంకనేసుకుంది. పెద్దవాడు కళ్ళు పెద్దవి చేశాడు. ఆశ్చర్యంగా చూశాడు చిన్నవాడు.

అక్కడున్న ఆ ఇద్దరూ "ఇదంతా ప్రేమేనా? ఎంత గొప్పగా నటిస్తోందో" మూతి తిప్పుకున్నారు.

ప్రక్కనున్న గదిలోనుంచి మూలుగు విన్పిస్తోంది సన్నగా. గదిలోకి వెళ్ళింది విజయ. చంకలో వున్న పిల్లను ఒడిలోకి తీసుకొని మంచంమీద కూర్చొని ఆమెను చేత్తో నిమురుతూ "అమ్మా" అని పిలిచింది.

ఆలనా పాలనా లేక చూసేవాళ్ళు లేక కళ్ళముందే చనిపోయిన ఒక్కగానొక్క కూతుర్ని తలచుకొంటూ, గుండె పగిలి పోయే మానసిక బాధతో మంచానికంటుకు పోయింది సుబ్బమ్మ.

"ఎవరమ్మా?" అంటూ కళ్ళు తెరిచింది. జరిగే విషయాలన్నీ ఆమెకు తెలుసు.

"నేనమ్మా, నీ కూతురు జయను"అన్నది విజయ. ఆమె కూతురి పేరు జయ. అందుకే ఆమెకు తనను 'జయ' గానే పరిచయం చేసుకుంది.

"అమ్మా, నేనెంతో పాపిష్టి దాన్ననీ, నా అంత దురదృష్ట వంతురాలు ఈ ప్రపంచంలో ఎవరూ వుండరేమోననీ, నన్ను నేను తిట్టుకునే దాన్ని. నా కూతుర్ని పోగొట్టుకున్నా. తిరిగి నిన్ను నా కూతురిలా పంపించాడు. ఇప్పుడని పిస్తోందమ్మా, దురదృష్టం లో కూడా నేను అదృష్టవంతురాలలి నేనని. పిల్లలనూ, నన్నూ ఎంత బాగా చూచుకుంటున్నావో! పాదాభి వందనమమ్మా" రెండు చేతులనూ కలిపి దణ్ణం పెట్టింది.

"అమ్మా, మీరలా చెయ్యకూడదు. పెద్దలకు నమస్కరించడం మన సంప్రదాయం. నన్ను దీవించండమ్మా" అంటూ ఆమె చేతులను తన తలమీద పెట్టుకుంది. కొంతకాలం తర్వాత విజయ సేవలో ప్రశాంతంగా కన్నుమూసినదామె.

తల్లి మాట ప్రకారం బిడ్డను తీసుకొని భర్తవెంట వెళ్ళింది విజయ కూతురు. తన పెంపకంలో ఏలోటూ లేదనీ, ఈ కుటుంబమే నందనవనం లో పూచిన పారిజాత పుష్పాలు వాతావరణ కాలుష్యం సోకకుండా కాపాడి పరిమళింపజేశానని విజయ ఆనందంగా గుండెనిండా గాలి పీల్చుకుంది. అమ్మగా తన బాధ్యతను సక్రమంగా నెరవేర్చి నందుకు తనను తాను అభినందించుకుంది. గర్వ పడింది కూడా.

నవ్వీన నాపచేనే పండింది

డా.చీదెళ్ళ సీతాలక్ష్మి

హైదరాబాద్,

Ph:9490367383

అబ్బో నేనింతటోణ్ణి ఎక్కడా చూడలేదమ్మ అంటూ మూతి మూడొంకరలు తిప్పింది రాధ. ఏంటి ? ఏమైందిప్పుడు ? అంది వేద.

ఏంలేదే. వీడే పెద్ద గొప్పోడైనట్టు, వీడికే అన్నీ తెలుసన్నట్టు పెద్ద పోజు. చూడవే కాస్త ఈ సెల్ఫోన్లో మాట్లాడాలంటే ఏదో వాఁట్సాప్ ఉందట. ఎట్లా చేయాలో తెలీదు. ఇప్పుడిప్పుడే చూస్తున్న. సెల్ఫోన్ పట్టుకోవడం కొత్త కదా.నేర్పమంటే చూడు వాడి పోజ్ అన్నది రాధ.

అవును మరి ఈకాలం పిల్లలే అంత. వాళ్లకు అన్ని వెన్నతో పెట్టిన విద్య. పుట్టుకతోనే సెల్ చేతిలో లేకుంటే ఏడుపే. అన్నం తిన్నా సెల్ కావాలి. ఆటలకు సెల్. చదువులకు సెల్. సెల్ యుగం కదా అన్నది వేద. ఏముంది పెద్ద విద్య, శ్రద్ధతో నేర్చుకుంటే అన్ని వస్తాయి.అదో బ్రహ్మ విద్య. నేను చెపుతాను కదా అని ఎప్పుడు సెల్ పట్టుకోని రాధకు ఎట్లా వాడాలో చెప్పింది.

కొత్త బిచ్చగాడు పొద్దెరుగనట్టు రాధ రాత్రి పగలు ఎప్పుడు చేతిలో సెల్ ఉండాల్సిందే. తిండి లేకున్నా ఉంటుందేమో కానీ సెల్ లేకుండా వుండలేకపోతుంది.

దీనివల్ల కూడా లాభాలు, నష్టాలు ఉన్నాయి. వాడుకునే విధానం బట్టి గొప్పవాళ్ళు కావచ్చు, చాటింగ్ లో చీటింగ్ వల్ల మోసపోవచ్చు.

రైల్వేలో కూలిపని చేస్తూనే సమయం దొరికినప్పుడు ఆన్లైన్ లో కష్టపడి చదివి సివిల్స్ లో ర్యాంక్ తెచ్చుకుని ఐ ఏ ఎస్ అయ్యాడు ఒకతను.

చదువుకోమని హైదరాబాద్ లో హాస్టల్లో ఉంచితే ముఖపుస్తకంలో చేరి ముఖం చూడకుండా ప్రేమకు బలై జీవితాన్ని నాశనం చేసుకుని వాడి చేతిలో హతమయ్యి కన్నవాళ్లకు కడుపుకోతను మిగిలించింది ఒక అమ్మాయి.

ఇలా సెల్ ఫోన్ వార్తలను తెలుసుకుంది రాధ. బి.ఏ వరకు మెల్లమెల్లగా ఇంట్లో కూచుని ప్రయివేటుగా చదివి పాసయ్యింది.పొద్దుటినుండి ఇంట్లో పని. అమ్మ నాన్నలు పెద్దవాళ్ళు. అన్ని చక్కదిద్దుకుంటూనే సివిల్స్ పరీక్షకు తయారైంది. తమ్ముడు ఏదో చిన్న కంపెనీలో ఉద్యోగం. చదువు అబ్బలేదు పెద్దగా, ఇంటర్ పాస్ అంతే.

రాధ సెల్ఫోను లోనే ఎన్నో విషయాలు తెలుసుకుని రాత్రి పగలు కష్టపడి శ్రద్ధగా చదివి సివిల్ ర్యాంక్ కొట్టేసింది, ఇంటర్వ్యూలో కూడా పాసై టాప్ లో నిలిచింది.

కలెక్టరమ్మ అయ్యింది. అందరూ ముక్కున వేలేసుకున్నారు. ఎప్పుడు చదివిందో,ఎప్పుడు ఇంట్లోనే వుండే అమ్మాయి ఇంత గొప్పగా. ఆడపిల్లకు పెళ్లి చేయలేని కన్నవారి దుస్థితిని చూసి చుట్టపక్కాలు అందరూ వెక్కిరింపులు, సూటిపోటి మాటలతో మానసికంగా బాధ పెట్టారు. సాయం చేసేది లేదు కానీ వ్యంగ్యాస్త్రాలు విసరడం.

ఏదో సాధించాలనుకుని సెల్ఫోన్ వాడకం కూడా తెలీని రాధ కలెక్టర్ అయింది. ఏ కోచింగ్ లేక ఒక్క సెల్ ఫోన్ తోనే కదా. ఏదైనా వస్తువునైనా ఉపయోగించుకోవడంలో ఉంటుంది. నవ్విన నాపచేను పండింది.అమ్మానాన్నను ప్రేమతో చూసుకుంటుంది. ఆడ మగ ఎవరైతేనేం, ప్రయోజకులు అయితే చాలు అని ఒకప్పుడు ఎక్కిరించిన పక్కవాళ్లే ఇలా అంటుంటే, మాటలు విని నరం లేని నాలుక పలికేది ఎన్నో రకాలు అనుకొని డ్యూటీకి వెళ్ళింది తృప్తిగా.

నాకో సీటు కావాలి

జి. రంగ బాబు

అనకాపల్లి,

Ph:9440196569

"మీ పాఠశాలలో మా అబ్బాయికో సీట్ కావాలి. "

"మీ అబ్బాయి వయసెంత, ప్రస్తుతం ఏం చదువుతున్నాడు?"

"మా వాడి వయసు పది సంవత్సరాలు.. అయిదవ తరగతి ఉత్తీర్ణుడయ్యాడు"

'మంచిది. మీరు మా పాఠశాలలోనే ఎందుకు మీ వాణ్ణి చేర్పించాలనుకుంటున్నారు?"

"అందరూ ఎందుకు చేర్పిస్తున్నారో నేనూ అందుకే."

అందరూ ఎందుకు చేర్పిస్తున్నారో మీకు తెలుసా..

"తెలుసు"

" అయితే మీకు తెలిసింది చెప్పండి.."

"మీది వేద పాఠశాల. మన భారతదేశ సంస్కృతి, సంప్రదాయాలకు అనుగుణంగా మీరు పాఠాలు నేర్పించారు . వృత్తి కోర్సుల పట్ల ప్రత్యేక శ్రద్ధ వహించి వాటినీ నేర్పిస్తారు, చిన్న తనం నుండే. అన్ని రంగాలలోనూ పిల్లలకు శిక్షణ ఇస్తారు. లలిత కళల పట్ల మీరు ప్రత్యేక తర్ఫీదు ఇస్తారు. చిన్న తనం నుండే పిల్లలకు సంగీతం, సాహిత్యం, చిత్రలేఖనం, నృత్యం వంటి మంచి కళలను అభ్యసింపజేస్తారు, వాళ్లకున్న

అభిరుచిని బట్టి. క్రీడలంటే ఆసక్తిని కలిగిస్తూ శారీరిక వ్యాయామానికి సంబంధించిన ఆటలన్నీ ఆడిస్తారు. వేద గణితాన్ని అద్భుతంగా నేర్పే ఉపాధ్యాయులు మీ పాఠశాల లో వున్నారు.

పిల్లలతో మానసిక ఉల్లాసాన్ని పెంచే మంచి వాతావరణం సృష్టించి వారిలో ఆత్మ విశ్వాసాన్ని పెంచే ఎన్నో పురాణ గాథలు, వీరగాథలు నే చెబుతారు. చరిత్రలో నిలిచి పోయిన దేశనాయకుల కథలన్నీ చెబుతారు. అబాకస్ ద్వారా గణితాన్ని నేర్పుతున్నారు. మీ పాఠశాలలో చేర్చడం వలన ఈ లాభాలున్నాయి. మంచి వ్యక్తిత్వంతో పిల్లలు శోభిస్తారనే నమ్మకం తల్లి దండ్రులకు కలుగుతుంది."

"బాగుంది- వివరాలు బాగా సేక రించారే"

'మా అబ్బాయికి కూడా మంచి విలువలతో కూడిన విద్యను అందించుదామని నా కోరిక.'

"ఎందుకు? ఎందుకని అలా అనుకుంటున్నారు?"

"ఎందుకంటే మనుషులు ఉన్నతమైన విలువలతో పెరగాలి. చిన్నతనం నుండీ మంచి విషయాలు నేర్పితే పిల్లలు పెద్దయ్యాక కూడా అదే విలువలతో ప్రవర్తిస్తారు"

"నిజమే. అయితే మా పాఠశాలలో తమ పిల్లల్ని చేర్చాలనుకునే తల్లి దండ్రులు కొన్ని పద్ధతుల్ని పాటించాలి . దాని కోసం ముందుగా మేం ఇచ్చే అప్లికేషన్ లో మేం అడిగిన వివరాలన్నీ రాయాలి."

"ఏం వివరాలు, సాధారణంగా రాసేవి కాకుండా ఏమైనా కొత్తగా రాయాలా"

"అవును. సాధారణంగా రాసే వివరాలన్నీ రాస్తూ ముఖ్యంగా రాయవలసినవి మీ తల్లిదండ్రులు వివరాలు. వారు జీవించే వున్నారా? జీవించి వుంటే ఎక్కడ వుంటున్నారు? వారి సంక్షేమాన్ని మీరు ఏ విధంగా పట్టించుకుంటున్నారు. మీరు రాసిన వివరాలను వారు ధృవీకరించి వలసి వుంటుంది. పేరెంట్స్ అయిన మీరు అబద్ధము చెప్పకూడదు. పిల్లల యొక్క బాధ్యతలను మీరు ఏ విధంగా నెరవేరుస్తున్నారు? వారి భవిష్యత్తు ప్రణాళికలు మీకెంత వరకు తెలుసు? వారి అభిరుచులు ఏమిటి? వారి అభిరుచి

మేరకే వారిని ఇక్కడ జాయిన్ చేస్తున్నారా? ఇవన్నీ కావాలి. మీరు ఏ దాపరికమూ లేకుండా ఈ వివరాలు మాకు తెలియ జేయాలి. అవన్నీ నిజమే అని రుజవయ్యాక మీకు సీటివ్వడం జరుగుతుంది."

"అసలీ వివరాలన్నీ ఎందుకు? వీటి అవసరం"

"వుంది.. మీరు మీ పిల్లలకు నైతిక విలువలతో కూడిన చదువును నేర్చుకుంటున్నారు. కానీ పిల్లల తల్లి దండ్రులైన మీరు మీ తల్లి దండ్రుల పట్ల ఎంత బాధ్యతగా వుంటున్నారు? ఒక వేళ మీరే గనుక మీ తల్లి దండ్రులను సరిగా చూడని పక్షంలో నైతిక విలువలు మీరే పాటించని సందర్భంలో మీ పిల్లలకు వాటిని నేర్పమనే హక్కు ఎక్కడుంటుంది మీకు? అందుకని మేం ఈ వివరాలు కోరుచున్నాం"

"తల్లిదండ్రుల్ని సరిగాచూడని వారి పిల్లల్ని మీరు చేర్చుకోరా?"

"కచ్చితంగా చేర్చుకోం"

"ఏం ఎందుకని?"

"మీరు అడుగుతున్నారు గనుక చెబుతున్నాం వినండి. నేడు సమాజంలో నైతిక విలువలు కరువైపోయాయి. మానవత్వాన్నే మరిచి పోయి మనిషి మృగమౌతున్నాడు. ప్రపంచం అంతా స్వార్థం, డబ్బు, పదవి.. వీటి చుట్టునే తిరుగుతోంది. సాటి మనిషిని మనిషిగా గుర్తించే సంస్కారం సన్నగిల్లింది.

కన్నతల్లి దండ్రుల్ని వృద్ధాశ్రమాలకు పంపుతున్న కసాయి కొడుకులు ఈ నేల మీద కోకొల్లలు. వారి జీవితాలను ధారపోసి కన్న పాపానికి వారు ఎన్నో త్యాగాలు చేసి, వారు సుఖపడకుండా పిల్లల సుఖం కోసం, పిల్లల బాగు కోసం, పిల్లలను ఉన్నతస్థితిలో వుంచడం కోసం చదివించి, పెళ్లిచేసి ఎన్నో విధాలుగా వారిని ఉద్ధరిస్తుంటే మరి ఆ పిల్లలు ఏం చేస్తున్నారు? వారు పెట్టినంత కాలం హాయిగా తిని, ఇచ్చినంత కాలం వద్దనకుండా తీసుకుని, తీరా వారు వృద్ధాప్యంలోకి ప్రవేశిస్తే వారిని ఏమి చేస్తున్నారు? వాళ్లకి తిండి దండగని వృద్ధాశ్రమంలో విడిచి పెట్టేస్తున్నారు.

అమెరికా లాంటి దేశంలోనో స్థిర పడిన వాడయితే ఇక వారి ముఖమే

చూడటం లేదు. వాళ్లెందుకు వెళ్తున్నారో, తల్లి దండ్రులెందుకు పంపిస్తున్నారో అర్థంకాని పరిస్థితి.

కాలంతో పాటు విలువల మారి పోతున్నాయి. కాలంలో ఇంటి పెద్ద ఆజ్ఞ అందరూ పాటించి తీరవలసిందే. ఉమ్మడి కుటుంబాల్లో తండ్రి యాజమాని. ఆయన మాట ఎవ్వరూ జవదాట కూడదు. మరి నేటి పరిస్థతి? పూర్తిగా సంస్థను దృష్టి పెట్టి వారిని సమాజ జీవచ్చవల్లాగ కాకుండా సమాజ దార్శనికులుగా వారిని మనం గౌరవించుకోవాలి.

అలా లేదు. తరం అంతరాలు పెద్దమనసులను తునాతునకలు చేశాయి. నేటి యువత పెద్దలకిచ్చే మర్యాద తగ్గి పోతున్నాది.. అది సమాజ వినాశనానికి నాంది . కొబట్టి ఆ పరిస్థితి పూర్తిగా మారాలి . మరల పూర్వస్థితి రావాలి . అందుకని ఈ సంస్కృతిని మనం నిలబెట్టాలంటే, మీరిచ్చే సమాచారం మాకు నిజమే అనిపించాలి. అలాంటపుడు మాత్రమే మేం మీ పిల్లల్ని జాయిన్ చేసుకుంటాం!"

ƒఎ◌ందుకంటే ప్రస్తుతం నా తల్లి దండ్రులు వృద్ధాశ్రమంలోనే వున్నారు.. మేమిద్దరం ఉద్యోగాలు చేసుకొంటున్నాం. వారానికి రెండు వారాలకో వెళ్లి చూసి వస్తుంటాం"

"వెంటనే ఓ నిర్ణయానికి వచ్చి - వృద్ధాశ్రమానికి వెళ్లి నా తల్లి దండ్రలు కాళ్ళ మీద పడ్డాను. వాళ్ళు నన్ను ఆప్యాయంగా అక్కున జేర్చుకున్నారు. ఇంటికి తీసికొచ్చేశాను వారిద్దరినీ. వెంటనే అప్లికేషన్లో వాళ్ల నాతోనే వుంటున్నారని, ఇప్పుడు నా కొడుక్కి సీట్ దొరుకుతుంది. వాడు కూడ ప్రయోజకుడవుతాడు. డబ్బు, సంపాదించే యంత్రంలా కాకుండా బాధ్యతగల పౌరుడిగా, మంచి తనయుడిగా పేరు తెచ్చుకుంటాడు.

విలువలతో కూడిన విద్యను అభ్యసించి నలుగురకీ మార్గదర్శకుడిగా సమాజంలో నిలబడతాడు.

ధర్మాన్ని నిలబెడతాడు అనుకున్నాడు మనసులో. ఇప్పుడు ఒక దృఢ నిశ్చయంతో,విశ్వాసంతో పాఠశాల వైపు వెళ్తున్నాను అప్లికేషన్ తో...

నిర్లక్ష్యం ఖరీదు

డా. ఆళ్ళ నాగేశ్వరరావు (కమల శ్రీ)

తెనాలి,

Ph: 7416638823

వేద మంత్రాల సాక్షిగా, పచ్చని పందిట్లో వివాహం వేజరుగుతుంది.. బంధు మిత్రులతో, కళ్యాణ వేదిక సందడి సందడిగా ఉంది.

'స్నేహితుడి కుమారుడి పెండ్లి కావడంతో ప్రసాద్, ప్రవీణ్ లు కూడా హాజరైనారు, ఇద్దరూ కలుసుకుని, కుశల ప్రశ్నలు సుకున్నాక కల్యాణ వేదిక పైకి వెళ్లి వధూవరులను అక్షింతలతో ఆశీర్వదించి, స్నేహితుడి తో కలసి వధూవరులతో ఫోటో దిగి, స్నేహితుడికి బై చెప్పి భోజనాలు చేసేందుకు తరలి వెళ్లారు.

ఇద్దరూ, భోజనాల వద్ద ఒకే సహపంక్తి లో పక్క పక్కనే కూర్చున్నారు. వడ్డన జరుగుతున్నది. తొలుత స్వీట్స్ వడ్డన వచ్చినప్పుడు ప్రసాద్ స్వీట్స్ వద్దని తిరస్కరించగా, ప్రవీణ్ అన్ని స్వీట్స్ ను వేయించుకుని సుష్టుగా భోజనాలు చేసారు.

భోజనాల అనంతరం ప్రవీణ్ ఏరా స్వీట్స్ వేయించుకోలేదేం? " అని ప్రసాద్ ను ప్రశ్నించాడు. దానికి ప్రసాద్ వృత్తి రీత్యా నేను ఆర్టీసీ కండక్టరను కాబట్టి భోజన సౌకర్యం ఉండ నందున, మధుమేహ నష్టం సంక్రమించిందని, ప్రస్తుతం 200% పైనే ఉన్నదని, అందువలన స్వీట్స్ కు దూరంగా ఉంటున్నానని బదులిచ్చాడు.

దానికి ప్రవీణ్ స్పందిస్తూ మెడికల్ రెప్రజెంటేటివ్ గా ఊ రూరు తిరుగు చున్న తనకూ మధుమేహ వ్యాధి వచ్చిందని, 250% ఎస్త్ర% కి పైగా ఉందని, అయినా నేను

జీవితంలో వచ్చే తియ్యని స్మృతులను మర్చి పోకూడదని తలచి, స్వీట్స్ తింటూనే, తిన్నాక వెంటనే షుగర్ వ్యాధి నివారక బిళ్ళ వేసుకుంటున్నానని బదులిచ్చాడు. అంతేగాక జీవితంలో వచ్చే మధుర సంఘటనలకు చిహ్నంగా స్వీట్స్ తిని జీవితాన్ని ఆనంద మయంగా గడపాలని సూచించాడు.

"ఏమో బాబూ నేను మాత్రం ఈ వ్యాధి వచ్చిన దగ్గరనుంచి, మా ఆర్టీసీ వైద్యుల సూచనల ప్రకారం స్వీట్స్ కూ దూరంగా ఉంటూ ఉదయం రాత్రి రెండూ పూటలా బిళ్ళలు వేసు కుంటున్నానని, ప్రస్తుతం కంట్రోల్ గానే ఉందని" బదులిచ్చారు ప్రసాదు.

ఇరువురూ మరికొన్ని ముచ్చట్లు ముచ్చటించుకుని ఆ రోజుకు నిష్క్రమించారు.

కాలం గడచి పోతుంది.

ప్రసాద్ మాత్రం క్రమం తప్పక మధుమేహానికి బిళ్ళలు ప్రణాళికా బద్ధంగా వాడుతున్నాడు, వ్యాధి తీవ్రత పెరగ కుండా తగు జాగ్రత్తలు తీసుకుంటున్నాడు. ఇలా ఆరు నెలలు గడిచాక, మొన్న పెండ్లి చేసుకున్న స్నేహితుడి కుమారుడు దగ్గర నుంచి" నాన్నకు అకస్మాత్ గా షుగర్ ఎక్కువై, అపస్మారక స్థితి లోకి వెళ్లగా, దగ్గర్లోని ప్రయివేటు హాస్పిటల్ నందు చేర్చమని, ఐసియు లో పెట్టి చికిత్స చేస్తున్నారని ఆవేదనతో చెప్పాడు.

వచ్చిన వార్తకు ఖంగు తిన్న ప్రసాదు హుటాహుటిన హాస్పటల్ కు వెళ్ళి మిత్రుడిని పరామర్శించి, సంబంధిత డాక్టర్ వద్దకు వెళ్లి, మిత్రుడి ఆరోగ్య పరిస్థితి ఎలా ఉందని ఆదుర్దాతో ప్రశ్నించాడు.

దానికి డాక్టర్ పనుల వత్తిడి లో పడి, షుగర్ వ్యాధి వచ్చిందన్న విషయాన్నే గ్రహించక, తగిన ఆరోగ్య సూత్రాలు పాటించక పోవడం వలన షుగర్ బాగా పెరిగి, అపస్మారక స్థితిలోకి వెళ్లడం జరిగిందని, ప్రాణాపాయం ప్రస్తుతానికి ఏమి లేదని, ఇక నుంచైనా ప్రతిరోజూ వ్యాయామం చేస్తూ, స్వీట్స్ కు ఇక దూరంగా ఉంటూ, ఇచ్చిన మందులను క్రమం తప్పక సక్రమంగా వాడాలని, లేని పక్షంలో ప్రాణానికి ప్రమాదం వస్తుందని హెచ్చరిస్తున్నట్లుగా చెప్పాడు. శ్రద్ధగా విన్న ప్రసాద్ మిత్రుడి కుమారుడికి తగు

జాగ్రత్తలు చెప్పి, మళ్ళీ కొద్ది రోజుల తర్వాత వస్తానని చెప్పి సెలవు తీసుకున్నాడు. ఆ తరువాత కొద్ది రోజులకు స్నేహితుడి ఆరోగ్యం కుదుట పడిందని తెల్సుకుని ఊపిరి పీల్చుకున్నాడు.

మరో రెండు సంవత్సరములు గడిచాక ప్రవీణ్ కొడుకు వద్ద నుంచి "సుగర్ బాగా పెరిగి, కంట్రోలు గాక నాన్న చనిపోయాడని "

వచ్చిన వార్తను అందుకుని ప్రసాద్ ఉన్న పళముగా ప్రవీణ్ ఉంటున్న నివాసానికి చేరుకొని స్నేహితుడికి నివాళులర్పించి, కుటుంబ సభ్యులను పరామర్శించి, వారికి ప్రగాఢ సానుభూతిని తెలిపాడు.. ఆ సందర్భంలో ప్రవీణ్ కొడుకు " నాన్న నీకు ఇవ్వమని ఈ కవరు ఇచ్చాడంటూ ఓ కవరును ప్రసాద్ కు అందించాడు. ఆ కవరును అందుకున్న ప్రసాద్ కవరును ఆత్రుతతో తెరచి చూడగా అందులో ఓ లేఖ ఉంది.

ప్రియ నేస్తమా!

నేను మధుమేహాన్ని అశ్రద్ధ చేశాను.

అన్నీ సందర్భాల్లో అన్నీ స్వీట్స్ తింటూ.. మందులు వేసుకుంటున్నా, ఈ వ్యాధికి సంబంధించి పేపర్లలో, మీడియాల్లో వచ్చే అనేక ప్రకటనలకు స్పందిస్తూ, ఆయా మందులను

వాడుతూ ఉన్నందున, వాడిన కొద్ది రోజులు తగ్గేది. ఇంతలో మరో కొత్త మందు ప్రకటన వచ్చేది. ఇలా వచ్చిన ప్రతి ప్రకటన లోని మందును వాడి నందున, ఏ మందు సక్రమంగా పనిచేయక, సుగర్ కంట్రోలు గాక, చనిపోతానని తెలిసి, ఈ లెటరును నీకు నా ఆఖరి ఉత్తరంగా రాస్తున్నాను. పలు వృత్తుల రీత్యా సంక్రమించే మధుమేహానికి

తగు వ్యాయామం రోజు చేస్తూ,స్వీట్స్ కు దూరంగా ఉంటూ మందులు వేళకు వేసుకోవాలి.

మధుమేహన్ని రాక ముందు తగు జాగ్రత్త లు తీసుకుంటే మంచిదే. వచ్చాక అది మోతాదు మించకుండా తగు జాగ్రత్తలు తీసుకోవాలి. ప్రకటనల ప్రభావంలో పడి

వచ్చే ప్రతి మందును వాడి, ఏది సరిగా పనిచేయక మృత్యు వాత పడొద్దని, నీవు మాత్రం నీ పద్ధతి లోనే ఉంటూ, స్వీట్స్ కుదూరంగా ఉంటూ డాక్టర్ సూచించిన ప్రకారం వేళ తప్పక బిళ్ళలు వేసుకోవాలి. నాలాగా కాకుండా ప్రకటనలకు

దూరంగా ఉంటూ జీవితాన్ని ఆనందంగా గడపాలని మనస్ఫూర్తిగా ఆశిస్తున్నాను అంటూ రాసి ముగించిన ఆ ఉత్తరాన్ని చదివిన ప్రసాద్ గుండె బరువెక్కింది. ఆయన కళ్ళు అశ్రువులతో నిండాయి.

మధుమేహంను గుర్తించడంలో విఫలమై ఒకరు, వచ్చాక నిర్లక్ష్యంతో ప్రవర్తించి ప్రాణాలు కోల్పోయిన మరో మిత్రుడు, వీరిద్దరి నిర్లక్ష్యం ఖరీదు ఏమిటో నాకు ఇప్పుడు అర్థమైందంటూగాఢముగా ఓ నిట్టూర్పును విడవడం ప్రసాద్ వంతైనది.

నేనండి మీ భార్యను

అరుణ తోలేటి

హైదరాబాద్,

Ph:8919879789

వరహాలరావుకి గవర్నమెంట్ ఆఫీసులో ఉద్యోగం వచ్చింది. ఆ సంబరాన్ని స్నేహితుల సమక్షంలో ఆడంబరంగా జరుపుకుని, ఆనందంగా ఇంటిముఖం పట్టే సమయానికి, అనుకోని మలుపపొకటి పనిగట్టుకు తిరిగి, అనవసరంగా రోడ్డు ప్రమాదం బారిన పడ్డాడు. ఈ ప్రమాదం నుండి సురక్షితంగా ఎలాగోలాగ ప్రాణాలతో కోలుకున్నా, మతి మరపు రోగం ఒకటి మాత్రం మహా గట్టిగా మెదడుని చుట్టేసింది వరహాలరావుని.

మతి మరుపు తగ్గించుకునేందుకు విఫల ప్రయత్నం చెయ్యగా, అది తగ్గక పోగా రెండింతలు బోనస్ గా పెరిగింది.

వరహాలరావుని ఆఫీస్ దగ్గర తన భార్య సుజిత తమ్ముడు సుందరం దింపడం. ఆఫీస్ అయిపోయాక తిరిగి తీసుకు వెళ్లడం, రోజూ డ్యూటీలా చేస్తుంటాడు.

సుందరం ఆఫీస్ వరహాలరావు అఫిస్ కి దగ్గరే అవడం. సుందరం ఉండేది కూడా వరహాలరావు ఇంట్లోనే అవడం వలన ఆ డ్యూటీ తన మీదేసుకున్నాడు సుందరం. సుజిత తనకి చేదోడు వాదోడుగా ఉంటాడని తమ్ముణ్ణి తన వద్దే ఉంచుకుంటోంది.

ఓ రోజు వరహాలరావు ఆఫీస్ లో ఫైళ్లు తిరగేస్తున్నాడు. ఇంతలో సెల్ ఫోను మ్రోగింది. డిస్ ప్లేలో భార్య సుజిత అని వచ్చింది.

'పరాయి స్త్రీతో మాట్లాడొచ్చా?' ఆలోచిస్తూనే "హలో" అన్నాడు.

"నేనండి. మీ భార్యను, ఇపుడే డాక్టర్ దగ్గరకి వెళ్ళి వస్తున్నాను. మీకొక శుభవార్త. నాకు రెండో నెలట, ఈ వార్త తెలిసి యెంత సంతోష పడ్డానో తెలుసా! మీరు త్వరగా ఇంటికి వచ్చేయండి. సెలెబ్రేట్ చేసుకుందాం. మంచి రెస్టారెంట్ కి వెళదాం. ఆపై షాపింగ్ కూడా చేద్దాం". ఇలా చెప్పుకు పోతోంది.

వరహాలరావు ఆలోచనలో పడ్డాడు. ఆవిడ గర్భం గురించి కాదు.

ఇంతకీఈ స్త్రీఎవరు, తనకు పెళ్లి అయిపోయిందా? కాపురం చేసినట్టు ఓ జ్ఞాపకం లేదు. బోలెడు సందేహాలు బుర్రను తొలిచేస్తుంటే, పీక్కునేందుకు బుర్రమీద జుట్టు లేక, ఏమి అర్థం కాక, అయోమయంలో పడ్డాడు వరహాలరావు. మెరుపులా ఓ ఆలోచన టింగుమని వచ్చేసింది. వరహాలరావు బుర్రకి.

ముందు ఈవిడ పేరేంటో తెలుసుకోవాలి అని, "నీ పేరేంటో చెప్పుకో చూద్దాం" అన్నాడు వరహాలరావు పెద్దమేధావిలా ఫోజెట్టి. "ఎధవ మేధావి తెలివితేటలు మతిమరుపు బుర్రకి, మరచి పోయిచచ్చాను అని చెప్పి చావలేవు" అంది కోపంగా భార్య సుజిత పళ్ళుపట పటా నూరుతూ.

"అదేం లేదు నాకు అంతా గుర్తుంది. నీకు, నాకు పెళ్లయింది. మనం ఒకే ఇంట్లో కూడా ఉంటున్నాం. ఇది చాలా ఇంకా వివరాలు ఏమైనా ఇవ్వాళ? అన్నాడు ఆవేశంగా" వరహాలరావు.

"మేధావి తెలివితేటలు ఈ మతి మరుపు బుర్రకి తట్టుకోలేక ఛస్తున్నాం" అన్నది భార్య.

"ఉన్నది ఉన్నట్టు అంతా పూస గుచ్చినట్టు చెప్తే ఎధవ మేధావి తెలివితేటలు అంటావు. మరచిపోయాను అంటే, మతి మరపు బుర్ర అంటుంటే నేనేమైపోవాలి చెప్పు? " అన్నాడు దీనంగా మొహం పెట్టి వరహాలరావు.

"చాల్లే మేధావి ఎత్తులు, ఇంతకీ మందులు వేసుకుంటున్నారా టైంకి?"

"హలో..! ఇంతకీమీ పేరేంటో చెప్పనేలేదు..! భార్య అన్నారు కానీ, యే పేరు అన్నది చెప్పనేలేదు" అన్నాడు ధైర్యం చేసి. మండిపోయింది సుజితకి "నా పేరు

కాదు, ఇంటికివచ్చాక నీ భరతం పడతా, నీ తోలు తీస్తా, నిన్ను ఉప్పు పాతర వేస్తా, ఇదిగో చూడు ఇవ్వాళ ఒకటో తారీఖు. ప్రతిసారి జీతం పొయ్యి లో పోసి యెథవ మతి మరుపు మొఖం ఒకటి వ్రేలాడేసుకుని ఇంటికి తగలడుతున్నావు కదా..! ఇవ్వాళ ఇంటికి జీతం తేకుండా వచ్చావో చూడు! నా పేరు ఏం ఖర్మ, క్రిందటి జన్మలో నీ పేరు, నీ పుట్టుపూర్వోత్తరాలు, అన్నీ గుర్తుకు వస్తాయి ఒక్కసారిగా హాఁ" అంటూ ఫోన్ కట్ చేసింది సుజిత కోపంగా.

"ఏమిటి సర్ అలా వణికిపోతున్నారు..? పాపం ఏం జరిగింది"

"ఎవరో స్త్రీ దేనికో నన్ను ఏదో బలంగా తిట్టినట్టు గుర్తు" అన్నాడు వరహాలరావు.

"ఏది మీ ఫోన్ ఇవ్వండి" అన్నది.

"అంటే మీకు పెళ్లిఅయ్యిందా సర్"

"ఏమో అదిజ్ఞాపకం రాకే ఇందాకటి నుండి తన్నుకు చస్తున్నాను ఇక్కడ" అన్నాడు.

"ఎవరికో చేయబోయి మీకు చేసి ఉంటారు సర్. ఇది రాంగ్ నెంబర్" అన్నది రేఖ నిర్లక్ష్యంగా మొఖం పెట్టి.

"హ అదినాకు తెలుసు. నువ్వు కూడా అన్నీ తెలుసుకోవాలి. జాగ్రత్తగా సరేనా" అన్నాడు పరిస్థితిని కవర్ చేసుకుంటూ వరహాలరావు"...ఫోన్ చేసింది వరహాలరావు భార్య అని తెలిసినా విషయం దాటేసింది రేఖ.

"సర్ మీరు ఫైల్స్ మీద సంతకాలు చేసేస్తే నేను ఫైల్స్ తీసుకువెళతాను సర్."

"అది సరేలే అయితే మనం పెళ్లి చేసుకుందామా..?" అడిగాడు వరహాలరావు.

"మీ ఆవిడ ఒప్పు కోదు సర్"

"నాకు పెళ్లి ఎప్పుడు అయ్యింది? "అన్నాడు అయోమయంగా బుర్రగోక్కుంటూ.."హ అయ్యింది సర్, మీ పెళ్లిరోజునే, మీకు మతిమరుపు అని, యెథవ మేధావి తెలివి తేటలు మీవి అన్నది మీ ఆవిడ అభియోగం మీ పైన సర్" అన్నది రేఖ.

"అలాగా అయితే మనం పెళ్లి వెంటనే చేసేసుకుందాం." అన్నాడు రోషంగా

వరహాలరావు. "అందుకు మా ఆయన ఒప్పు కోరు సర్."

"నీకెప్పుడు పెళ్లయిపోయింది అన్నాడు షాక్ గా."

"నా పెద్దబ్బాయి ఇంకా పుట్టక ముందు అన్నది నవ్వుతూ."

'ఈ పెళ్లిళ్లు అన్నీ చిత్రంగా మనకు తెలియకుండానే ఎలా జరిగిపోతుంటాయో?? ఇది సీరియస్ గా ఆలోచించదగ్గ విషయమే. మరి ప్రభుత్వాలు ఏమి చేస్తున్నాయి? ఈ అరాచకాన్ని ఆపేవాళ్లేలేరా..?' తీవ్రంగా ఆలోచనలో పడ్డాడు. అతని ఆలోచనలకు అంతేలేదు. పడి పడి పలు విధాలుగా ఆలోచిస్తూనే ఉన్నాడు.

'ఇది ప్రభుత్వ దోషమా' వరహాలరావు ఆలోచనలకు అంతరాయం కలిగిస్తూ, "సర్.. సర్.. నాకో సహాయం చేయగలరా సర్.." అతి వినయంగా అడిగింది రేఖ. 'ఏంటి' అన్నట్టు కనుబొమలెగరేసి చూసాడు వరహాలరావు.

"మీరు మంచివారు, అపర మేధావులు, అందుకు మీ దగ్గర చొరవ తీసుకుని అడుగుతున్నాను. కాదు అనరనే నమ్మకంతో..! కాస్త అప్పు గా మీ జీతం డబ్బులు "మొత్తం" ఇస్తారేమో అని.. రేపే...రేపంటే రేపే మొత్తం డబ్బు తిరిగి ఇచ్చేస్తాను సర్" అన్నది బేలాగా మొఖం పెట్టి రేఖ.

"నో.. రేపు నేను ఏదో చేయాలి. డబ్బు ఇవ్వడం కుదరకపోవచ్చు" అన్నాడు వరహాలరావు ఘంభీరంగా.

"అదేంటి సర్ ఇంతకు ముందే కదా నీకు నా జీతం డబ్బులు ఇస్తాను అన్నది. అసలే నాకు మతిమరుపు అవసరం నీది, ఒక సారిగుర్తు చేయి చాలు ఎందుకైనా మంచిది అని కూడా అన్నారు కదా సర్! కొంప దీసి మర్చిపోయారా సర్?" అన్నది రేఖ ఆశ్చర్యం ఒలకబోస్తూ, "నో.. నో.. నాకు మతిమరుపు లేదుగా! నేనేందుకు మరచిపోతానసలు? నువ్వు నన్ను అడగడం గుర్తు పెట్టుకున్నావో లేక ఎథవ మతిమరుపులో పడి మరచిపోయావో అని నిన్ను చెక్ చెయ్యడానికే ఈ పరీక్ష పెట్టాను. గుడ్, బాగానే గుర్తుంచుకున్నావ్. ఈ పరీక్షలో నువ్వు విన్ అయ్యావ్. నీకు ఫైవ్ స్టార్స్ వేస్తున్నాను నీ జ్ఞాపక శక్తికి" అన్నాడు వరహాలరావు.

జీతం డబ్బులు మొత్తం ఇచ్చేస్తూ. యెథవ మేధావి తెలివితేటలు వీడునూ, వీడి బొంద బిల్డప్పులూనూ, వీడు వేస్తాట్ట నా జ్ఞాపకశక్తికి ఫైవ్ స్టార్ మార్కులు, భరించలేక ఛస్తున్నాం వీడి బుర్రతో, అయినా వీడి మతిమరుపు వలనేగా ఆఫీస్ స్టాఫ్ అంతా బాగుంది, నేను బాగుపడింది. స్టాఫ్ లోని వారు ఈ విషయం ఎక్కడా బయటకి పొక్కించకుండా, ఎప్పటిలానే అందరికి తలో ఇంతా పడేసి అర్జన్ట్ గా *"తొక్కలో సింగారం జ్యూవెల్లరీస్"* కివెళ్ళాలి. డబ్బులు ఊరికేరావు, తొక్కలో సింగారం యాడ్ లో "గుండు గాడు" చెప్పినట్టు అనుకుంటూ.. ఆనందంగా వరహాలరావు జీతం డబ్బులు పుచ్చుకుని ఎంచక్కా క్యా బ్ ఎక్కి చక్కా పోయింది రేఖ.

పేగు బంధం

నందుటి అశోక్ గౌడ్

ఇంజాపూర్,

Ph:9951889762

కళ్యాణ మండపం అందంగా అలంకరించబడింది.

ఒకవైపు అమ్మాయి తరపు బంధువులు, వారికి ఎదురుగా అబ్బాయి తరపు బంధువులు, మండపం ముందు వరుసల్లో ఇరువురి బంధువులు పెళ్లి పనుల్లో మునిగిపోయి ఉన్నారు. ఇక ఒకరినొకరు ఆప్యాయంగా పలకరించుకోవడాలు, నవ్వుతూ మాట్లాడుకోవడాలు షరామామూలే. పురోహితుడి వేదమంత్రాలు హాలంతా ప్రతిధ్వనిస్తున్నాయి.

ఇంతలో ఒక్కసారిగా ఉలిక్కిపడి అమ్మా అర్చనా! అంటూ నిద్రలేస్తాడు కుటుంబరావు.

భర్త ఆరుపుకి యమున కంగారుపడి నిద్రలేచి ఏమైందండీ?" అని భయంగా ప్రశ్నిస్తుంది.

“అదికాదు యమునా? ఈ హైటెక్ యుగంలో మనం అల్లుడికి లక్షల్లో కట్నకానుకలిచ్చి మన కూతురికి పెళ్లి చేయగలమా? నెల రోజుల్లో అర్చన పెళ్లి, ఎన్ని ప్రయత్నాలు చేసినా, ఎంతమందిని అడిగినా పైసా అప్పు పుట్టట్లా, దరిద్రుడి పెళ్ళికి

వడగళ్ళ వాన ఎదురైనట్లు ఉంది మన పరిస్థితి" అని భారంగా బదులిస్తాడు కుటుంబరావు.

ఉబికివస్తున్న కన్నీళ్లను ఆపుకోలేక, నారుపోసిన వాడు నీరు పోయడా ఏంటి? మీరు ధైర్యంగా ఉండండి" అంటూ భర్తను ఓదారుస్తుంది.

పెళ్ళంటే మూడే ముళ్ళు, ఏడే అడుగులు మొత్తం కలిపి నూరేళ్ళు కదా! మరి ఆ పెళ్లి క్రతువును తల్లిదండ్రులుగా మనం పూర్తిచేయగలమా! గుండెల మీద చెయ్యి వేసుకొని చెప్పు యమునా? మధ్యతరగతి వాడి బతుకు చిత్రం అడకత్తెరలో పోక చెక్కలాంటిది కదా! ముందు చూస్తే నుయ్యి, వెనుక చూస్తే గొయ్యిలా ఉంటుంది కదూ" అంటూ కన్నీళ్లను తుడుచుకుంటూ చెబుతాడు.

"ఏమండీ మీరే ఇలా అధైర్యపడితే మాకు ధైర్యం చెప్పేదెవరండీ?" అంటూ భర్తను ఓదార్చే ప్రయత్నం చేస్తుంది యమున.

"ఉన్న ఒక్కగానొక్క కొడుకేమో ఎక్కడ చెల్లి పెళ్లి చేయాల్సి వస్తుందో అని పెళ్ళైన ఆరు నెల్లకే ఇల్లు వదిలి ఇల్లరికం వెళ్ళాడు. అప్పుడే మన ఇంటి పరువు రోడ్డున పడింది. అడ్డాల నాడు బిడ్డలు కాని గడ్డాల నాడు కాదు కదా యమునా? అయినా చేతులు కాలాక ఇల్లు ఎలా చక్కబెట్టుకుంటాం చెప్పు" అంటూ జీరబోయిన గొంతుతో చెబుతాడు కుటుంబరావు.

భర్తను ఎలా ఓదార్చాలో అర్థం కాక "ఇప్పుడు టైం అర్ధరాత్రి రెండు అవుతోందండీ, ముందుగా అనవరసపు ఆలోచనలు లేకుండా ప్రశాంతంగా నిద్రపోండి. మనసును స్థిమితం చేసుకోండి" అంటూ భర్తకు మరోసారి ధైర్యం చెప్పే ప్రయత్నం చేస్తుంది యమున.

భార్య మాటలు కుటుంబరావు మనసును కరిగించలేక పోయాయి.

"ఆడపిల్ల పెళ్ళి, అడుగు దొరకని బావి అంతం చూస్తాయన్నట్లుంటాయి కదూ యమునా, ఇప్పటికీ చేసిన అప్పులు తడిసి మోపెడయ్యాయి. వాటిని తీర్చేందుకే

నానాతంటాలు పడుతున్నాం. అప్పుల వాళ్ళ పోరు ఒకవైపు, పైసా ఆదాయం లేని ఈ అసమర్థ తల్లిదండ్రులు కూతురు పెళ్లి చేస్తారో లేదో అనే డైలమాతో ఇరుగుపొరుగువారు రహస్యంగా వేసే సెటైర్లు.. ఇంకా చెవిలో గింగిరాలు తిరుగుతున్నాయి" భారంగా బదులిస్తాడు.

"మీకేమైందండీ ఇలా మాట్లాడుతున్నారు" అంటుంది యమున.

కుటుంబరావు, యమునలిద్దరూ అర్చన పెళ్లి విషయమై ఒకరిని ఒకరు ఓదార్చుకుంటూ ఒకరికొకరు ధైర్యం చెప్పుకుంటూ ఉంటుండగానే తెల్లవారిపోతుంది.

పక్షుల కిలకిలారావాలు మొదలవుతాయి. ఉషా కిరణాలు నేల తల్లిని తాకుతున్న సమయంలో నెమ్మదిగా తలుపు తట్టిన శబ్దం వినిపిస్తుంది. భారమైన గుండెతో వెళ్లి తలుపు తీస్తుంది యమున.

ఎదురుగా కొడుకు, కొడుకు పక్కన కోడలు.

ఆనందం పట్టలేక "ఎలా ఉన్నావ్ బాబూ! కోడలా బావున్నావా తల్లీ" అంటూ రెట్టించిన ఉత్సాహంతో ప్రశ్నిస్తుంది. కొడుకు అమ్మ కాళ్ళపై పడి "క్షమించమ్మా! నా తప్పు తెలుసుకున్నా, ఇకనుంచి మీకు ఏ లోటూ రానివ్వకుండా మిమ్మల్ని కంటికి రెప్పలా చూసుకుంటాను. జన్మనిచ్చిన మీ ఋణం ఎన్నటికీ తీరేది కాదు. జీవితాంతం మీకు సేవ చేసుకుంటూ, మీ ప్రేమలో తడిసి ముద్దైపోవాలి" కొడుకు బదులిస్తాడు.

కోడలు అత్తయ్య పాదాలపై పడి "నన్ను క్షమించండి అత్తయ్యా" అని ప్రాధేయపడుతుంది.

"అయ్యో అదేంటి తల్లీ! మీ తప్పు తెలుసుకున్నారు. అదే మీరు మాకిచ్చే బహుమానం. మీరు ఎక్కడున్నా సంతోషంగా ఉంటే చాలు, అంతకు మించిన ఆనందం మాకు ఇంకేం ఉంటుంది చెప్పండి. అయ్యో నామతి మండా, ఇంకా బయటే ఉంచి మాట్లాడుతున్నానేంటి! లోపలి రండి" అంటూ వాళ్ళను లోపలి రమ్మని పిలుస్తూ, "మనవడు ఎక్కడ" అని ప్రశ్నిస్తుంది యమున.

"చెల్లి పెళ్లి రోజు లోపే వస్తాడమ్మా, సెలవు దొరకలా" బదులిస్తాడు రమేష్.

కుటుంబరావు కూడా బెడ్రూం నుంచి బయటికి వచ్చి చూసేసరికి ఎదురుగా కొడుకు, కోడలు.. తన సంతోషానికి అవధులు లేకుండా పోయాయి. కొడుకు, కోడలు కుటుంబరావు పాదాలపై వాలి క్షమించమని వేడుకుంటారు.

మన మధ్య క్షమాపణలు ఏంటి? తప్పులు చేయడం మానవ నైజం. వాటిని సరిదిద్దుకొని ముందడుగు వేస్తే, అంతకు మించి మనకు మనమే ఇచ్చుకునే బహుమానం.

"చెల్లి పెళ్లి దగ్గరుండి జరిపిస్తా. నిశ్చింతగా ఉండు" కొడుకు చెప్పగానే ఆశ్చర్యంతో కుటుంబరావు "డబ్బులు లేవు కదరా, పెళ్లి ఎలా చేద్దాం" అని సందేహ పడతాడు.

"మీకు చెప్పకుండా నేను, కోడలు అమెరికా లో కష్టపడి డబ్బు సంపాదించాం. ఇప్పుడు డబ్బుకు లోటు లేదు" అని చెప్పేసరికి కుటుంబరావు మనసు వెయ్యి వోల్టుల బల్బులా వెలిగింది. యమున ఆనందం పట్టలేకపోయింది.

బెడ్రూం లోంచి వచ్చిన చెల్లి "అన్నయ్యా.. బావున్నావా? వదినా బావున్నావా? అంటూ ప్రశ్నిస్తుంది.

"అందరం బావున్నాం" అంటూ కనుసైగతో చెప్తారు. అందరి ముఖాల్లో చిరునవ్వు మొగ్గ తొడుగుతుంది.

"బంధాలు, బంధుత్వాలు ఎలా ఉన్నా చివరికి పేగు బంధాన్ని మించిన బంధం ఈ సృష్టిలో లేదు. పూల గుత్తిలోని రంగురంగుల పూలు ఎలా ఆకర్షణీయంగా ఉంటాయో, కుటుంబంలోని సభ్యులంతా ఐకమత్యంతో, ప్రేమానురాగాలతో పరస్పర సహకారంతో వెలుగుతుంటే ఆ అనుబంధం సుగంధ పరిమళాలను అంతటా విస్తరింప జేస్తుంది. వారి ఆత్మీయత ఆదర్శవంతమై సమాజానికి దిక్సూచిలా దర్శనమిస్తుంది. అప్పుడు మన మనస్సు పట్టలేని సంతోషంతో ఆనంద తీరాల్లో స్వేచ్ఛగా విహరిస్తుంది యమునా" ఆనందంతో కుటుంబరావు చెబుతున్నాడు.

భార్యాభర్తలిద్దరూ ఒకరి ముఖాలు ఒకరు చూసుకుంటూ ఆనంద పారవశ్యంలో మునిగిపోతారు.

భారతి

యలమర్తి చంద్రకళ

చికాగో,

Ph: 8008915928

కౌసల్యా సుప్రజా రామ పూర్వాసంధ్యా ప్రవర్తతే ।

ఉత్తిష్ఠ నరశార్దూల కర్తవ్యం దైవమాహ్నికమ్ ॥

సుప్రభాతం వినబడగానే, భారతి చిరునవ్వుతో కళ్ళు విప్పి పక్కనున్న గడియారం వంక చూసింది.

ఓహ్ ఆరు అయ్యిందా అనుకుంటూ లేచి, మంచం దిగి, కిటికీ దగ్గరకు వెళ్ళి బయటకు చూసింది. ఆకాశం, నేల ఇళ్ళు, చెట్లన్నీ మంచుతో కప్పబడి వున్నాయి. ఎక్కడా సూర్యుడి జాడే లేదు. ఇంకా పూర్తిగా తెల్లారనే లేదు. మసక వెలుతురున్నా, ఇంకా చీకటిగానే వుంది.

"భారతీ రాత్రి మళ్ళీ స్నో పడింది. నువ్వు పెద్ద స్వెటర్ వేసుకుని స్కూలుకి వెళ్ళు. లేకపోతే నూమోనియా వచ్చే భయంవుంది."

"అలాగే మమ్మీ" చకచకా రెడీ అయ్యి, వేడి పాలల్లో తల్లి వేసిచ్చిన ఓట్స్ తిని లంచ్ బాక్స్ తీసుకుని స్కూల్బస్ కోసం రోడ్ చివర నిలబడింది.

బస్ వచ్చింది. హై స్కూల్ పిల్లలందరూ పెద్ద స్వెటర్స్ వేసుకుని వచ్చారు. పది నిముషాల్లో స్కూల్కి వెళ్ళారు. మూడు పీరియడ్స్ తర్వాత లంచ్ టైంకి అందరూ డైనింగ్ రూమ్కి వెళ్ళారు.

"హేయ్! భారతీ ఏంటే అలా డల్గా వున్నావేం? అంటూ వచ్చి పక్కన కూర్చుని తన బాక్స్ తెరిచింది శాంతి.

"నువ్వేం తెచ్చావ్ అంటూ బాక్సలోకి చూసి ఓహ్, పరా టాలా? నీకిష్టమేగా మరి పేస్ అలా పెట్టావేం?"

"శాంతి, హాలిడేస్కిఇండియా వెళ్ళాలి అనుకున్నాం కదా, అది కాన్సిలయేలా వుందే "

"ఓహ్!అవునా, అందుకా. అయినా ఎందుకే ట్రిప్ కాన్సల్ అంటున్నారు"

"ఏముంది వర్క్, వర్క్,అమ్మ, నాన్న ఎప్పుడూ బిజీ గానే వుంటారుగా."

"అయ్యో! నీకు భలే ప్రోబ్లం వచ్చిందే భారతీ"

"శాంతి అసలు ఇండియాలో వుంటే ఈ వర్క్, లీవ్స్,హాలిడేస్ ప్రోబ్లమ్స్ ఏవీ వుండేవికావు."

"అమెరికాలో పుట్టి పెరిగినా నువ్వు ఎప్పుడూ ఇలాగే బాధ పడుతుంటావెందుకే?"

"నేను ఇక్కడ పుట్టలేదు. అనంతపురంలో పుట్టాను."

"హా! అవునుకదు, మర్చి పోయా. భారతీ, నీపేరు కూడా అమ్మమ్మగారి పేరే కదా"

"హమ్మయ్య,అదయినా గుర్తుంది థాంక్స్.

"అమ్మమ్మంటే నీకు చాలా ఇష్టం కదు."

"అవును తనెప్పుడూ నవ్వుతూనేవుంటుంది. నేనంటే అమ్మమ్మకి చాలా యిష్టం, ఎంత ప్రేమ అనుకున్నావ్"

"నాకూ కూడా, మా గ్రాండ్ మా అంటే చాలా ఇష్టం"

"శాంతీ! మా, మామయ్యా వాళ్ళు చక్కగా పల్లెలో వుంటారు. మేం ఇండియా వెళ్ళిన ప్రతిసారీ నేను చాలా ఎంజాయ్ చేస్తా. అమ్మమ్మ, మామయ్య, అత్త, వారి పిల్లలు, సందడిగా కాలం గడిచిపోతుంది. నాకు వార్ని విడచి అమెరికా రావాలని పించదు. అమ్మమ్మ ప్రేమగా చేసిపెట్టే ఓళిగలు, అరిసెలు, సున్నుండలు భలే వుంటాయి. ఊరుకూడా బాగుంటుంది. నాకయితే అమెరికా కన్నా పల్లెలో వుంటేనే బాగుంటుం దనిపిస్తుంది.అమ్మమ్మ, అత్త భలేగా ఇంటి ముందు ముగ్గులు వేస్తారు. నాకు కూడా అలా డ్రాయింగ్ ఇష్టం వెయ్యాలనిపిస్తుంది. పెరట్లోనే జామ, మామిడి చెట్లు వుంటాయి. కాయలు కోసుకుని తినడం థ్రిల్ గా ఉంటుంది. అమ్మా, నాన్నల్ని విడిచి వుండలేక వచ్చేస్తాను. ఇక్కడ ఆరు నెలలు కురిసే మంచు కూడా నాకిష్టంలేదు. ఈ చలిలో లైఫ్ నాకు బోర్కొడుతోంది. అమ్మమ్మని విడువలేక మాతో అమెరికా రమ్మని ఎంత గొడవచేసినా, ఆమె రాదు"

"మాతృభూమి విడచి రాలేనని చిరునవ్వుతో చెప్పే స్తుంది. నాకు చూడాలనిపిస్తే ఇండియాకి రమ్మంటుంది"

రోజూఫోన్లో మాటలాడచ్చు, వీడియోకాల్లో చూసుకో వచ్చు కదా అంటుంది. నేను ఇంకేం చెప్పలేక సైలెంట్గా వచ్చేసా.

"భారతీ నేను అంత ఫీల్కాను."

శాంతి ఇండియాలో నీటి ఎద్దడి ఒక్కటే నాకునచ్చదు. వెళ్ళిన ప్రతిసారి అక్కడ సమస్యలను చూసి బాధ వస్తుంది. అమ్మమ్మ భారతమ్మ బిందెలతోటి నీళ్ళు మోసుకు రావడం, లైన్లో నిలబడి మండే ఎండల్లో చమటలు కక్కుతూ ఇబ్బంది పడటం, నాకస్సలు నచ్చదు.

"మీ అమ్మమ్మ ఎందుకు అంత కష్టపడతారు?"

"రోజూ తనే మంచినీళ్ళు తెచ్చుకుంటుంది. వద్దంటే వినదు. మాతోటి రమ్మంటే రానంటుంది. అమెరికాలో నీళ్ళు పట్టుకోవాల్సిన అవసరమేలేదని చెప్పాను. అమ్మమ్మ భుజాల మీదచేతులు వేసి ప్లీజ్ రాకూడదూ అంటూ బ్రతిమాలా"

"తల్లీ మేముపుట్టి పెరిగిన స్వర్గం లాంటి దేశాన్ని విడిచి రాలేనంది. ఐమిస్ అమ్మమ్మ" కళ్ళ నుండి ఆగకుండా జారుతున్న కన్నీటిని తుడుచుకునే ప్రయత్నం చెయ్య లేదు.

"మరీ అంత సున్నితంగా వుంటే ఎలానే? " అంది శాంతి.

"నేను అంతే, అమ్మమ్మని తలుచుకుంటే అలాగే, ఏడుస్తుంటాను. వదలలేక వదిలి తప్పనిసరిగా,ఎప్పటిలాగే అమ్మా నాన్నలతో అమెరికా వచ్చేసా"

***

భారతితో మాట్లాడితే అమెరికాలో పెరిగిందని అనిపించదు. అమెరికాలో పెరుగుతున్నా తెలుగు క్షుణ్ణంగా వస్తుంది. ముచ్చటయిన తెలుగులో మాట్లాడుతుంది. సంగీతం నేర్చుకుని చక్కగా కీర్తనలు ఆలపిస్తుంది. ఫోన్లో అమ్ముమ్మకి వినిపిస్తుంది.

మనవరాలి మాటలు,పాటలు వింటూ మురిసి పోతుందావిడ. అమ్మమ్మతో మాట్లాడి నప్పుడల్లా చిన్నారి భారతి నేను మనఊరి నీటిసమస్య తీరుస్తాను అనేది ఆరిందాలా.

జీవితం సాఫీగా సాగదు. కాలం ఎప్పుడూ ఒకేలా వుండదు. అనుకోని సంఘటనలు జరిగి తట్టుకోలేని బాధలను మిగులు
స్తాయి.

ఒకరోజు మడి నీళ్ళుతెస్తూ జారిపడిన అమ్మమ్మగారు మంచం పట్టారు. భారతి, ఆమె తల్లి తండ్రులు వెంటనే ఇండియా వచ్చి అమ్మమ్మ వద్ద వుండి వైద్యం చేయించారు. అయినా ఫలితం దక్కలేదు . అమ్మమ్మగారి మరణానికి అందరూ బాధపడ్డారు. భారతిని అమ్మమ్మ మరణం కృంగ తీసింది. ఆమెలో పట్టుదలనూ పెంచింది. అమ్మమ్మ లా మరెవరూ మరణించ కూడదన్నదే ఆమె జీవిత లక్ష్యంగా మారింది. ఆమెతో పాటే ఆమె ఆశయముపై గురి పెరుగుతూ వచ్చింది.

"మెడిసిన్ , ఇంజనీరింగ్ వంటి వి చదవమని" తల్లి తండ్రులు ఎంత చెప్పినా భారతి నిర్ణయంలో మార్పు రాలేదు. మాష్టర్స్ చదువు అయ్యాక నీటి సమస్య పైన రీసెర్చ్ చేయాలనినిర్ణయిం

చుకుంది.

"నువ్వు ఒక్కదానివే, నీటి సమస్య తీర్చగలను అనుకుంటున్నావా ? "అని అడిగిన తల్లికి తాను తెలుసుకున్న వివరాలు చెప్పింది భారతి.

"అమ్మా ! భూమిలో అనంత జలనిధులువున్నాయి. కానీ వాటిని సవ్యంగా వినియోగించుకోలేక పోతున్నాము. మూఁడు వంతులు నీరు, ఒక వంతు నేలా వున్న భూమిలో నీటికొరత ఏర్పడకూడదు కదా. నీటి సమస్య పై పరిశోధనలు ఎన్నో జరుగుతున్నాయి.నేను నా దేశం కోసంపరిశోదించదలిచాను. చదివి, మంచి ఉద్యోగం చేసుకో. ఈదేశం బాగా అభివృద్ధి చెందింది కదే.

"మనదేశాన్ని వదిలేద్దామా?"

"భారతీ అది మనవల్ల అవుతుందా చెప్పు?"

"అమ్మా,నావంతు ప్రయత్నం నేను చేయదలుచు కున్నాను" కూతురి మంచి ఆలోచనలు, పట్టుదల, దీక్షలను చూసి తల్లి, తండ్రులు మౌనం వహించారు.

మంచి నీరు సముద్రంలో కలిసి వుప్పు నీరుగా మారి నిరుపయోగమవుతోంది.ప్రపంచలో తగినంత నీటి వనరులు లేని పలు దేశాలు నీటిని బహు జాగ్రత్తగా వాడు కుంటున్నాయి.

దుబాయ్ వంటి దేశాల్లో వుప్పు నీటిని మంచి నీరుగా మార్చుకునే ప్రక్రియ అనుసరిస్తున్నారు.

సింగపూరు వంటి దేశాలలో వారు ఒకసారి వాడిన నీటిని శుద్ధిచేసి మళ్ళీ, అదే నీరు వాడే విధానం అనుసరిస్తున్నారు. మండే ఎండలతో మలమల మాడుతూ అల్లాడే ఆఫ్రికా వంటి దేశాలలో పొలాల్లో విత్తనాలు నాటి, వాటి చుట్టూ అర్ధచంద్రాకారంలో

గుంతల్ని తవ్వి ఎప్పుడయినా కురిసే వాన నీటిని నిల్వ ఉండేట్టు చేస్తూ పచ్చదనాన్నిపెంచు కుంటున్నారు.

భారత దేశంలో జీవనదులు పన్నెండు, వాటి వుప నదులెన్నో వున్నాయి. వాటిని అనుసంధానం చేయడం ద్వారా వరదలను అరికట్టవచ్చు కరవు ప్రాంతాలకి నీటిని అందించగలం.

ప్రతి ఇంటిలో వాన నీటిని ఒడిసి పట్టే ఇంకుడు గుంతలు తవ్వడం ద్వార భూమిలోని జలరాశి నిల్వ పెంచవచ్చు. పర్యావరణాన్ని సమతులం చెయ్యడానికి చెట్లను అడవులను పెంచడం వల్ల కూడా సమస్య తీరుతుంది.

***

భారతి తనపరిశోధన అంశాలు భారత ప్రభుత్వానికి పరిశీలనకు పంపి, వాటిని ఆచరణలో పెట్టడానికి కావలసిన అనుమతి పొందగలిగింది . ఆమె మొదటగా తన అమ్మమ్మగారి ఊరు నుండి విత్తనాలు సేకరించడం, వాటిని ఖాళీ ప్రదేశాల్లో చల్లి మళ్ళీ అడవులు పెంచడం, ఇంకుడు గుంతలు తవ్వించడం మొదలు పెట్టింది.

భారతి ఈ విషయాలపై ప్రజలకు అవగాహన సదస్సులు నిర్వహించడం కూడా మొధలు పెట్టింది. ఆక్రమంలో తనవంటి ఆలోచనలు కలవారిని కలిసింది. వారంతా ఒక సంఘం ఏర్పాటు చేసుకున్నారు.అభ్యుదయ భావాలున్న విజయ్ తో భారతికి పరిచయం అయ్యింది. ఆ పరిచయం అతనితో పెళ్ళికి దారితీ
సింది. విజయ్ కూడా ఐదు సంవత్సరాలు అమెరికాలో వుద్యోగం చేసి, ఆదేశంలో ఇమడలేక, స్వదేశానికి తిరిగి వచ్చేసాడు.

అమెరికాలోవుండే సౌకర్యాలన్నీ వుండేలా తమ ఇంటిని తీర్చి దిద్దుకున్నాడు. తానుసంపాదించిన డబ్బుతో పది ఎకరాలు పొలం కొని, ఆధునిక పరికారాలతో, వ్యవసాయంలో కొత్త వొరవడులకు శ్రీకారం చుట్టాడు. దుబాయ్ వంటి దేశాల వాతావరణమే తమ వూర్లో వున్నదని ఖర్జూరం చెట్లను మూడు
ఎకరాల్లో పెంచాడు. మొదటి, రెండు సంవత్సరాలు పంట రాలేదు.

మూడవ సంవత్సరం ఖర్జూరాలు విరగకాసాయి. మంచిలాభాలూ వచ్చాయి.

అతన్ని చూసి వూరిలోని మరి కొందరు అలా తోటలు పెంచడానికి ముందుకొచ్చారు. మిగిలిన ఏడు ఎకరాల్లో వేరు, వేరు పంటల్ని ఎరువులు వేయకుండా ఆర్గానిక్ పద్ధతుల్లో పండిస్తున్నాడు. విండ్మిల్స్ , సోలార్ ప్లాంట్ కూడా నిర్మించాడు. నవ యువత తలుచుకుంటే చేయలేనిది ఏముంటుంది. పాత భావాలు వదిలి కొత్త ఆలోచనలు, ఆదర్శాలతో వారే దేశాన్ని ప్రగతి పధం లోకి నడపగలరు. విజయ్ తల్లి, తండ్రులతో కలిసి హాయిగా వుంటున్నాడు.

భారతి , విజయ్ని పెళ్ళి చేసుకోవాలని నిర్ణయించుకుంది. ఇక ఆమె అమెరికా తిరిగి రాదని తెలుసుకుని ఆమె తల్లితండ్రులు నివ్వెరపోయారు . కూతురికి దూరంగా వుండలేక, కూతురి లక్ష్యసాధనలో తామూపాలు పంచు కోవాలని, మాతృభూమికి చేరు కున్నారు.

విజయ్, భారతిల మిత్ర బృందం కలిసి ఒక్కో వూరుని దత్తత తీసుకుని వాటి రూపురేఖలను మార్చేస్తున్నారు. ఆ ఊళ్ళల్లో రోడ్లు వేయడం, మంచినీటి టాంక్లు కట్టించడం ఆసుపత్రులు నిర్మించడం చేస్తున్నారు. అందరికీ విద్య ,వైద్యం మంచి నీటి సౌకర్యాలు అందుబాటులోకి తేవడం వల్ల ఊళ్ళు కళకళ లాడుతున్నాయి. భారతి వల్లనే తమ ఊళ్ళు బాగుపడ్డాయని అందరూ ఆమెను, వారి మిత్ర బృందాన్ని మెచ్చుకుంటున్నారు.

భారతిలాంటి కూతుర్ని కన్నందుకు ఆమె తల్లితండ్రులను పొగడ్తలతో ముంచే స్తున్నారు. కూతురిని చూసుకుని గర్వపడుతున్నారు.

"కృషితో నాస్తి దుర్భిక్షం "

మంగళ సూత్రం

జక్కని గంగాధర్

ముంబాయి

Ph: 9076352347

మందుల కంపెనీలో పనిచేసి నాలుగు పైసలు వెనుకేసుకొచ్చాడు వెంకట్రత్నం. భార్య రమాబాయి గయ్యాళిదన్నట్టేగాని మనసు మాత్రం మంచిది. వెంకట్రత్నం కు ఏ లోటు లేకుండా బాగా చూసుకునేది.

ఒకనాడు "ఏమండీ నాకు అందరి కంటే ఎక్కువ బరువుగల 'మంగళ సూత్రం' వేసుకోవాని వుంది. చేయించరా." అని గోముగా అడిగింది.

వెంకట్రత్నం కు ఏమనాలో అర్థం కాలేదు. ఆమెను చేసుకున్నప్పట్నుండి ఇప్పటి వరకు తనను ఎప్పుడు ఏమీ కోరలేదు. అందుకని "సరే" నన్నాడు వెంకట్రత్నం.

రమాబాయికి ఆలస్యంగా సంతానం అయినా కోరుకున్నట్టుగా కొడుకే పుట్టాడు. ఇక వెంకట్రత్నం ఆనందానికి అవధుల్లేవు. "లేటుగా అయినా నాకు మంచి గిఫ్టే ఇచ్చావోయ్!" అని ఆనందసాగరంలో మునిగిపోయి, ఆమె కోరుకున్నట్టుగానే చటాకు బరువుగల, అయిదు తులాల 'బంగారు మంగళ సూత్రం' చేయించాడు వెంకట్రత్నం.

ఆ 'మంగళ సూత్రం' వేసుకున్న రమాబాయికి ఎవరెస్టు శిఖరాన్ని అధిరోహించినంతగా సంబరపడిపోయింది. పుట్టిన బిడ్డకు శ్రీనివాస్ అని పేరు పెట్టుకొని, అల్లారుముద్దుగా పెంచుకుంటూ, ప్రేమగా శీను అని పిలువసాగారు.

కొడుక్కి అడిగిందల్లా కొనిస్తుండేది రమాబాయి. శీను బడికి బలవంతం మీద వెళ్ళేవాడే కాని పుస్తకం తెరవడు. అక్షరం చదవడు. అది వెంకటరత్నం కు జీర్ణం కాలేదు.

కొడుకు విషయంలో భార్యా, భర్తలిద్దరు అస్తమానం పోట్లాడుకునేవారు.

"రమ! నీ గారాబాలు చాలిక. పిల్లలకు మంచి నడవడి నేర్పాలి కాని, నువ్విలా మాటి మాటికి వెనుకేసుకురావడం ఏం బాగాలేదు. రేపు పెళ్ళైతే ఎలా?ఇబ్బందుల పాలుకాడు?" అంటూ భార్యకు నచ్చజెప్పేవాడు.

శీను ఎట్టకేలకు పదవతరగతి రాక మునుపే బడికి గంట కోట్టేశాడు. పోకిరి వెదవల్తో తిరగుతు రాత్రికి ఏ పన్నెండు గంటలకో ఇంటికి రాసాగాడు.

కొడుకు విషయంలో వెంకట్రత్నం కు సమస్య అయిపోయింది. అయినా రమాబాయి శీనును గారాబం చేయడం ఆపలేదు. వాడు చెడిపోతుంటే వాన్ని వెనుకేసు కొస్తున్నావని బెదిరించినా వినేది కాదు.

"వాడు పని చేయడానికి ఇంకా చాలా రోజులు ఉన్నాయండి" అని సమర్థించేది.

అలా కొంత కాలం గడిచింది. జల్సాలకు అలవాటైన శీనుకు తల్లి ఇచ్చే డబ్బులు సరిపోక, తండ్రి జేబుల్లోంచి డబ్బులు దొంగిలించడం మొదలు పెట్టాడు. ఆ అలవాటే అతన్ని దొంగగా మార్చేసింది. సమయం తప్పి రావడం, పోవడం శీనుకు మామూలయ్యింది.

ఒకనాడు గ్రామ పెద్ద వెంకట్రత్నం ను పిలిపించి, "వెంట్రత్నంగారు! మీ కొడుకు గురించి చాలా ఫిర్యాదులు వస్తున్నాయి. దొరికిపోయాడంటే మీ ఉన్న మర్యాద కాస్త మంట గలుస్తుంది. జాగ్రత్త!" అని నచ్చజెప్పాడు.

"సరే" నని కోపగ్రస్తుడై ఇంటికి వచ్చి, "వాడేడి?" అని రమాబాయిని అడిగాడు.

"ఏమయిందండీ? ఎందుకంత కోపంగా ఉన్నారు" అని సాఫీగా అడిగింది రమాబాయి. జరిగిందంతా చెప్పి బాధపడ్డాడు వెంకట్రత్నం.

"సరే, వాడితో నేను మాట్లాడుతాను మీరు ముందు భోంచెయ్యండి" అని వారించింది.

***

ఆరోజు రాత్రి ఇంకా ఆలస్యంగా వచ్చాడు శీను. పథకం ప్రకారం

మెల్లగా ఇంట్లో దూరి, తల్లి మెళ్ళో ఉన్న 'మంగళ సూత్రం' కాజెయ్యాలని తల్లి మొఖం మీద మూర్చిల్లే 'స్ప్రే' కొట్టి, మెడలో ఉన్న 'మంగళ సూత్రం' కొట్టేసి, పరిగెత్తు చుండగా పక్కనున్న ఇనుప కుర్చీకి కాలు తగిలి కిందపడి భళ్ళున శబ్దమయ్యింది.

వెంకట్రత్నం మేల్కొని "ఎవరది? ఎవరది?" అని అరుస్తూ పరదాను తొలగించి చూశాడు.

చేతిలో 'మంగళ సూత్రం' తో కనబడిన కొడుకును చూసి నిర్ఘాంతపోయి, "ఎంతకు తెగించావురా? మీ అమ్మ ఇష్టపడి చేయించుకున్న 'మంగళ సూత్రం' ను, తల్లి అని కూడా చూడకుండా దొంగిలిస్తావా?" అని తిట్టసాగాడు.

మూల్గుతూ లేచిన రమాబాయి "ఏమయ్యిందండీ" అని అడిగింది.

"చూడు రమ. చూడు. నీ గారాల కొడు ఎంత పెద్ద ఘనకార్యం చేశాడో చూడు." అంటు కొడుకు వైపు చూపించాడు. వెంకట్రత్నం.

చేతిలో 'మంగళ సూత్రం, పట్టుకున్న కొడుకును చూసి, ఆశ్చర్యచకితురాలై తన మెడను తడుముకుంది.

'మంగళ సూత్రం' లేదు.

"ఓరేయ్! శీను ఎంతపని చేశావురా? ఛీ పో. నీ మొఖం నాకు చూపించకు" అని వెంకట్రత్నం పై పడి విలపించ సాగింది రమాదేవి.

"అమ్మా! అంత మాట అనకమ్మా. బుద్ధి గడ్డి తిని ఈ పనికి ఒడిగట్టాను. నువ్వు ఏడ్వడం నేను చూడలేనమ్మా" అంటూ అమ్మా! నాన్న కాళ్ళపై పడి ఇంకెప్పుడూ ఇలాంటి తప్పుడు పనులు చేయను. మీరు చెప్పినట్టే వింటాను" అని దుఃఖించసాగాడు శీను.

వెంకట్రత్నం కొడుకును లేవదీసి యెదకు హత్తుకున్నాడు. నాన్న యెదలో స్వర్గాన్ని చవిచూశాడు శీను. "నాన్నా! నన్ను క్షమించు, అమ్మా! నన్ను క్షమించు" అని వెక్కివెక్కి ఏడుస్తు 'మంగళ సూత్రం' తండ్రి చేతిలో పెట్టాడు.

రమాబాయిని దగ్గరకు తీసుకుని 'మంగళ సూత్రం' రమ మెళ్ళో వేశాడు వెంకట్రత్నం.

తాను పనిచేసిన మందుల కంపెనీలో శీనును ఇరికించాడు. బుద్ధితో పని చేసుకుంటు వెంకట్రత్నం లానే మంచి పేరు తెచ్చుకున్నాడు శీను.

మట్టి ఎప్పుడు బంగారమే

చొక్కర తాతారావు

విశాఖపట్నం,

Ph: 6301192215

"ఎంతకాలం భూమిని నమ్మి మోసపోతావు. ఈ భూమి నీకేమిచ్చింది? ఏడాది పొడుగునా అప్పులు తప్ప" రామస్వామి మాటలు తనను ఎంత వెంటాడినా ఎప్పుడూ ధైర్యం కోల్పోలేదు నారాయణ.

'ఒక ఏడు పండకపోయినా మరో ఏడు పంట వస్తుందన్న ఆశతో ఇన్నాళ్ళు బతికాను. ఆ ఆశ లేకపోతే రైతు అంతకాలం బతికేవాడు కాదు' రేపటి కోసం ఇవాళ పొడిచే పొద్దు కోసం ఎదురు చూసేవాడు నారాయణ.

ఇవాళ గడిచిపోతే చాలు. రేపటి గురించి ఆలోచించేవాడు కాదు రామస్వామి, ఊళ్ళో ఉన్న అయిదెకరాలు అమ్మేసి పట్నంలో ఓ అపార్ట్ మెంట్ కొన్నాడు. మిగిలిన డబ్బుతో ఏదైనా వ్యాపారం చేసుకోవాలనే ఆలోచనలో ఉన్నాడు.

"భూమి మొత్తం అమ్మేసి తప్పు చేసావేమో!" నారాయణ మాటలు చెవికెక్కించుకోలేదు.

రామస్వామి, "మట్టి మీద చేసే చాకిరి కన్న పట్నంలోనే నాకు సుఖంగా ఉంది. నువ్వూ నాతో పాటు పట్నం వచ్చేస్తే ఏదో ఒక వ్యాపారం చేసుకుని బతికేయొచ్చు. ఈ కష్టాలు ఎంతకాలం పడతావు. ఎన్నిసార్లు చెప్పినా నామాట నువ్వు వినిపించుకుంటే కదా" రామస్వామి కాస్త కటువుగా అన్నాడు నారాయణతో.

"ఏమోరా! కష్టాలు పడేందుకైనా ఇష్టపడతానేమో కాని- భూమి అమ్మాలంటే ఎందుకో నా మనసు అంగీకరించట్లేదు. భూమే కద జీవితంతో పాటు నాకు అన్నీ ఇచ్చింది. సుఖాలతో పాటు కష్టాలు ఎలా అధిగమించాలో నేర్పింది. ఇక కష్టాలంటావా అవి ఎప్పుడూ ఉండేవే. కష్టాలకు కొత్తగా భయపడడం దేనికి. కష్టాలకు భయపడి ఎంతకాలం జీవితానికి దూరంగా ఉంటాం" నారాయణ మాటలు రామస్వామికి పేలవంగా అనిపించాయి.

పట్నంలో రామస్వామి మినరల్ వాటర్ ప్లాంట్ పెట్టాడు. వాటిని పట్నంలో ఉన్న షాపులకు మార్కెటింగ్ చేస్తున్నాడు. వ్యాపారం రోజు రోజుకీ పుంజుకుంది. మొదట్లో ప్రారంభించి నప్పుడు పట్నంలో రామస్వామిదే మొదటి మినరల్ వాటర్ ప్లాంటు. ఇప్పుడు అక్కడ పది ప్లాంటులు వెలిసాయి. వ్యాపారంలో పోటీ కూడా బాగా పెరిగింది.

"ఈ ఏడు పంట బాగానే పండింది. మంచి సంబంధం చూడండి. అమ్మాయి పెళ్ళి చేసేద్దాం, భార్య మాటలకు "ఆ పని మీదే ఉన్నాను. కుదిరితే వచ్చే శ్రావణంలో అమ్మాయి పెళ్ళి చేసేద్దాం" అంటూ సమాధానమిచ్చాడు నారాయణ.

గదిలో ఉన్న కూతురు శ్రావణి వాళ్ళ మాటలు విని ముఖంలో నవ్వు పులుముకుంది.

రియలెస్టేట్ వ్యాపారం ఇప్పుడు పట్టణాలు దాటి పల్లెలు దాక వచ్చింది. పచ్చని పంటపొలాలు కను మరుగైపోతున్నాయి. సేద్యం చేయడం తలకు మించిన భారమని నమ్మిన రైతులు తమ పొలాలు ఒక్కొక్కటిగా అమ్మకానికి పెడుతున్నారు.

రాజకీయ నాయకులు, అధికారులు అండతో కొంతమంది కబ్జాదారులు చెరువులు కూడా మిగల్చకుండా ఆక్రమించేస్తున్నారు. నీటివనరులు క్రమేపీ తగ్గిపోతున్నాయి. ఉన్నచోట నీళ్ళు కరువై మినరల్ వాటర్ ప్లాంట్ మూసేసి మళ్ళీ పల్లెకు చేరుకున్నాడు.

రామస్వామి, పట్నంలో ఫ్లాట్ అమ్మేసి ఆ డబ్బుతో ఊళ్ళో రెండెకరాల భూమి కొన్నాడు. వచ్చే పంట మీద నమ్మకం కుదరక ఆ భూమిని ఈసారి రొయ్యలు చెరువులుగా

మార్చేసాడు రామస్వామి. రామస్వామి రొయ్యల చెరువులు చూసి ఆదాయం బాగుందని చెప్పి ఆ ఊళ్ళోని రైతులంతా తమ భూముల్ని రొయ్యల చెరువులుగా మార్చేశారు. పంట కాలవలు ఇప్పుడు ఉప్పు నీళ్ళతో నిండిపోయాయి.

ఎకరా రొయ్యల చెరువులో పెట్టుబడి పోను ఎంతలేదన్నా రెండులక్షల ఆదాయం వస్తుంది. అదే వరి పంటలో అయితే అంత ఆదాయం రాదు. అడపా దడపా తుఫాన్లు వచ్చినా- రొయ్యలు చెరువుల మీద ఆదాయానికి అంతగా ఢోకా ఉండదు. రామస్వామికి రొయ్యల పంట కలిసొచ్చింది. మొదటి సంవత్సరం మంచి ఆదాయమే రాబట్టాడు.

కూతురు పెళ్ళి ఘనంగా జరిపించాడు నారాయణ. కూతురికి పెళ్ళి చేశాక గుండె మీద బరువు దించినట్టయింది నారాయణకు. ఒక ఏడాది పంట పోయినా వచ్చే ఏడాదైనా పంట చేతికొస్తుందనే ఆశ నారాయణది. ఉన్న పళంగా అందలం ఎక్కాలనే కోరిక నారాయణకు ఏ కోశానా లేదు.

"పంట భూముల్ని రొయ్యలు చెరువులుగా మార్చి మరొక తప్పు చేశావు రామస్వామి" నారాయణ మాటలు ఈసారి కూడా తలకెక్కించుకోలేదు రామస్వామి.

"ఈ ఊరంతా తమ పొలాలు రొయ్యలు చెరువులుగా మార్చేసి రైతులు స్థితిమంతులయ్యారు. నువ్వు మాత్రం ఇంకా ఆ పాతబడిన వ్యవసాయమే చేసుకుని బతుకుతున్నావు. సమాజంలో వచ్చే మార్పులతో పాటు మనమూ మారాలి. మడి కట్టుకుని కూర్చుంటే మనం అక్కడే ఉంటాం. ఈ జన్మకు నువ్వు బాగుపడవు" తన ఎదుగుదలను చూసి నారాయణ ఈర్ష్య పడుతున్నాడని అనుకున్నాడు రామస్వామి.

"నువ్వు ఎన్నయినా చెప్పు. నీ దారిలోకి నేను ఎప్పటికీ రాలేను. ఈరోజు నీ చేతినిండా డబ్బు ఆడొచ్చు. అది శాశ్వతం కాదు. అలా సంపాదించిన డబ్బు నాకొద్దు. అలాంటి ఆశలూ నాకు లేవు. ఉన్నదాంట్లోనే తృప్తిపడే రకం నేను. ఒక్క రోజులో ఎదిగిపోయే స్థానం నాకొద్దు. ఈ బతుకు, అందులో దొరికే తృప్తి నాకు చాలు".

నారాయణను మార్చలేమని అనుకున్నాడు రామ స్వామి.

రొయ్యల చెరువులు సాగినంత కాలం రైతు రాజే. చేతి నిండా డబ్బే. తేడా వస్తే రొయ్యల చెరువులు మళ్ళీ పంట భూములుగా మారవు. చెరువులన్నీ రసాయన కాలుష్యంతో విషపూరితమైపోతాయి. చెల్ల మచ్చ తెగులొచ్చి రొయ్యలు వ్యాధిగ్రస్తమయ్యాయి. అలాంటి రొయ్యలకు మార్కెట్లో గిరాకీ ఉండదు.

రామస్వామి ఆలోచనలో పడ్డాడు. తెగులొచ్చి రొయ్యల రేటు అడ్డంగా పడిపోయేసరికి రామస్వామి అప్పులు పాలయ్యాడు. రొయ్యల ఆదాయంతో కొన్న బంగారమంతా క్రమేపీ కరిగిపోయింది. ఆరోజు నారాయణ మాట విననందుకు తనకు సరైన శాస్తే జరిగిందని మనసులో మదనపడ్డాడు.

“పంట భూమిని నీలి సముద్రంగా మార్చి మోసపోయాను. ఆ ఆశ ఎన్నేళ్ళో లేదు. నువ్వు చెప్పింది కరెక్ట్. పంట భూమి అమ్మితే తల్లిని అమ్ముకున్నట్టేనని, ఉన్న భూమిని రొయ్యల చెరువులు చేసి పెద్ద తప్పు చేశాను. ఆ భూమి ఇప్పుడు ఎందుకూ పనికిరాని చవుటి నేలగా మారిపోయింది. నిజమే, మొదటిసారి భూమిని అమ్ముకుని పట్నం వెళ్ళిన రోజే ఈ రామస్వామి నీ ముందు ఓడిపోయాడు. ఇప్పుడు ఏ ఆధారం లేని అనాధగా మిగిలిపోయాడు” నారాయణ ముందు వాపోయాడు రామస్వామి.

“డబ్బు రెండింతలు చేయొచ్చు. భూమిని అలా ఎప్పటికీ చేయలేం. భూమి, తల్లీ కన్న గొప్పది. అందులోనే మనల్ని చూసుకోవాలి. మన జీవితం అక్కడే కొనసాగించాలి. అలాంటి భూమిని అమ్మడమే కాదు. దాని రూపురేఖలు నువ్వు మార్చేశావు” అంటూ రామస్వామితో అన్నాడు నారాయణ.

రియలెస్టేట్ వ్యాపారం ఇప్పుడు పట్టణాలతో పాటు పల్లెల్లోకి ప్రవేశించింది. డబ్బు ఆశ చూపి ఆ ఊబిలో రైతులను కూరుకుపోయేట్టు చేస్తున్నారు అక్కడి బ్రోకర్లు. ఒక్కసారి అంత డబ్బు కళ్ళ చూసేసరికి రైతులు వాళ్ళ వలలో పడిపోతున్నారు. డబ్బు అవసరం ఉన్నా లేకున్నా ఆ జూదంలో రైతులు పావులుగా మారుతున్నారు. తమ భూములు అమ్ము కుంటున్నారు. రామస్వామికి మరో దారి లేదు. రొయ్యలు చెరువులు ఇప్పుడు చవుటి భూములుగా మారిపోయాయి.

పండించుకుంటే ఉప్పు, లేకుంటే నిప్పుల కుంపటిలా మారి పోయింది జీవితం. ఏంచేయాలో పాలుపోవటం లేదు. ఒకప్పుడు బాగా బతికిన రామస్వామికి రోజులు గడవడం కష్టంగా ఉంది.

అన్నీ అనుకూలిస్తే బళ్ళు ఓడలవుతాయి, వాణిజ్య పంటలు వేసిన నుండి నారాయణ పరిస్థితి పూర్తిగా మారిపోయింది. మార్కెట్లో వాణిజ్య పంటలకు గిరాకీ పెరిగి నారాయణ ఇప్పుడు రెండు చేతులా సంపాదిస్తున్నాడు. భూమి ఉంటే ఏ పంటయినా వేసుకోవచ్చు. అసలు భూమి లేకపోతే రైతుల పరిస్థితి ఏంటి? మట్టి ఎప్పుడు బంగారమే. ఒకసారి మట్టిని కోల్పోతే బంగారం పోసినా మట్టిని కొనలేం. ఏ దేశమైనా వ్యవసాయానికి తగిన ప్రాధాన్యత ఇవ్వకుంటే, ముందు తరాలు అన్నానికి బదులు డబ్బును మింగలేదు.

ప్రతి మనిషికీ ఇల్లుండాలి. ఇళ్ళకోసం పచ్చని భూముల్ని రియలెస్టేట్ సామ్రాజ్యాలుగా మార్చేయకూడదు.

రాత్రికి రాత్రే భూమి స్వరూపం పూర్తిగా మారిపోయింది. పట్టణాల్లో బహుళ అంతస్థుల భవనాలు కట్టేసి నీటి వనరులు అడుగంటినట్టు చేయడం క్షమించరాని నేరం. ఈ పరిస్థితి ఇలాగే కొనసాగితే ముందు ముందు రేషన్ షాపుల్లో నీళ్ళందించే ప్రక్రియను ప్రభుత్వం చేపట్టాలి. అవసరానికి మించిన నీటి వాడకం మరో వ్యక్తి దాహాన్ని హరించడమే.

డబ్బులు సంపాదించడం సులువు. ప్రకృతి వనరులు కాపాడుకోవడం కష్టం. భూమి మనకు తిండి పెట్టడమే కాదు, నేనున్నాననే ధైర్యం మనకిస్తుంది. ఇప్పుడు ఆ ధైర్యాన్ని పూర్తిగా పోగొట్టుకున్నాడు.రామస్వామి.

"పోరాటం మనుషులతోనే కాదు. మట్టితోనూ చేయాలి. మట్టితో పోరాడితే కాని విత్తనం మొక్కగా. ఎదుగదు. పంట పండలేదని భూమిని నిర్లక్ష్యం చేస్తామా. ఈ ఏడు పంట పండకపోవచ్చు. అంతమాత్రాన భూమిని దూరం చేసుకోవడం అవివేకమే" నారాయణ మాటలు రామస్వామి కళ్ళు తెరిపించాయి.

మనిషి తన గుప్పిట్లో భూమిని పెట్టుకుని రియలెస్టేట్ సామ్రాజ్యాలుగా విస్తరింపజేస్తున్నాడు. చెరువులు మానవ ఆవాసాలుగా మార్చేసుకుని నీటి వనరుల్ని నాశనం చేస్తున్నాడు.   భవిష్యత్తులో ఇలాగే కొనసాగితే మానవ మనుగడ ప్రమాదంలో పడుతుంది. అప్పుడు అమెరికా నుండి తిండిగింజలు, ఆస్ట్రేలియా నుండి మంచినీళ్ళు దిగుమతి చేసుకుని ఏదోలా బతికిద్దాం.

రాబోయే తరాల అవసరాలకు ఇప్పటినుండే భూమిని భద్రపరుద్దాం. అవసరం మేరకే జలాలు వాడుకుని నీటి వనరులు కాపాడుకుందాం. ఈ మాటలు నినాదాలకే పరిమితం కాకుండా భవిష్యత్తు మూలాలకు మనమంతా వారసులం కావాలి.

మరణం వరమైన వేళ

డా. వైరాగ్యం ప్రభాకర్

కరీంనగర్,

Ph:9014559059

వేణు ఎస్సైగా నియామకమై అప్పుడే రెండు నెలలు గడిచిపోయాయి. ఆ రోజు స్టేషన్లో డ్యూటీ మీద ఉన్న సమయంలో ఫోన్ రింగ్ అయింది. ఫోన్ లిఫ్ట్ చేసి "హలో" అన్నాడు.

అవతల్నుంచి కంగారుగా ఒక వ్యక్తి "సార్! మా అయ్య గారు చనిపోయారు. వెంటనే రండి" అవతల నుంచి మాట్లాడుతున్న వ్యక్తి మాటలలో కంగారు, ఆదుర్దా స్పష్టంగా విన్పిస్తుంది.

"అడ్రస్ చెప్పండి, 10 నిమిషాల్లో అక్కడుంటాము" చెప్పాడు ఎస్సై వేణు. ఆ వ్యక్తి చెప్పిన అడ్రస్ నోట్ చేసుకున్నాడు.

"కానిస్టేబుల్స్ మారుతి అపార్ట్మెంట్లో ఒక వ్యక్తి చనిపోయారు, ఇప్పుడే ఫోన్ చేసి చెప్పారు. పదండి" అంటూ కానిస్టేబుల్తో సహా జీపు ఎక్కాడు వేణు.

దారిలో ఫోరెన్సిక్ ఎక్స్ పర్ట్ రమణకు ఫోను చేసి వెంటనే బయలుదేరమని చెప్పాడు. 15 నిమిషాలలో మారుతి అపార్ట్మెంట్స్ చేరుకున్నారు. ఎస్సై వేణు జీపుదిగి అపార్ట్మెంట్ లిఫ్ట్ దగ్గరికి చేరుకున్నాడు. అక్కడే ఉన్న సెక్యూరిటీ గార్డ్ ను "ఫ్లాట్ నెంబర్ 205 ఏ ఫ్లోర్లో ఉంది" అడిగాడు.

"సెకండ్ ఫ్లోర్ సర్,లిఫ్ట్ నుంచి రైట్ సైడ్ కు వెళ్ళండి" అతను చెప్పినట్టుగానే లిఫ్ట్ లో వెళ్ళి 205 దగ్గరికి చేరుకున్నారు. అక్కడ ఇద్దరు ముగ్గురు గది బయట ఉన్నారు. గదిలోకి వెళ్లారు. హాల్లో సోఫాలో ఒక వ్యక్తి 60 సంవత్సరాలు ఉంటాయి. సోఫాలో కూర్చుని ఉన్నాడు.

అతని ముఖంలో ఏదో భయం కనిపిస్తుంది. కళ్ళు అలా తెరుచుకుని ఉన్నాయి. కొద్ది దూరంలో కూర్చున్న వ్యక్తి ఎస్సైని చూడగానే లేచి ఎస్సై దగ్గరగా వచ్చాడు.

"నేనే సార్ మీకు ఫోన్ చేసింది" అన్నాడు. వేణు అతన్ని ఒకసారి తేరిపారా చూసి "ఒకే నీ పేరేంటి" అడిగాడు.

"బాలయ్య సార్ "

"ఏం చేస్తుంటావ్" అయ్యగారి దగ్గర పని మనిషిని సార్. అయ్యగారికి అన్ని పనులు చేసి పెడతాను"

"సరే, జరిగిందేమిటో వివరంగా చెప్పు" అడిగాడు వేణు.

"అయ్యా! ఉదయం లేవగానే అయ్యగారికి టీ తాగడం అలవాటు. టీ చేసి తీసుకొని వచ్చి ఇద్దామని వచ్చేసరికి అయ్యగారు కదలకుండా ఉండటం చూసి భయమేసింది. పక్క ఫ్లాట్ వాళ్ళను పిలిచాను. వాళ్లు చూసి అయ్యగారు చని పోయినట్లుగా చెప్పారు. వెంటనే ఫోను చేశాను".

అతను చెప్పిన మాటలు వింటూనే ఒకసారి గదంతా పరిశీలించాడు. గదిలో ఓ పక్క బీరువా, దాని పక్కనే డ్రెస్సింగ్ టేబుల్, సోఫా ఎదురుగా టీపాయ్, టీపాయ్ పైన పాలతో ఉన్న గ్లాసు, ఓ కాగితం పెన్ను..ఎదురుగా టీవీ ఆఫ్ చేసి ఉంది కానీ టివి కనెక్షన్ అయిన ప్లగ్ మాత్రం ఆన్లోనే ఉంది. బహుశా టైమ్ సెట్టింగ్ చేసారు కాబోలు. సమయం కాగానే అది ఆగిపోయి ఉంటుంది. ఫింగర్ ప్రింట్ ఎక్స్పర్ట్స్, రమణ వాళ్ళ పని వాళ్లు చేసుకుంటున్నారు. పోలీసులు అనుమానాస్పదం అయినటు వంటి ఆధారాల కోసం గాలిస్తున్నారు.

ఎస్.ఐ బీరువా తెరిచి బీరువాలో ఉన్న వస్తువులను పరిశీలించాడు. అందులో ఎరుపు రంగులో ఉన్న ఫైలు అతని దృష్టినాకర్షించింది. ఫైల్ తీసి చూశాడు. అది మెడికల్ రిపోర్ట్స్, డాక్టర్ ప్రిస్క్రిప్షన్ తో కూడిన ఫైలు.

అతను వాడుతున్న మందుల, జబ్బుల వివరాలు అన్ని అందులో ఉన్నాయి. ఫైలు తీసుకొని బీరువా డోర్ మూసేశాడు. టీపాయ్ మీద ఉన్న పాలు తాగి ఉండటం గమనించిన ఎస్సై వేణు పాల గ్లాసు తీసుకొని వాసన చూశాడు.

టీపాయ్ పైన ఉన్న పేపర్ తీసుకొన్నాడు. "గౌరవనీయులు సబ్ ఇన్స్పెక్టర్, రామారం పోలీస్ స్టేషన్ గారికి" అని రాసి ఉంది. అంటే ఏదో చెప్పాలనా లేక ఏదైనా కంప్లైంట్ ఇవ్వాలనుకున్నాడా? పేపర్ తీసి జాగ్రత్తగా జేబులో పెట్టుకున్నాడు.

పని మనిషి బాలయ్యను "ఈ పాలు ఎవరిచ్చారు" అని అడిగాడు.

"అయ్యగారు రాత్రి పడుకునే ముందు పాలు తాగడం అలవాటు. నేనే రాత్రి పాలు కలిపి ఇచ్చాను" చెప్పాడు బాలయ్య. వేణుకు జరిగిన మరణానికి కారణం ఏదో లీలగా అర్థమైంది. పాల గ్లాస్ తో పాటు అనుమానాస్పద వస్తువులను తీసుకొని బయలుదేరుతూ "అవసరం ఉంటే ఫోన్ చేస్తాను స్టేషన్ కు రావాల్సి ఉంటుంది. నాకు చెప్పకుండా ఎటూ వెళ్ళొద్దు" బాలయ్యను హెచ్చరించాడు.

ఎస్సై వేణు, బాడిని పోస్టుమార్టం కోసం పంపించి గది బయటకు వచ్చాడు. పక్క ఫ్లాట్ వాళ్ళను ఇంటరాగేషన్ చేశాడు, బాలయ్య గురించి, చనిపోయిన వ్యక్తి గురించి అందరూ సదభిప్రాయాలే వెలిబుచ్చారు. కరెంట్ పోవడంతో లిఫ్ట్ పనిచేయక పోయేసరికి మెట్ల వైపు వెళ్ళారు. మెట్ల పక్కనే ఓ పిల్లి చనిపోయి ఉండటం గమనించాడు వేణు.

మధ్యాహ్నం 11 దాటింది. ఫోరెన్సిక్ రిపోర్టు, పోస్టుమార్టం రిపోర్టుల కోసం ఎదురు చూస్తున్నాడు వేణు.

"రమణ రిపోర్టు పంపాడు సర్" అంటూ కవరందించాడు కానిస్టేబుల్ రవి. కవరులో పాలగ్లాసు మీద ఫింగర్ ప్రింట్స్ రిపోర్టు.. అవి బాలయ్య వేలి ముద్రలతో సరిపోయాయి. గ్లాసు మీద చనిపోయిన వ్యక్తి వేలిముద్రలు కూడా ఉన్నాయి.

పాలల్లో మోతాదుకు మించి నిద్రమాత్రలు కలిపినట్లు రిపోర్టులో ఉంది. తానూహించిందే నిజమైంది. కానిస్టేబుల్ రవిని పిలిచి "వెంటనే వెళ్ళి బాలయ్యను తీసుకురా.. ఆలస్యం చేయొద్దు" ఆజ్ఞాపించాడు.

అరగంటలో బాలయ్యను తీసుకొచ్చి ఎస్సై ముందుంచాడు రవి.

"బాలయ్య చెప్పు ..మీ అయ్యగారిని ఎందుకు చంపావు?"

నెత్తి మీద పిడుగు పడ్డట్టుగా చూశాడు బాలయ్య.

"సార్.. అయ్యగారిని నేనెందుకు చంపుకుంటాను.. ఆయన నాకన్నం పెట్టిన మనిషి. ఆయన ఉప్పు తిన్నోణ్ణి. నేనెందుకు చంపుతాను సార్"

"చూడు..అమాయకంగా నటించకు.. పాలల్లో నిద్రమాత్రలు కలిపి ఆయన్ని చంపావు. అందుకు ఆధారాలున్నాయి. మర్యాదగా ఒప్పుకుంటే మంచిది. లేదంటే మా పద్ధతిలో పోవాల్సి ఉంటది. సాయంత్రం వరకు అవకాశం ఇస్తున్నా. తర్వాత ఏం జరుగుతుందో నువ్వూహించలేవు" బాలయ్యను హెచ్చరించాడు. వేణు ఆదేశంతో బాలయ్యను సెల్లో బంధించారు.

భోజన సమయం కావడంతో వేణు ఇంటికి బయలుదేరాడు. ఇంటిగుమ్మంలో అడుగు పెడుతుంటే ఇంట్లోనుండి ఒక్కసారిగా భయానకమైన శబ్దాలు రావడంతో ఏం జరిగిందోనని వేణు గుండె ఒక్కసారిగా లయ తప్పినట్లైంది. లోపలికి వెళ్ళి చూస్తే హాల్లో కొడుకు టి.వి. చూస్తూ కన్పించాడు. అప్పుడర్థమైంది ఆ శబ్దాలు టి.వి.లో నుండి వచ్చినవని.

" వినోద్.. ఏం చూస్తున్నావురా.. టీవిలో."

నాన్న మాటలు వినోద్ కు విన్పించలేదు. సీరియస్ గా సీరియల్ చూస్తున్నాడు. ఈసారి వినోద్ భుజం తట్టి అడిగాడు. ఒక్కసారిగా ఉలిక్కిపడ్డాడు విజయ్.. పక్కనే నాన్న.. టీవిలో నడుస్తున్నది హర్రర్ సీరియల్.

"నాన్న..అర్ధరాత్రి అగంతకుడు" అని హర్రర్ సీరియల్ నాన్న.. రోజులో రెండుసార్లు ప్రసారం చేస్తారు. మధ్యాహ్నం ఒంటి గంటకి రాత్రి పది గంటలకి.. సస్పెన్స్

థ్రిల్లర్ సీరియల్. ఆ సీరియల్ చూస్తుంటే అన్పించింది, కాస్త హార్ట్ వీక్ ఉన్నవాళ్ళు చూస్తే గుండాగిపోవడం ఖాయం అని.

ఒక్కసారిగా వాతావరణం మారిపోయింది. ఆకాశంలో మేఘాలు కమ్ముకుంటున్నాయి. రామారం పోలీసుస్టేషన్.. వేణు తన సీట్లో కూర్చున్నాడు. అప్పటికి టేబుల్ పై పోస్టుమార్టం రిపోర్టు సిద్ధంగా ఉంది. కవరు విప్పి రిపోర్టు చూశాడు. చదువుతుంటే వేణు ముఖంలో రకరకాల భావాలు ముడివడిన కనుబొమ్మలు నెమ్మదిగా విచ్చుకున్నాయి. ఉదయం నుండి జరిగిన సంఘటనలు ఒక్కటొక్కటిగా కదలాడుతున్నాయి. వేణు మనసులో కేసు తాలూకు మబ్బులు చెల్లాచెదురయ్యాయి. జరిగింది హత్యా కాదు.. ఆత్మహత్య అంతకన్నా కాదు. వేణు పెదవులపై చిరునవ్వు మెరిసింది.

"సర్..ఉదయం బాలయ్య హత్య చేశాడని తీసుకు రమ్మన్నారు. ఇప్పుడేమో నిర్దోషి అని వదిలేశారు. నాకేం అర్థం కావడం లేదు. ఇది హత్యా లేక ఆత్మహత్యా.." రవి అడుగుతుంటే చిన్నగా నవ్వుకున్నాడు వేణు.

"రవీ.. ఒకవేళ బాలయ్య హత్య చేశాడనుకుందాం.. కాని హత్య చేయడానికి పురికొల్పిన పరిస్థితులు అక్కడేమీ కన్పించలేదు నాకు. చనిపోయిన వ్యక్తి రిటైర్డ్ టీచర్.. అతని పాస్ బుక్లో ప్రతినెల వచ్చే పెన్షన్ తప్ప డబ్బు లక్షల్లో నిలువ లేవు. పైగా ఒంటరి వ్యక్తి, ఆస్తిపాస్తులేవీ లేవు.. వారిద్దరి మధ్య శతృత్వం లేదన్న విషయం పక్క ఫ్లాట్లలో ఉన్న వారిని ఇంటరాగేషన్ చేసినపుడు తెలిసింది. అంతేకాదు హత్య చేసినవాడు తప్పించుకోవడానికి ప్రయత్నిస్తాడు. కాని పోలీసులకు ఫోన్ చేయడు".

"మరి పాలల్లో నిద్రమాత్రలు.."

"అక్కడకే వస్తున్నా.. బాలయ్య పాలు అందించిన మాట వాస్తవమే.. ఐతే పాలల్లో నిద్రమాత్రలు కలిపింది. చనిపోయిన వ్యక్తే.. అతని మెడికల్ రిపోర్టులు పరిశీలించినపుడు అనేక రోగాలతో బాధ పడుతున్నట్లు తెలిసింది. ఇటీవలే ఎయిడ్స్

సోకినట్లు రిపోర్టులున్నాయి. అంతేకాకుండా ఒంటరితనాన్ని ఫీలయ్యేవాడని.. అందుకే చావాలనుకొని సూసైడ్ నోట్ కూడా రాయడానికి సిద్ధపడ్డాడు..”

“అంటే ఇది ఆత్మహత్యన్నమాట” రవి మాటలకు వేణు మరోసారి నవ్వు మెరిసింది.

“రవీ.. ఇది ఆత్మహత్య కూడా కాదు. అనుకోకుండా సునాయాసంగా లభించిన మరణం ఇది” అర్థం కానట్టు తలూపాడు రవి.

“యస్ రవీ... పోస్ట్ మార్టం రిపోర్టులో అతని మరణం రాత్రి పది, పదిన్నర మధ్య సంభవించినట్లు ఉంది. మరణం విష ప్రభావం వల్ల జరిగినట్లు లేదు. గుండెపోటు రావడం వల్ల మరణం సంభవించిందని పోస్టుమార్టం రిపోర్టులో ఉంది. అతని మెడికల్ రిపోర్ట్ అతని గుండె బలహీనంగా ఉందన్న విషయం స్పష్టంగా రాయబడి ఉంది. తనుచావబోయే ముందు ఎందుకో టివి చూడాలన్పించింది. టి.వి. ఆన్ చేశాడు. అప్పుడు బహుశా పది దాటి ఉంటుంది...టి.వి చూడడమే అతని మరణానికి హేతువైంది.చిత్రంగా చూశాడు రవి...

“ఇంకా అర్థం కాలేదా.. పది గంటలకు వచ్చే సీరియల్ ఏది?

“అర్ధరాత్రి అగంతకుడు”

నిజమే కాని గ్లాసులో కొన్ని పాలు తాగినట్లున్నాయిగా”

“మనం మారుతి అపార్టుమెంటు నుండి వచ్చేటపుడు పిల్లి చనిపోయి ఉంది.. గమనించావా.. బహుశా..”

బయట అప్పటి వరకు ముసురుకున్న మబ్బులు తొలగిపోయి ఆకాశం ప్రశాంతంగా కన్పించింది.

మారిన మనసు

కాయల నాగేంద్ర

హైదరాబాద్,

Ph:8500286697

అప్పటి వరకు సెల్ ఫోన్ మాట్లాడిన ప్రదీప్ ముఖంలో కనిపించిన ఆందోళనను పసిగట్టిన రమ్య "ఏమైందండీ! అలా ఉన్నారు?" అడిగింది.

"నాన్నకి అర్జంటుగా యాభై వేలు కావాలంట. అంత డబ్బు నా దగ్గర లేదు ఏం చేయాలి?" ఆందోళనతో అన్నాడు ప్రదీప్.

అంతవరకు రమ్య ముఖంలో ఉన్న ప్రశాంతత ఎగిరిపోయింది. ఆ స్థానంలో కోపం చోటు చేసుకుంది.

"మీ నాన్న మనల్ని ప్రశాంతంగా బ్రతకనివ్వడా? ఎప్పుడూ డబ్బు, డబ్బు అని ప్రాణాలు తీస్తుంటాడు. ఇక్కడే మయినా డబ్బు చెట్లకు కాస్తున్నాయా? ఆ ముసలాయన బ్రతికినంత కాలం ఇలా మనల్ని పీక్కు తింటూనే ఉంటాడు" అది కోపంగా.

"నువ్విలా అంటావనే నీకు చెప్పకూడదనుకున్నాను" ఒకింత అసహనంతో అన్నాడు.

"అంటే నాకు తెలియ కుండానే డబ్బు పంపాలను కున్నారా?" రమ్య కళ్ళు ఎర్రబడ్డాయి.

"ఇంతకీ డబ్బు పంపాలను కుంటున్నారా?" తీక్షణంగా భర్త వైపు చూసి అడిగింది రమ్య.

"నా చదువు కోసం, చెల్లెలు పెళ్లి కోసం అప్పు చేశాడు. అది వడ్డీ పెరిగిపోతోందని, ఈ సారి యాభై వేలు కట్టేస్తే సమస్య తీరిపోతుందని చెప్పాడు"

"మీ నాన్న చేసిన అప్పు కట్టడానికి ఇక్కడ మీరు అప్పు చేసి పంపుతారా? మీ నాన్నగారి పుణ్యమా అంటూ ఇప్పటికే అప్పులు చేయడం అలవాటయింది. మనకూ అమ్మాయి ఉందండీ! ఇప్పటినుంచి కూడ బెడితేనే కాని దాని చదువులు, పెళ్లి చేయ గలము. మన సంపాదనంతా మీ నాన్న చేసిన అప్పులు కడుతూపోతే మనం ఆర్థిక ఇబ్బందుల్లో పడతాం." భర్తకు హితబోధ చేసింది రమ్య.

ఎంత ప్రయత్నించినా రమ్యలో మార్పు రాలేదు. ప్రదీప్ పై ఎక్కువ ఒత్తిడి పెరగడంతో అతనిలో ఓర్పు నశించిపోయింది.

"నువ్వు ఇంత కఠినంగా మాట్లాడినప్పుడు ఇక నేను చేసేది ఏమీ లేదు రమ్యా! నీక్కావలసింది డబ్బే కదా! ఇక నుంచి నా నెల జీతం నీకే ఇస్తాను." అంటూ ఆమెతో మాట్లాడకుండా బాధగా లేచి బయటికి వెళ్ళిపోయాడు.

ఆ రోజు నుంచి సాయంత్రం అయిదు గంటలకు ఇంటికొచ్చే ప్రదీప్ రాత్రి పది గంటల తర్వాత ఆఫీసు నుంచి వస్తున్నాడు.

ఒక్కొక్కసారి ఆఫీసులో ఉన్నప్పుడు ఇవే ఆలోచనలు, ఇవే సమస్యలు తన మనసులో తెర వెనుక నీడల్లా మెదుల్తూ ఉంటాయి. ఆఫీసు గేటు దాటగానే అవి తెరతీయగానే రంగంలోకి దూకిన నర్తకీమణు ల్లాగా నిరభ్యంతరంగా నాట్యం చేయడం మొదలు పెడతాయి తన మస్తిష్కంలో.

మనిషికి ఆలోచనా శక్తి అన్నది ఒక వరంగానే ప్రసాదించాడు భగవంతుడు. రాను రాను అదో పెద్ద శాపంగా తయారవుతోంది ప్రదీప్ లాంటి అతి సామాన్యులకి.

ప్రదీప్ మనసులో ఏ ఆదర్శాలు లేవు. ఉన్నది ఒక్కటే ధ్యేయం. ఎంత కష్టపడైనాసరే తండ్రికి డబ్బు పంపాలి. తండ్రిని కష్ట పెట్టకూడదు.

భార్య అన్న మాటలు పదే పదే గుర్తొచ్చి ఆమె పైన ప్రేమ సన్నగిల్లింది. ఆ రోజంతా పిచ్చివాడిలా తిరిగాడు. ఏవేవో జ్ఞాపకాలు అతన్ని కలచివేశాయి. సుందర స్వప్నాలను

మరపించిన రమ్యలో ఎంత మార్పు! రమ్య అనురాగానికి ప్రతిరూపం అనుకున్నాడు. ఆమె అన్న మాటలు అతన్ని బాధిస్తూనే ఉన్నాయి.

చీకటి పడుతోంది. వెలుగును వెతుక్కుంటూ దీపాలు వెలుగు తున్నాయి.

చల్లని గాలి మెల్లగా వీస్తోంది.

చీకట్లో శూన్యంలోకి చూస్తూ పెరట్లో ఒంటరిగా కూర్చున్నాడు ప్రదీప్.

పెరట్లో పెద్ద దేవపారిజాతం నిలువెల్లా పూలతో విరగబూసింది. ఆ చెట్టు క్రింద పారిజాతం పులరాసులు పోసినట్లు పడి ఉన్నాయి. గాలి వీచినప్పుడల్లా ఆ చెట్టు నుంచి పూలు జలజలా రాలు తున్నాయి. ఆ పూల నుంచి వచ్చే సువాసన సన్నగా గాలిలో కలిసి పోతోంది. ఆ రాలిన పారిజాతాలను చూస్తుంటే, తన కోసం తండ్రి పడిన కష్టాలు మదిలో కదిలాడటంతో మనసులో భాధ గుండెల్లోకి తన్నుకొచ్చింది. కళ్లు చెమ్మగిల్లాయి. దుఃఖం పొంగి పొరలి వచ్చింది.

అలలు లేని కొలను వంటి వ్యక్తిత్వం అతని నాన్నది. మంచికి పట్టం కట్టే మనస్తత్వం ఆయనిది. మండుటెండను, పండు వెన్నెలను ఒకే దృష్టితో చూసే ఆయనంటే రమ్యకి ఎందుకో ఇష్టం ఉండదు. ఆయన మాట వచ్చినప్పుడల్లా ఆ ఇంట్లో గొడవలు పుట్టుకొస్తాయి. ప్రదీప్ మానసికంగా బాధపడుతూ ఉంటాడు.

***

రమ్య, ప్రదీప్ దంపతులకు మూడేళ్ల ముద్దుల కూతురు సౌమ్య. అల్లారుముద్దుగా పెంచారు. పువ్వులా పెరిగింది. సువాసనలు వేదజల్లుతోంది.ఆమె ముద్దుల మాటలతో ఆ ముగ్గురి మద్య సున్నితమైన ప్రేమానురాగాలు అల్లుకున్నాయి.

హాయిగా ఆనందంగా సాగిపోతున్నఆ సంసారం ఉన్నట్టుండి తుఫాను తాకిడికి గురయినట్లయింది. ఇంతకు ముందు వాళ్ళ మధ్య చిరు కలహాలు చోటు చేసుకున్నా, రాత్రయ్యేసరికి మాయమయ్యేవి, అలాంటిది వారి మధ్య నెల రోజులుగా సాగుతున్న గొడవ సద్దుమనగలేదు.

ప్రదీప్ దేన్నయినా భరించగలడు కానీ, రమ్య తనను నిర్లక్షం చేస్తే మాత్రం తట్టుకోలేడు. భార్యాభర్తల మధ్య ఉండవలసింది ఒకరిపట్ల ఒకరికి నమ్మకం. ఆ నమ్మకమే ప్రేమకు పునాది.

రమ్యలో అనుమానం మొదలయింది. లంచ్ బాక్స్ తీసుకెల్లే ఆఫీసు బాయ్ ని ఆరా తీసింది.

“సార్ ఆఫీసులో రోజూ మూడు గంటలు ఆదనంగా పని చేస్తున్నాడని” చెప్పడంతో ఆమె షాక్ తిన్నదానిలా అదిరి పడింది.

ఆమె మనసు పరిపరి విధాలుగా పోయింది. ‘ఆయన మనసు నొప్పించకుండా సౌమ్యంగా చెప్పాల్సింది. మామయ్యను నిందిస్తూ ఆయన్ని బాధ పెట్టాను. ఇప్పుడు మనశ్శాంతికి దూరమయి ఆయన ప్రేమకు దూరమయ్యాను. ఇంకెప్పుడూ ఇలాంటి పిచ్చి పనులతో భర్తను బాధ పెట్టకూడదని’ నిర్ణయించుకుంది.

రాత్రి పది గంటలకు ఇంట్లో అడుగు పెట్టాడు ప్రదీప్. ఒక్క ఉదుటున వెళ్ళి అతని గుండెల మీద వాలిపోయి వెక్కి వెక్కి ఎడ్చింది రమ్య.

ఆమె మాట్లాడటం లేదు. పెదవులు వణుకు తున్నాయి

ఆమె కళ్లల్లో కలువ రేకలు లేవు. కన్నీళ్ళ చెలమలు నిండి ఉన్నాయి.

“ఎందుకేడుస్తున్నావ్? ఏం జరిగింది చెప్పు” ఆమెను ఓదార్చాడు ప్రదీప్.

రమ్యకి చిన్నతనం నుంచీ పట్టుదల, మొండితనం ఉన్న మనస్తత్వం. రోషం ఎక్కువ, మాట పడదు. తనకెవరన్నా ఇలా చేయమని నీతి బోధలు చెయ్యటం గిట్టదు. మనసు మాత్రం బంగారం. ఆమెది మల్లెపూవు లాంటి హృదయం.

“క్షమించండి. మీ పట్ల మూర్ఖంగా ప్రవర్తించాను. ఇంకెప్పుడూ మీ మాటకు ఎదురు చెప్పను. మామగారికి డబ్బు పంపండి. ఒక మంచి పని చేశామన్న తృప్తి అయినా మిగులుతుంది. ఈ వయసులో మామగారిని భాధ పెట్టడం మంచిది కాదు. ఆయన దయవల్లే నేడు మనం ఇలా ఉన్నామనే నగ్న సత్యాన్ని ఆలస్యంగా తెలుసుకున్నాను. కళ్ళు మూసుకుపోయి మిమ్మల్ని బాధ పెట్టాను. నెల రోజుల నుంచి

మీ అనురాగానికి దూరమయి నేనెంత బాధ పడ్డానో మీకు తెలియదు. నాకు మీ ప్రేమ తప్ప ఇంకేమీ అక్కర్లేదు. ఇక మీదట మన జీవితంలో అపస్వరాలు పలకకూడదు" కన్నీటితో భర్తను హత్తుకుపోయింది రమ్య.

భార్య మనసు మారడంతో ప్రదీప్ ఎంతో సంతోషించాడు.

మార్పు

రెండు చింతల భువనేశ్వరి

విశాఖపట్నం

Ph:9246672508

వసంత మర్నాడు చెప్పబోయే పాఠాన్ని చూసుకుంటున్నది. ఆ పాఠం చెప్పడం వల్ల ఎవరికి లాభం. అసలు ఏ ఉద్దేశంతో ఆ పాఠం పిల్లల సిలబస్ లో పెట్టారో తెలియక ఆమె ఎప్పుడూ ఆలోచిస్తూనే ఉంటుంది. ఉద్యోగ ధర్మం చేయక తప్పదు. ఇంతకూ ఆమె అంతలా ఆలోచించి మదన పడుతున్న పాఠం మన దేశ చరిత్ర సాంప్రదాయాల మీద, మన సంస్కృతి మీద. ఎప్పుడూ చరిత్రని పూర్తిగా లోతుగా అధ్యయనం చేయకుండానే ఎవరో ఎప్పుడో రాసింది అది నిజమా కాదా అని కూడా ఆలోచించకుండా గ్రంథస్తం చేసిన చరిత్ర వల్ల చిన్నప్పటినుండే మన పిల్లలకు నేర్పుతున్నది ఏమిటి? హిందూ గ్రంథాల మీద హిందూ మతం మీద వాటిలో ఉన్న మూఢవిశ్వాసాల మీద నమ్మకాల మీద, స్త్రీలను హేయంగా దారుణంగా హింసించినట్లు చెప్తున్నారు. అది నిజమా కాదా అని ఎవరైనా చరిత్రను పరిశీలించారా? మరి అలా అయితే మైత్రేయి, గార్గి వీళ్లంతా స్త్రీలే కదా, పైగా

యత్ర నార్యస్తు పూజ్యంతే రమంతే తత్ర దేవతాః

యత్రై తాస్తున పూజ్యంతే సర్వాస్తత్రఫలాక్రియాః అన్న మాటలు అవాస్తవమా?

చేయు పనులను బట్టి కులాలుగా విభజించబడ్డాయని చెప్పే మాటలు ఎంత్వరకు వాస్తవం? ఇన్ని మతాలు మన దేశంలో ఎందుకు ఉన్నాయి? ఇన్ని భాషలు ఎలా పుట్టాయి? ఇలా ఆలోచిస్తూ నిత్యం వాటి గురించి అన్వేషిస్తూనే ఉంటుంది వసంత. పైగా బ్రాహ్మణులు చాలా నీచంగా ప్రవర్తించారని పాఠాల్లోనూ, సినిమాల్లోనూ చూపిస్తుంటే అదే నిజంగా భావించే నేటి తరం వారికి ఏం చెప్పాలి? మత సామరస్యం గురించి కులవర్గ విచక్షణ గురించి ఏం చెప్పాలి? ఎలా చెబితే వారికి ఐకమత్యం గురించి తెలుస్తుంది? ఎలా చెప్పాలో తెలియక ప్రతిసారి తికమక పడుతూ ఉంటుంది. ఇవాళ తను ఒక నిర్ణయానికి వచ్చింది. పిల్లల్లో భేదభావాలు లేకుండా సామరస్యంగా ఐకమత్యంగా ఉండాలంటే పుస్తకాల్లో ఉన్నది ఉన్నట్లుగా కాదు, వారికి నిజం తెలిసి చూసి నేర్చుకునేదై ఉండాలి. సాంకేతికంగా నిరూపితమైనదై ఉండాలి. ఇలా ఒక నిర్ణయానికి వచ్చింది. అంతే ఆరోజు పుస్తకం మూసి ప్రశాంతంగా నిద్రపోయింది.

మరునాడు తరగతి గదిలోకి అడుగుపెడుతూనే పిల్లలని చిరునవ్వుతో పలక్రించి వారికి పాఠం చెప్పడం మొదలు పెట్టింది. సుసంపన్నమైనది భారతదేశం. ఇక్కడ విజ్ఞానాన్ని నలుదిశలా పంచడానికి మన పూర్వీకులు ఆశ్రమాలను నెలకొల్పి ఎవర్కి తగ్గ జ్ఞాన తృష్ణను వారికి అందించారు. కానీ మనము ఎప్పుడూ ఎవరి దగ్గర ఏ జ్ఞానాన్ని నేర్చుకున్నామని ఎక్కడైనా,ఎప్పుడైనా, ఏ చరిత్రలోనైనా చెప్పబడిందా పిల్లలని అడిగింది. వాళ్ళు లేదు అన్నారు.

మన పూర్వీకులు ఏ ప్రాంతాల పైన నైనా దండయాత్ర చేశారా అని అడిగింది. లేదు అన్నారు. కానీ మన దేశం పైకి మన సంపదకై విజ్ఞానంపై అనేక దండయాత్రలు జరిగాయి. అవునా కాదా అడిగింది. ఉదాహరణ చెప్పమంది. వారు ఆలోచిస్తూ ఉంటే తనే ముందుగా ఒక ఉదాహరణ చెప్పింది.

వేదాలని దొంగిలించి వారి చేత చంపబడ్డ రాక్షసుడి పేరేమిటి? అని అడిగింది. అంతే పిల్లలందరూ ఏముకుడు టీచర్ అని చెప్పారు. అంటే వేద కాలం నుంచి కూడా

మన విజ్ఞానాన్ని మన సంపదను దోచుకోవడానికి ఎవరో ఒకరు వస్తున్నారు కదా! అలాగే మీకు తెలిసిన వారి గురించి ఎవరైనా చెప్పండి అని అడిగింది.

పిల్లలు తురుష్కులని, మొగలాయిలు అని,ఆప్షన్లని ఇలా చెప్పడం మొదలుపెట్టారు. ఇలా దండెత్తిన వీరందరూ మన సంపదని దొరికిన దానిని దొరికినట్లు దోచుకుపోతూ ఉంటే ఎందరో వారిని ఎదిరించి ప్రాణత్యాగం చేశారు. భారతదేశం నాగరిక దేశం మన మతం అందరి హితాన్ని కోరుతుంది. అందరూ పల్లకిలోనే ఎక్కాలి అనుకుంటే, మోసే బోయిలు ఎవరు? అందుకని స్వచ్ఛందంగా వారి వారి మానసిక, శారీరక పరిస్థితులను అనుసరించి కులాలు ఏర్పడ్డాయి. మన అందరం ఐకమత్యంగా ఉండడం. నచ్చని వారు బలిష్టమైన మన వ్యవస్థని దెబ్బతీయటానికి ఒక్కొక్కరు ఒక్కో విధంగా ప్రయత్నించి మన పటిష్టమైన దృఢమైన వ్యవస్థను నాశనం చేయడానికి ఎంతోమంది కీలక పాత్ర ను పోషించారు. అందులో భాగంగానే మన దేవాలయాలని, మన పూర్వీకుల తాళపత్ర గ్రంథాలని నాశనం చేసుకుంటూ చివరికి మనది అనాగరిక దేశంగా సమాజంలో మూఢ విశ్వాసాలు ప్రబలిన దేశంగా ముద్ర వేసి పాలించారు. వీరి దాడులను తట్టుకోడానికే బాల్యవివాహాలు, సతీ సహగమనం లాంటి సాంప్రదాయాలను, ఆచారాలను మన పూర్వీకులు మన స్త్రీల మాన ధన ప్రాణాలను రక్షించుకోవడానికి ఈ వ్యవస్థను ఏర్పాటు చేశారు. ఇది పెడత్రోవ తొక్కడం తో మన సంఘసంస్కర్త లు వాటిని రూపుమాపారు.

మనవారు శాంత స్వభావాలు, తిరగబడ్డం కంటే శాంతియుతంగా ఉండటమే అలవాటు. కర్మ సిద్ధాంతం బలంగా నమ్మే మన బలమే మన బలహీనముగా భావించి దానిపై బలంగా దెబ్బ కొట్టారు. అలా నిదానంగా మతాలు వచ్చాయి. విభజించి పాలించు అన్న సూత్రాన్ని పాటించి మనలో కొందరిని కొందరి పైకి రెచ్చగొట్టి చివరికి అల్లకల్లోలం చేశారు. ఎన్ని ఎత్తులు జిత్తులు పన్నినా వాటిని అన్నిటిని తట్టుకొని నేటి వరకు మన సంస్కృతి సాంప్రదాయాలు భాష చస్తూ బతుకుతూ ఉన్నాయి. కానీ నేటి విద్యా విధానంలో మన చదువులు మూలిగే నక్క పై తాటి పండు పడ్డ చందాన పూర్తిగా జీవాన్ని

కోల్పోయేలా చేస్తున్నాయి. దయచేసి మన మూలాలను మర్చిపోకండి. ఎందుకు ఎప్పుడు ఎలా ఆచారాలు, సంప్రదాయాలు మారాయో గమనించుకోవాల్సిన బాధ్యత మనది. కాబట్టి ఈ చరిత్రలోని లోటుపాట్లను తెలుసుకోవడం మన కర్తవ్యం. ముందుగా రేపు రాబోయే సంక్రాంతి ఎందుకు జరుపుకుంటాము. దీనివలన ఏమిటి లాభాలు అన్నది మీ ఇంట్లో ఉన్న మీ అమ్మమ్మల్ని వాళ్ళని అడిగి ఎప్పుడూలా కాకుండా ఈసారి పాత పద్ధతిలో మన సాంప్రదాయాల విలువలు, వాటి అర్థాలని తెలుసుకుని ఆనందంగా జరుపుకుంటారని భావిస్తున్నాను. మీరు ఎలా జరుపుకున్నది, మీ భావాలను, అనుభూతులను రాబోయే తరగతిలో నాకు తెలియజేస్తారు అనుకుంటున్నాను. సరేనా పిల్లలు సెలవు అంటూ తరగతిలో నుంచి బయటికి నిశ్శబ్దంగా వెళ్లిపోయింది.

సెలవుల అనంతరం వసంత యధావిధిగా సెలవుల అనంతరం పాఠశాలకు వెళ్లి తరగతి గదిలోకి ప్రవేశించిందో లేదో పిల్లలు అందరూ వసంత చుట్టుముట్టి వారు తీసుకున్న ఫోటోలను వారు తీసుకున్న వీడియోలను చూపిస్తూ ఇదివరకటికీ, ఇప్పటికీ తేడాలు చెబుతూ వారి వారి ఆనందాన్ని ప్రకటిస్తూ ఉంటే వారిని చూస్తూ మురిసిపోవడం ఇక వసంత వంతు అయింది.

నేటి తరం నిజా నిజాలను గ్రహించి మన ధర్మాన్ని, మన దేశాన్ని కాపాడతారు అన్న తృప్తితో ఆనందంగా ఆరోజు ఇంటికి చేరుకుంది.

తల్లిదండ్రులు మా పిల్లలు ఇలా మారారు అంటే అది మీరు చెప్పిన పాఠము,మీరు చెప్పిన విధానం అని అంటూ ఉంటే భరతమాత ఆనందించినట్లు, మాతృభాష జీవించినట్లు, మన సాంప్రదాయాలకు పూర్వ వైభవం వచ్చినట్లుగా భావించి ఆనందంతో కళ్ళు చెమ్మగిల్లాయి. ఉపాధ్యాయునికి ఇంతకంటే ఇంకేం కావాలి వారి దగ్గర సెలవు తీసుకుని ఆనందంతో ఇంటికి చేరుకుంది.

లక్ష్యం

డా. దేవులపల్లి పద్మజ

విశాఖపట్నం,

Ph: 9849692414

సంధ్యాసమయం ప్రశాంతంగా సోఫాలో కూర్చుని పూవులు మాలకడుతూ టి.వి. చూస్తోంది సుహాసిని. కూతురు దివ్య స్నేహితురాళ్ళతో సినిమాకి వెళ్ళింది. కొడుకు భరత్ క్రికెట్ గ్రౌండ్ కి వెళ్ళాడు. భర్త ఆఫీసునుంచి లేటుగా వస్తాడు. ఎకౌంట్స్ క్లోజింగ్ అవటంవలన ఈ నెలంతా అలాగే వుంటుంది అతని షెడ్యూల్. పని చేసేసి త్వరగా వెళ్ళిపోయింది పనిమనిషి.

ఇంతలో లాండ్ ఫోన్ మ్రోగింది. ఒడిలోని పూవులను పక్కన పెట్టి కార్నర్ టేబుల్ దగ్గరకి వచ్చింది. ఫోను ఆగిపోయింది. రెండు నిమిషాలు అక్కడే నుంచుని ఎదురుచూసింది. తిరిగి రింగ్ అవలేదు. వెనక్కి వచ్చేసింది. రింగ్ అవటం, ఆగిపోవటం రెండు మూడు సార్లు జరిగింది. విసుగొచ్చి ఇక పట్టించుకోవటం మానేసింది.

వెనక్కి వచ్చి కూర్చుని తన పనిలో మునిగిపోయింది. ఇంతలో భర్త రఘురామ్ రావటం చూసి ఆశ్చర్యపోయింది. నేను చూస్తున్నది నిజమేనా? ఊహా? అనుకుంటూ కనుబొమలు ముడివేసి భావాన్ని ప్రకటించింది. దానికి సావధానంగా, నిజమే, నేనే, రఘురామ్ ని, పతిదేవుడని, రానిస్తావా? నేను ఫోను చేస్తే ఎవరూ పట్టించుకోలేదు. అన్నాడు నవ్వుతూ.

బ్యాగ్ పక్కన పెట్టి రిఫ్రెష్ అయివచ్చాడు. చిరునవ్వుతో కాఫీ తెచ్చి భర్త చేతిలో

పెట్టింది సుహాసిని. ఏమిటి విషయం, ఏమీ లేకుండా త్వరగా రారే, ఇల్లూ ఇల్లాలు త్వరగా గుర్తుకొచ్చాయి. ఏమిటో సెలవిస్తారా అంది కాస్త వెటకారం జోడిస్తూ, పక్కనే కూర్చుంటూ.

మన దివ్య ఫ్రెండ్ శ్యామల నాన్నగారు, మూర్తి వస్తానన్నారు. ఎందుకో తెలుసుకోవాలి కదా! మీతో మాట్లాడాలి, ఏటైములో వుంటారు, ఎప్పుడు రమ్మంటారు అని అడిగితే ఈ సమయంలో రమ్మనమని చెప్పాను. ఇద్దరూ కులాసా కబుర్లు చెప్పుకునేంతలో రానే వచ్చారు మూర్తి.

నమస్కారం మూర్తి గారు రండి. అంటూ సోఫా చూపించాడు.

నమస్కారం. రఘురామ్ అమ్మ కులాసాగా వున్నారా అని వారిద్దరిని పలకరించారు మూర్తి.

లోపలికి వెళ్ళి మంచినీళ్ళు తెచ్చింది సుహాసిని. వారిద్దరూ మాట్లాడుకుంటూ వుంటారు. మధ్యలో తను అక్కడ వుండటం ఎందుకులే అని లోపలికి వెళ్ళి స్టౌ మీద పాలు పెట్టింది. పళ్ళెంలో అల్పాహారము పెట్టి, వారిద్దరికి తెచ్చి టీపాయ్ మీద పెట్టింది.

పదినిమిషాల తరువాత టీ కలిపి తీసుకుని వచ్చి అక్కడ పెట్టి వెళ్ళిపోబోతుంటే.

అమ్మా! ఒక్క నిమిషం అన్నారు. ఏమి చెప్తారో అని అటుగా చూసింది. ఎం.ఎస్ చేస్తానని మా అమ్మాయి శ్యామల గొడవ చేస్తోంది. ఏవేవో పరీక్షలు రాస్తోంది. నాకు వేరే దేశాలు పంపించడం ఇష్టంలేదు. కానీ ఇంట్లో అందరూ పంపించి, చదివించటానికి మొగ్గుచూపుతున్నారు. నాకు ఆ విషయాలేవి తెలీదు. ఏదో కాంట్రాక్టులు చేసుకుని బతికే మొండి బతుకు. ఏది మంచో, ఏది చెడో బయటి దేశాల గురించి నాకు తెలీదు. మీరు దివ్యని కూడా పై చదువులకు విదేశాలు పంపిస్తున్నారా? చదివిస్తే స్నేహితురాళ్ళిద్దరూ కలిసి వుండేలాగ ఏర్పాటు చేద్దాం. ఒకరికి ఒకరు తోడుగా వుంటారు. ఏర్పాట్లు అవీ మీరే ఇద్దరికీ ఒకేసారి చేసేద్దురూ.. అన్నారు మూర్తి.

అంతా విని రఘురామ్ నేను మా దివ్యతో మాట్లాడి ఏం

చెయ్యాలనుకుంటోందో ఏమిటో తెలుసుకుని చేద్దాం అన్నారు.

సరే అని తలవూపారు మూర్తిగారు.

ఇంతలో భరత్ వచ్చాడు. డాడీ, నేను లేటుగా వచ్చానా? మీరు త్వరగా వచ్చారా? అన్నాడు కళ్ళు పెద్దవి చేసుకుని. బేగ్ పక్కన పెట్టి తండ్రి సమాధానానికి ఎదురు చూడకుండా లోపలికి వెళ్ళిపోయాడు.

మూర్తిని పంపించి వచ్చి, దివ్య ఎప్పుడు వస్తుంది, ఫస్ట్ షో సినిమా అయ్యేసరికి దగ్గర దగ్గర పదైపోతుంది అన్నాడు.

రఘు భార్యకేసి చూస్తూ, వాళ్ళందరూ కలసి మౌనిక కారులో వెళ్ళారు. తిరిగి అలాగే ఇంటికి వచ్చేస్తారు. సంవత్సరం తరువాత కదా వెళ్ళిన సినిమా, వాళ్ళకి నచ్చినట్లే వెళ్ళారు, జాగ్రత్తగా వచ్చేస్తారు, బెంగపడనక్కరలేదు అంది సుహాసిని.

కూతురు దివ్య రానేవచ్చింది. భోజనాలు చేస్తుండగా రఘు అడిగాడు. దివ్యా, బి.టెక్ తరువాత ఏం చేద్దామని అనుకుంటున్నావు. నువ్వు ఏ ప్రయత్నమూ చేయటంలేదు. నీ ప్లాన్ ఏమిటి, సంబంధాలు చూడమంటావా? ఏదైనా నేను సిద్ధంగానే వున్నాను అన్నాడు.

నాన్నా, నేను చదువుకుంటాను. అయితే భారతదేశ సంస్కృతి మూలాలు తెలుసుకోవాలని అనుకుంటున్నాను. మన గురించి, మన దేశ సంస్కృతి సంప్రదాయాలు గురించి, ప్రాంతీయ భాషా శాస్త్రాలను సమూలంగా తెలుసుకోవాలను కుంటున్నాను. అయితే బి.టెక్ చదివిన ఆంగ్ల భాషకు తప్ప మరొక భాష చదివే అవకాశం లేదు. ఏదైనా విశ్వవిద్యాలయం విద్యార్థిగా వుంటే తప్ప గ్రంథాలయ ప్రవేశం లభించదు. ముందు ఆంగ్ల భాషలో ఎం.ఏ చేస్తే, ఆ తరువాత మరొక భాషలో ఎం. ఏ చేసుకోవచ్చును. నేను పి.జి. లో చేరి మన ఊరిలోవున్న వంద సంవత్సరాల చరిత్రగల విశ్వకళాపరిషత్లో చేరి చదువుకుంటాను అంది దివ్య.

అలాగే ఢిల్లీ అయితే కూతురు మెరిట్లో ముందువరుసలో వుంటే చదువు చెప్పించలేదు అని ఎవరూ నన్నువిమర్శించ కూడదు మరి. అదేం లేదు నాన్నా! మన

జీవితం మన చదువు, మన కృషి, మన అభిరుచి ఎలా వుంటే అలాగే జరగాలి. ఎవరికోసమోనని నచ్చనివి చేయలేం కదా! అంది దివ్య.

అయితే మా అమ్మాయి ఎం.ఎస్. చేయదని మూర్తిగారికి ఫోన్ చేస్తాను అన్నాడు రఘురామ్.

అనుకున్నట్లుగానే రెండు సంవత్సరాలలో మంచి విషయ పరిజ్ఞానంతో పాటు పి.జీ. డిగ్రీ కూడా సంపాదించుకుంది దివ్య.

క్షణము కొనలేము కోట్లను పణంగా పెట్టి జాగు చేసిన ఫలితము బాగుకాదు. సమయ స్ఫూర్తికి మించిన సత్తువేది వేగముగా సాగుము పడకుండ దేగ కళ్ళు.

ఎవరో కవి అన్నట్లు గుర్తుకొచ్చి సుహాసిని కూతుర్ని చూసి మురిసి పోతూంటుంది. సలక్షణాలతో కావలసినట్లు తీర్చి దిద్దుకున్న తన బిడ్డ ఎవరింటి కోడలిగా అడుగు పెడుతుందో, మధ్యతరగతి మాతృమూర్తి కుండే సామాన్యమైన సందేహమే.

ఆ కళ్యాణ ఘడియ ఎప్పుడో అని మనసులోనే అనుకుంది. ఆ! ఇంకా వయసెంతని 23 నడుస్తోంది, అంతే కదా! అయినా ఇప్పటి నుండి ప్రయత్నిస్తే ఎప్పటికో కుదురుతుంది. భర్తకి ఓసారి గుర్తుచేయాలి ఈ విషయంలో అంది.

పి.హెచ్.డి.కి అన్ని విశ్వవిద్యాలయాలకి దరఖాస్తు చేసుకుంది. భారతీయ సంస్కృతి సంప్రదాయాలపై ఒక విశిష్ట అధ్యయనం చేసి తెలుసుకోవాలని ఆరాటపడుతోంది దివ్య.

అదే సమయంలో తెల్సినవారెవరో మంచి సంబంధం వుంది మీకు నచ్చితే చూసుకోమని వివరాలు పంపించారు. కేంద్ర

సమాచార సంస్థలో ఇన్ఫరమేషన్ ఆఫీసరుగా పనిచేస్తున్నాడు వరుడు. తండ్రి రక్షణ శాఖలో పనిచేసి విశ్రాంతి

తీసుకుంటున్నాడు. కుటుంబం స్వగ్రామంలో వుంటున్నారు. వరుడు ఢిల్లీలో పనిచేస్తున్నాడు. బదిలీలు జరుగు తూంటాయి. వారికి కావలసినవి అమ్మాయికి చదువు, చురుకుతనం వుండి, సమాజం, దేశం, ఆర్థికవ్యవస్థ వంటి వాటిపై అవగాహన వుండాలి.

సహకరించే గుణం, ఓర్పు వుండాలి. కట్నాలు, కానుకలు అక్కరలేదు. పై లక్షణాలు వుండి పాతికేళ్ళలోపు వయసున్న కన్య కావాలి. రఘురామ్ వాళ్ళ నక్షత్రం వివరాలు చూసి సంతృప్తిగా అనిపించి, సమయం చూసి తల్లీ కూతుర్లిద్దరికి ఒకేసారి వివరాలు చేరవేసారు. ఆ సమయంలో వారి సంభాషణ సెల్ఫోన్లో రికార్డు చేసారు రఘురామ్, దివ్య ఏం చెబుతుందో మళ్ళీ మళ్ళీ వినవచ్చునని.

నాన్నా! నాకు జీవితంలో మంచి అమ్మానాన్నలని ఇచ్చిన భగవంతుడు నా జీవితాన్ని కూడా ఆయనే నిర్ణయిస్తాడు. మీకు ఏది మంచిదనిపిస్తే అదే చేయండి. అయితే లేడీ లెజండ్ లాగ, చరిత్రలో నిలిచిపోయే వీరవనితలాగ కాకపోయినా చిన్న చిన్న ఆశయాలు వున్నాయి. జాబ్ చేయాలనే సరదాలేదు కానీ అవసరం అయితే చేస్తాను. అధ్యయనం పూర్తి చేసి డాక్టరేట్ పొందాలి. నా పరిధిలో చేయగలిగిన చిన్న చిన్న సహాయ కార్యక్రమాలు చేసి చైతన్యం కలిగించే సమాజశ్రేయస్సు చేపట్టాలని వుంది. అనాధాశ్రమాలలో వున్న పిల్లలకు ఏ పండుగ రోజో ఐస్క్రీములు పంచాలనుకుంటే ఓ పదివేలు ఖర్చు పెట్టగలిగిన ఆర్థిక స్వాతంత్ర్యము వుండాలి. నా అభిప్రాయాన్ని కొట్టిపారేసే భర్త కాకూడదు.

అయినవాళ్ళని చూడాలనుకుంటే అవసరమైనప్పుడు వెంటనే విమానం టికెట్ కొనుక్కునే స్థోమత వుండాలి. మంచి ఆత్మీయత పంచటానికి, నా పాత్ర నేను సక్రమంగా పోషించటానికి, నేను ఎప్పటికీ సిద్ధమే. విదేశాలకు పర్యటనకు వెళ్ళటానికి కూడా నేను సిద్ధమే. కాని స్థిరపడటానికి ఇష్టం లేదు. ఇవే నేను కావాలనుకుంటున్నవి. మీకు ఏది నచ్చితే అది నాకు సమ్మతమే. సామాజిక బాధ్యతను కొంచెమైనా తీసుకోవాలను కుంటున్నాను. ఇది ఖచ్చితం.

మౌనంగా కూర్చున్న సుహాసిని తన కూతురు ఎంత ఎదిగిపోయిందో, ఎన్ని ప్రణాళికలు వేసుకుందో! అమ్మో! నాకంటే మానసికంగా ఉన్నతంగా వుంది అనుకుంది. కూతుర్ని మౌనంగా ఆశీర్వదించింది.

తండ్రి రఘురామ్ ఆమె మాటలు వింటూ దీర్ఘంగా ఆలోచనలో పడ్డాడు. ఎవరైనా వరుడు తెల్లగా ఉండాలి, పొడుగ్గా వుండాలి, పెద్ద ఉద్యోగంలో వుండాలి అని కోరుకునే అమ్మాయిలను చూస్తుంటాం. దివ్య చెప్పిన వన్నీ కాలాన్ననుసరించి, అవకాశాన్ని బట్టి బయటపడుతుంటాయి. ఈ లక్షణాలు కలిగివుండాలని ఎవరికీ చెప్పలేము కదా!

కాలగమనంలో పదిరోజులు గడిచాక ఈ సంబంధం విషయం తెరపైకి వచ్చింది. చిన్న కుటుంబము .. చింత లేని కుటుంబము… రఘురామ్ ది. ఆఫీసుకి వెళ్ళిపోతే ఇల్లూ, ఇంటి విషయాలు ఏమీ అంతరాయం కాకూడదు అని అనుకుంటాడు. సి.ఎ. చేసి సొంతంగా ప్రాక్టీస్ చేస్తున్నాడు. మంచి కూడలిలో అఫీసు. క్రమశిక్షణ, నిజాయితీగా వుంటూ ఆడిటర్ చేస్తున్నాడు. ఆఫీసుకు ఎవరో వచ్చారు పర్సనల్గా మిమ్మల్ని కలవాలని అని ఇంటర్కమ్ లో ఫోను చేసి క్లర్కు చెప్పాడు. లోపలికి వచ్చినాయన ఎవరో మూర్తీభవించిన ఆధ్యాత్మిక వేత్తలా వున్నాడు. చక్కటి సంస్కారం వేషధారణలో, మాటలో వినయం. అయ్యా! నమస్కారం నా పేరు సదాశివరావు అన్నాడు.

నమస్కారం రండి! కూర్చోండి అన్నాడు రఘురామ్. నేను మీ బంధువు రామచందుగారు నాకు స్నేహితులు. లోక కళ్యాణార్థం ఏదో చిన్న చిన్న ప్రయత్నం చేస్తూంటాను. కండక్టర్గా పని చేసి రిటైర్ అయ్యాను. పెళ్ళికొడుకు వివరాలు పంపించినది నేనే. మీరు అమ్మాయి అభిప్రాయము ఆడియో రూపంలో పంపించి మంచి పనిచేసారు. మగపెళ్ళివారు నాకు బాగా పరిచయం. వారికి మీ పూర్తి వివరాలు తెలియచేసాను అని చెప్పారు సదరు మధ్యవర్తి సదాశివరావు. ఆ వివరాలు చూస్తే మీ అమ్మాయి దివ్య శ్రీదేవిని సిరిదేవి అంటే బాగుంటుందని అనిపించింది. మీకు అనుకోకుండా 14 ఎకరాలు ఆస్తి కలిసొచ్చిందని, పుట్టుకతోనే కుటుంబానికి విజయం తీసుకొచ్చిందని, విద్య, వినయం ఆమె సొంతమని మీరు చెప్పిన విషయాలు, ఆమె అభిమతం, ఆశయాలు అన్నీ నేను వరుని తండ్రికి తెలియచేసాను. వారు కూడా మీ పద్ధతినే గౌరవిస్తూ ఈ మాటలు పంపించారు.

ఈ ఆడియోలో తండ్రి, కొడుకుల మధ్య జరిగిన సంభాషణ వుంది. మీరు వినండి అని ఆడియో వినిపించాడు. అందులో.

నాన్నగారూ ! నేను చేస్తున్న నిఘా విభాగంలో ప్రభుత్వ కార్యకలాపాలు నిర్వహించడంలో ఉద్యోగాన్ని మాత్రమే చేయకూడదు. దానికి నిబద్ధత, నిజాయితీ కూడా వుండాలి. నేను వ్యక్తిగతంగానే కాదు, కుటుంబమంతా నాకు సహకారం వుండాలి. ఎటువంటి వత్తిడులకు లోనుకాకుండా, నాతో సహా అందరూ దేశాన్ని గౌరవించాలి. భార్యస్థానంలో ఉన్న వ్యక్తి నుండి పూర్తి సహకారం కావాలి. మీ నుంచి నేను నేర్చుకున్న అంకితభావం అందరికి వుండాలి కదా! మంచి సలహాలు చెప్పే నేర్పు, ఓర్పు కూడా అవసరమే. నేను ఆఫీసులో కూర్చుని దేశానికి సేవలందిస్తున్నాను. భౌతికంగా సేవలందిస్తున్న నా సోదర సైనికుల మరణించిన వారి కుటుంబానికి, వారి సంక్షేమానికి నా నెల జీతంలో పది శాతం అందచేస్తున్నాను. బాధ్యతతో పాటు, ఆవేదన, ఒత్తిడి నా వృత్తిలో ఎక్కువే. ఇంటికి వచ్చి ప్రశాంతంగా కుటుంబ సభ్యులతో ఉల్లాసంగా గడపగలిగేలా వుండాలి. భార్యంటే బాధ్యత, బాధ, భాగ్యం, బరువు, భోగం, భాగం పంచుకునే పడతి అయి వుండాలి. గుండెల్లో గుదిబండ కాకూడదు. అలాంటి భార్యను కోరుకుంటున్నాను. మీకు అర్ధమయిందను కుంటాను నాన్నా అంటూ ముగించాడు.

ఈ మాటలు పదిలపరచి వధువు తండ్రికి పంప బడతాయని వరునికి తెలియదు.

వరుడు కేంద్ర ప్రభుత్వ నిఘా విభాగంలో కీలకస్థానంలో వున్న హోదాగల అధికారి. అతని పేరు అరవింద మనోహర్. ఎత్తు ఆరు అడుగులు, రంగు సుమారుగా వుంటాడు. గతంలో జాతీయస్థాయిలో క్రీడలలో పాల్గొన్న క్రీడాకారుడు, ఆ విషయం వారి ఇంటికి వెళ్ళినపుడు చూసిన పతకాలు, మెమొంటోలు తెలియచేస్తున్నాయి. ఇద్దరే పిల్లలు.. అమ్మాయికి వివాహం చేసారు. ఇతనికే వివాహం కావలసివుంది. ఉండటానికి ఇల్లు, బ్రతకటానికి పెన్షన్ మాత్రం వారి తండ్రిగారి ఆస్తి. మంచి వ్యక్తిత్వం కలిగిన, వెలకట్టలేని కుమార రత్నమే వారికి ఆస్తి. అబ్బాయి ఉద్యోగ భారతదేశ రాజధానిలో, ఇక

మీ నిర్ణయం కూడా బాగా ఆలోచించి చెబితే నేను వారికి తెలియచేస్తాను అన్నారు సదాశివరావు.

ఆడియోలోని స్థిరమైన, గంభీరమైన భావవ్యక్తీకరణ చూస్తే, అబ్బాయి మంచి వ్యక్తిత్వం కలవాడని అని తెలుస్తోంది.

ఇంట్లో చెప్పి ఏ విషయం మీకు తెలియచేస్తాను.... సదాశివరావుగారితో మాట్లాడుతూ వారికి కాఫీ తెప్పించి, తను కూడా త్రాగుతూ కులాసా కబుర్లు పంచుకున్నాడు రఘురామ్. సదాశివరావు వెళ్ళిపోయాక ఈ విషయంపైనే దృష్టిపెట్టి భార్య సుహాసినితో చర్చించి, దివ్యని అడిగి అభిప్రాయం తెలుసుకోవాలని నిర్ణయించుకున్నాడు.

పరస్పర అవగాహన కుదిరిన తరువాత, మంచి శుభ ఘడియలలో అరవింద్ కి, దివ్యకి ఘనంగా వివాహం జరిగింది.

వినయం, విధేయత, విద్య, వుద్యోగం అన్నీ కలబోసిన రూపం, స్ఫురద్రూపి అరవింద్ నిజంగా మనోహరుడే.. చూసినవారందరూ ఇదే అన్నారు. తగిన జోడీ దివ్య .పేరుకు తగినట్లుగానే చక్కని రూపం, సహజంగా సంస్కారయుతమైన పెంపకంలో భువికి దిగివచ్చిన శ్రీదేవిలాగ వుంది.

దేశానికి వన్నె తెచ్చే బాధ్యతగల పౌరునిగా అరవింద్, సహధర్మచారిణిగా దివ్య నూతన జీవితం ఢిల్లీలో ప్రారంభమైంది.

"భారతదేశస్య ప్రతిష్టా ద్వే భారత సంస్కృతిః 'సంస్కృతం తధా" అనే అంశంపై దివ్య నిరంతరం అధ్యయనం చేస్తోంది.

ఉద్యోగ నిర్వహణలో భాగంగా దైనందిన జీవిత గమనం శరవేగంగా సాగుతోంది.

జవహర్లాల్ నెహ్రూ విశ్వవిద్యాలయం ద్వారా డాక్టరేట్ పట్టా అందుకున్న దివ్యశ్రీదేవి ఫోటో మనోహర్ తన కెమేరాలో

బంధించాడు.

నేటి యువతే రేపటి భారత భవితవ్యం, భారతదేశంలోని యువత అందరూ ఇలా వుంటే సుసంపన్న భారతం కాగలదు కదా! అనుకున్న గమ్యం చేరుకోవటంలో సరైన లక్ష్యం కలిగివుండటమే దేశ ప్రగతికి బాట.

సామాన్యం

కె.వి. కృష్ణ కాంత్

Ph:8885562674

ఆఫీసు నుంచి నేనూ, తనూ బైక్ పై బయలుదేరాం. మా స్నేహితులు ఆ రోజు పార్టీ చేసుకుందాం, త్వరగా రమ్మనడంతో ఒక గంట ముందుగానే స్టార్ట్ అయినా విపరీతమైన ట్రాఫిక్ కారణంగా లేట్ అయ్యేట్టుంది. ఇంక తప్పేట్టు లేదని ముందు మా ఇంటికి వెళ్ళి వెళ్దామని తనతో చెప్పాను.

తనని ఇప్పటివరకు ఎప్పుడు ఇంటికి తీసుకెళ్ళలేదు. కానీ ఆఫీసు డ్రస్ మార్చుకొని కొంచెం రిలాక్స్ గా పార్టీకి వెళ్దామని అనుకోవటంతో ఇంటికి వెళ్ళక తప్పట్లేదు.

తను కూడా మా ఆఫీసు లోనే పని చేస్తుంది. ఉదయం, సాయంత్రం పిక్కప్పూ డ్రాపూ నాదే డ్యూటి. మామూలుగా అయితే తనని ముందు డ్రాప్ చేసి నేను ఇంటికి వెళ్తాను.

అప్పుడప్పుడూ షికార్లకు, ఎప్పుడో ఒకప్పుడు సినిమాలకు వెళ్ళినా కూడా తొమ్మిది పది దాటకుండానే ఇంట్లో దింపేవాడిని. వాళ్ళింట్లో మా సంగతి తెలియకున్నా, నాతో వెళ్ళి వస్తుందని తెలుసు. మా ఇంట్లో ఆ మాత్రం కూడా తెలియదు. అదే ఆలోచనతో పైకి వెళ్ళాం. నేను తనని హాల్ లో సోఫా లో కూర్చోబెట్టి బట్టలు మార్చుకోవటానికి బెడ్రూమ్ లోకి వెళ్ళాను

"ఇంతకీ మీరు ఏముట్లు?", సంధ్యా వందనం మధ్యలో గ్యాప్ ఇచ్చి మరీ మా నాన్నగారు మొదలెట్టిన ఇంటర్వ్యూ వినపడి గభాల్న మార్చుకొని బయట పడ్డాను.

"చాల్లే మీరు ఊరుకోండి, కాఫీ తాగుతావా అమ్మా?", ఈలోపు అమ్మ తనని కాపాడింది. నేను నవ్వుకుంటూ తనని గేట్ దాటించాను.

మేము రాజమండ్రి నుంచి వచ్చి హైదరాబాద్ లో సెటిల్ అయ్యి తరాలయ్యింది. వైదిక బ్రాహ్మళ్ళం. అమ్మ పదహారణాల తెలంగాణం. పేరుకి తూగోజీ అయినా పెంపకంలో మాత్రం సంకరమే. బయట కేసీఆర్ ఉద్యమ వేడి ఉన్నా, ఇంట్లో ఏమాత్రం ఆ సెగ తగిలేది కాదు

నాన్నకు బ్రాహ్మణత్వం మాత్రం బహు మెండు. కానీ ఎప్పుడూ నన్నూ, చెల్లిని ఆ విపరీతాల వైపు పెద్దగా రుద్దలేదు.

చెప్పాలంటే ఇల్లు కూసింత సంప్రదాయంగా, ఇంకాస్త స్వేచ్ఛాయుతంగా ఉండేది. ఇప్పుడున్న అందరి ఇళ్ళలాగే సెలవులకూ పండగలకూ, నానమ్మ దగ్గరికో, అమ్మమ్మ దగ్గరికో వెళ్ళే వాళ్ళం.

అక్కడ మాత్రం కొంచెం ఎక్కువే చాదస్తం ఉన్నా, నా వరకూ పెద్దగా ఇబ్బంది ఉండేది కాదు. ఊళ్ళో వాళ్ళు గడప దాటి వచ్చేవాళ్ళు కాదు.

పెద్దవాళ్లయితే అంటే వాళ్ళు కూడా కాదు. మా పెద్దవాళ్లు కూడా వాళ్ళని దూరంగానే పెట్టేవారు.

మా వయసు పిల్లలతో మేము మామూలుగానే గడిపేవాళ్ళం. కలిసి ఈతకి బావి దగ్గరికీ, చింతచెట్ల దగ్గరికీ, గోళీలు, కర్రా బిల్లా ఆటలతో సెలవులు త్వరత్వరగా అయ్యేవి. నానమ్మ నా గురించీ, నా స్నేహితుల గురించీ, కుశల ప్రశ్నలు అడిగేది. విషయాలు, విశేషాలు చెప్తూ ఉండేది.

మధ్యాహ్నాలు నాకు చిన్నప్పటి నుంచి నిద్ర అలవాటు లేదు. దాంతో తోచక ఇంట్లో ఉన్న పుస్తకాలన్నీ చదివిపారేసే వాడిని. సెల్ ఫోన్ లూ, ల్యాప్టాప్ లూ లేని సమయం అది.

మా ఇంట్లో అన్నిరకాల పుస్తకాలు ఉండేవి. నాన్నవి ఆధ్యాత్మిక పుస్తకాలు, అమ్మవి నవల్సూ, నావి సైన్స్, జీకే, చెల్లివి కథలూ.. అన్నీ కలిసి చదువుతూ ఉండేవాడిని.

వింత ఏంటంటే ఇన్ని చదివినా కూడా ఎక్కడా కులమతాల ప్రస్తావన పెద్దగా ఉండేది కాదు. ఈ విషయమే మా నాన్నమ్మను అడిగాను ఓసారి. తను చెప్పిన విషయం ఇన్నేళ్లయినా ఇంకా గుర్తుంది.

"కులాలు అనకూడదు, వర్ణాలు అనాలి. ఒకప్పుడు చేసే పనిని బట్టి వర్ణం ఉండేది, వాటినే ఇప్పుడు కులం అంటున్నాం. ఇప్పుడు అందరం అన్నీ పనులు చేస్తున్నారు కదా, ఇంకా కులాలు ఏంటి?"

"కొందరు మట్టి పనులు, చెత్త పనులు, ఇంకొందరు అశుద్ధప్పనులు చేసేవారు. వారికి విజ్ఞానం లేకపోవటం వల్ల శుభ్రం గురించి తెలిసేది కాదు. అలాంటి వారిని ఇళ్లకు, ఊరికి దూరంగా పెట్టేవారు. ఇప్పుడు అందరూ నీట్ గానే ఉన్నారు కదా. తాకకుండా ఉండక్కర్లేదు" ఇలా చెప్పేది.

"మరి నువ్వు ఇప్పటికీ దూరం ఉంచుతున్నావ్ కదా?"

"మేమంటే పాత కాలం వాళ్ళం. పుట్టినప్పటి బుద్దులు పుడకల దాకా పోవు! నీకేం అలా ఉండమని చెప్తూ పెంచటం లేదు కదా" మా నాన్న "ఏముట్లు" అని అడిగేదాకా తను నిజంగా ఏముట్లో తెలుసుకోవాలని ఆలోచన కూడా నాకు లేదు. ఇప్పటికీ రాలేదనుకోండి.   తను నాకు పరిచయమయ్యి రెండేళ్లయ్యింది. కానీ ఈ మధ్య బాగా దగ్గరయ్యాం. రోజూ ఆఫీసులో అయినా బయట అయినా ఎక్కువ సమయం ఒకరితో ఒకరమే గడుపుతూ ఉండేవాళ్లం.

దగ్గరగా లేనప్పుడు కూడా నా ధ్యాసే ఉంటుందని చెప్పేది తను. నా సంగతీ ఇంచుమించు అలాగే ఉండేది. బైక్ పైన గట్టిగా హత్తుకొని కూర్చునేది.

లేకుంటే ఊరుకునేవాడిని కాదనుకోండి. సినిమా హాల్లో అల్మోస్ట్ ఒకే సీట్లో కూర్చున్నంత పని చేసేవాళ్ళం. ఆఫీసు వాళ్లయితే మమ్మల్ని మా దారికి వదిలేసేవాళ్ళు.

తన చెల్లెలు, ఫ్రెండ్స్ కూడా నాకు ఫేస్బుక్ లో యాడ్ అయిపోయారు. ఇలాంటి మధురక్షణాలు ఒక సంవత్సరం పరిగెత్తాయి.

నాకు ఇరవై ఏడేళ్లు నిండాయి. గత రెండేళ్ల నుంచి పెళ్లి చేసుకో అని మెల్లిగా మొదలైన పోరు, ఇప్పుడు కాస్త గట్టిగానే వినపడ సాగింది. "మీ వేలు విడిచిన మేనమామ, లండన్ లో ఉంటాడు. ముప్పై అయిదు వచ్చినా ఇంకా పెళ్లి కాలేదు. ఇంకొన్నాళ్ళు ఆగితే నీ గతీ అంతే." ఆల్మోస్ట్ శాపనార్థాల లెవెల్లో రోజూ ఇంట్లో వినపడటం మొదలెట్టాయి. అమ్మయితే పక్కకి పిలిచి అడిగింది.

"ఎవరైనా ఉంటే చెప్పరా, ఇలా కాదంటూ ఎన్ని రోజులు?" చివరికి ఇంకా ఆగటం కుదరదని అర్థం అయ్యింది. తనని పిలిచి చెప్పాను నాకు ఇంట్లో సంబంధాలు చూడటానికి రెడీ అవుతున్నారని. నా సంగతి ఏంటి అన్నట్టు కోపంగా చూసింది.

"ఇంకా ముసుగులో గుద్దులాట వద్దు. మన మధ్య ఎన్నడూ ఈ టాపిక్ రాకున్నా కూడా ఇట్స్ ఇంప్లైడ్. వి లవ్ ఈచ్ అదర్. మనం పెళ్లి చేసుకుందాం" తేల్చి చెప్పేసాను.

"మా ఇంట్లో ఒప్పుకోరు, తెల్సు కదా మేము బ్రాహ్మలం. కొంచెం స్ట్రిక్టే. కానీ నీకు ఈ ప్రాబ్లం రాకుండా నేను చూస్కుంటా. మా అమ్మకి నేనేం చెప్తే అదే. నాన్న కూడా వింటాడు." గబగబా చెప్పేసాను.

కళ్ళెత్తి చూస్తే తన కళ్ళల్లో గాబరా కనిపించింది. మామూలే కదా పాపం ఆడపిల్ల అనుకున్నాను. ధైర్యంగా నేను వెంట ఉండాలని దృఢ నిశ్చయం చేసుకున్నాను. ఏదో సన్నగా వినిపించింది.

"భయపడకు, ఏదో అంటున్నావ్?" అన్నాను.

"మా ఇంట్లో ఒప్పుకోరు" మెల్లిగా చెప్పింది.

"మనం ఒప్పిద్దాం"

"కుదరదు, చచ్చినా ఒప్పుకోరు. టైమ్ వేస్ట్" తేల్చేసింది.

నాకేం చెప్పాలో అర్థం కాలేదు. ఒక వారం రోజులు ఇదే టాపిక్ మాకు. తను మాత్రం ఒప్పుకోరనే పట్టు వదలటం లేదు.

వీకెండ్ వల్ల ఊరి బస్ ఎక్కిచ్చే వరకూ తనతో మాట్లాడుతూనే ఉన్నాను. ఊరికి వెళ్లొచ్చాక కూడా తన పంథా మారలేదు.

కాస్త దూరంగా ఉండటం కూడా మొదలు పెట్టింది. కొన్నాళ్ళకు ఏదో ఒక నెపంతో సినిమాలకు, చివరికి బయటకు కూడా రావటం మానేసింది.

ఆఫీసు లో కూడా ఒంటరిగా దొరికేది కాదు. ఫోన్లో కూడా ఏదో మొహమాటానికి మాట్లాడినట్టు మాటాడి పెట్టేసేది.

పెళ్లి టాపిక్ తప్ప మిగితావి భరించేది (అలా అనిపించసాగింది నాకు). ఆ టాపిక్ రాగానే టక్కున కాల్ ఆఫ్ చేసేది. సినిమాలు, స్నేహితులు, పుస్తకాలు, వీళ్లందరి ప్రకారం ఆడపిల్లను ప్రేమించటానికి ఒప్పించటం కష్టం, వన్స్ ఒప్పించాక ఇంకా రూట్ క్లియర్. కానీ నా పరిస్థితి ఇందుకు భిన్నంగా ఉంది. మాది లవ్ ఎట్ ఫస్ట్ సైట్ కాదు. మొదట పరిచయం, స్నేహం చివరికి ప్రేమగా మారింది. మారింది అని నేను అనుకుంటున్నాను. అదే కదా నిజం. కానీ ఇప్పుడు ఇలా పెళ్లి టాపిక్ వచ్చేసరికి పరిస్థితులు ఎదురుతిరుగుతాయి అనుకోలేదు. అంటే, చెప్పాలంటే అనుకున్నా, పెద్దవాళ్లు ఎదురుతిరుగుతారని.

ఇలా తానే దూరం కావటం నాకే మాత్రం అర్థం అవ్వట్లేదు. చివరికి ఓరోజు గట్టిగా మెసేజ్ పెట్టాను. సీరియస్ గా మాట్లాడాలి, బయటికి రమ్మన్నాను. కాస్త బ్లాక్మెయిల్ కూడా చేశాను.

ఆడపిల్ల కదా, తప్పు అనిపించినా కూడా ఈ విషయం అంతు చూసే టైమ్ వచ్చిందని నిర్ణయించుకున్నా. జనసంచారం లేని ఓ కాఫీ షాప్ లో కార్నర్ లో కూర్చున్నాం.

“ఏంటి సంగతి, ఎందుకు అవాయిడ్ చేస్తున్నావ్?” డైరెక్ట్ గా టాపిక్ కి వచ్చాను.

కాఫీ చెప్పమంది. ఒక అరగంట సేపు వన్ సైడ్ ప్లీడింగ్, బార్గేనింగ్, త్రెటెనింగ్ వగైరా అన్నీ చేశాను. చివరికి బ్రతిమాలటం వర్కౌట్ అయ్యింది. మెల్లిగా నోరు విప్పింది.

"మా ఇంట్లో ఒప్పుకోరు" మళ్ళీ పాత పాట.

"ఈసారి వీకెండ్ నేను కూడా వస్తా మీ ఇంటికి. వచ్చి ఒప్పుకునే దాకా అక్కడే ఉంటా"

"అమ్మో! గొడవలైపోతాయి. అస్సలు వద్దు"

"మరి ఏం చేయమంటావ్"

"ఒప్పుకోరు""ఏం చేస్తే ఒప్పుకుంటారు?"

"ఏం చేసినా అంతే, ఒప్పుకోరు" ఇంకా నా ఫ్రస్ట్రేషన్ పరాకాష్టకి చేరింది "నువ్వేమన్నా సరే, నేను శనివారం మీ ఇంటికి వస్తున్నా"

"వద్దు ప్లీజ్. కుదరని పని, లైఫ్ ప్రాబ్లం లో పడుతుంది"

"నేనున్నా కదా, నీ లైఫ్ కి ఏం పర్లేదు"

"నాకు కాదు, నా చెల్లికి. నేను నిన్ను చేసుకుంటే దాన్నెవరు చేస్కుంటారు?"

***

నాకు చూసిన సంబంధాల్లో నాలుగవది కుదిరింది.

అమ్మాయి బాగుంది, తనకు కూడా నేను నచ్చాను అని తేల్చుకున్నాకే ఓకే చెప్పాను. పెళ్ళికి ఆరు నెలలు టైమ్ అడిగాను. చితకకొడతా అంటూనే మా నాన్నగారు వాళ్ళని అడిగి నాలుగు నెలల తర్వాత ముహూర్తం పెట్టారు.

ఎంగేజిమెంట్ మాత్రం వెంటనే చేసేశారు . ఫోన్ నెంబర్ తీస్కొని మాట్లాడా. రోజూ మాట్లాడుతున్నాం. నేనెప్పుడైనా ఫోన్ చేయకుంటే మొదట బాధపడేది, రెండు మూడు సార్లు ఏడ్చేసింది కూడా. కానీ ఈ మధ్య కోపం చూపించటం మొదలెట్టింది.

నాకు ఏదైనా సరదాగానే ఉండేది. కొన్ని సార్లు ఉడికించటానికి ఫోన్ చేయకుండా ఉండేవాడిని. మరువారం ఇంట్లో అడిగి బయటకి తీసుకెళ్లా, గుడికి. తరవాత ఐస్ క్రీమ్ కి. అడపా దడపా కలుస్తూనే ఉన్నాం.

పెళ్లి లోపు ఒక డజన్ సినిమాలు కూడా కానిచ్చాం. తన ఆఫీసు ఒక ఐదారు మైళ్ళు మా ఆఫీసు నుంచి. నేనే పికప్ డ్రాప్ చేయటం మొదలెట్టా. ఈవెనింగ్స్ ప్రతి రోజూ షికారుకు, అప్పుడప్పుడూ సినిమాలకు వెళ్తున్నాం. వచ్చే వారమే మా పెళ్లి .

విశ్వకవి సామ్రాట్ జాషువా

పెద్దేటి యోహాన్

దుగ్గిరాల,

Ph:6301591664

అస్పృశ్యత విలయతాండవం నొనర్చుచున్న ఆ రోజులలో అనగా 19 వ శతాబ్దంలో గుంటూరుజిల్లా వినుకొండ తాలుకా చాట్రగడ్డపాడు గ్రామములో యాదవ వంశమునకు చెందిన వీరయ్య,మాదిగ వంశమునకు చెందిన లింగమాంబ ఇరువురును ప్రేమించుకొనగా కులగోడలు వారికి అడ్డురాగా వీరయ్య మిషనరి దొరలచే బాప్తిసము తీసుకొని పాస్టరుగా రామాయపట్నంలో ట్రైనింగ్చేసి లింగమాంబను పరిణయ మాడేను. బంధువల ఆదరణ వారికి అంతగా లేకపోయెను .వినుకొండలోని మిస్సమ్మ తోటలో ఉంటూ పాస్టర్ ఉద్యోగం చేస్తు ఉండేవారు వీరయ్య.

వినుకొండలో కమ్మని పానీయమునిచ్చు నిమ్మల బావినీరు, కొండపైన గుడి, పెద్దమసీదు, ముఖ్యమైనవి. లింగమాంబ గర్భము ధరించగా ఒకనాటి వేళ తూర్పున ఉదయభానుడు ఉదయించు వేళ మిస్సమ్మ తోటలో 1895 సెప్టెంబరు 28న జాషువా కవికి జన్మనిచ్చేను. పుట్టిన బాలుని చూసి వారి ఆనందమునకు అవధులు లేకపోయేను.

జాషువా అనగా బైబిల్లో యోహెూషువా అని అర్థము .దేవుడు దేవడైన యెహోవా యెహోషువాతో నీకు తోడైయుందును. నిన్ను విడవను ఎడబాయను అని

చెప్పెను అందుకే వీరయ్య తన కుమారునికి జాషువా అని పేరు పెట్టెను. జాషువా చిన్ననాటినుండి కొంటెవాడు. పొంచి పొదలలో దూరి పొన్నంగి పిట్టలను పట్టువాడు.

నాగజెముడు పండ్లు స్నేహితులతో కలిసి తినేవాడు. జాషువాకు చిన్ననాటినుండి నాటకములన్న, తోలుబొమ్మలాటలన్న ఇష్టపడేవాడు. ఒకనాడు చిన్నతనములో జాషువా టిక్కెటు కొని వీధి నాటకమునకు వెళ్ళెను. అక్కడ అంటరాని వారికి ప్రవేశం లేదని బోర్డుపెట్టిరి. జాషువా లోపలికి వెళ్ళుచుండగా నీవు వీరయ్య కుమారుడవు కదా అని బయటకు గెంటివేసిరి. ఆనాడే జాషువా ఎంతో ఆవేదన పొందెను.కవిత్వంపై చిన్ననాటినుండి మక్కువతో నుండెను జాషువా.

పెద్దవాడైన తదుపరి వినుకొండలో ఊరికి తూర్పునున్న పాడుపడ్డ మసీదులో కవిత్వములు వ్రాస్తూ ఉండేవాడు. వెలుతురు కొరకు ఆముదపు గింజలను జొన్న ఈనేలకు గుచ్చి వెలిగించి ఆ వెలుగులో కవిత్వములు వ్రాసేవాడు. జాషువా టీచర్ ట్రైనింగ్ పూర్తిచేసి 3 రూ॥లజీతంపై తన స్వస్థలమైన చాట్రగడ్డపాడులో టీచర్గా చెరేను .జాషువా హిందూ మత గ్రంధాలను వ్రాస్తున్నాడని ఫిర్యాదులు రాగా మిషన్ ద్వారా జాషువాను ఉద్యోగమునుండి డిస్మిస్ చేసెను. తన మేనమామ వెంకటస్వామి కుమార్తె మేరిని జాషువా వివాహమాడెను. వారిది అన్యోన్య దాంపత్యము ఉద్యోగము పోయిన జాషువా రాజమండ్రిలో ఆనాటి మూకి సినిమాలకి అనువాదం చెసేను.

రాజమండ్రిలో సామాజిక న్యాయకర్త వీరేశలింగం పంతులు గారి ఆశీస్సులు పొందెను. తన తమ్ముడు ఇస్రాయెలుతో కలిసి అనేక చోట నేత్రావధానము చేసేను.

జాషువా వ్రాసిన కావ్యములలో గబ్బిలము ప్రాముఖ్యమైన కావ్యము .ఆనాడు మహాకవి కాళీదాసు ప్రణయ సందేశమును మేఘములద్వారా పంపగా, గుఱ్ఱం జాషువా కవి పేదవాడిని దీన, హీన, దౌర్భాగ్యస్థితిని గూర్చి గబ్బిలముకు ఈశ్వరునికి సందేశం పంపించెను. ఆ కావ్యములో

ఆ యభాగ్యుని రక్తంబు నాహరించి
ఇనుపగజ్జెల తల్లిజీవనము సేయు

గసరిబుసకొట్టు నాతని గాలి సోక

నాల్గుపడగల హైందవ నాగరాజు

అని పేదవాని అస్పృశ్యతని చెప్పులు కుట్టి జీవించేవాడి దీనస్థితిని గూర్చి వ్రాసారు. జాషువా ఆ కావ్యములోని మరియొక పద్యములో గబ్బిలముతో ఇట్లనుచున్నాడు.

ధర్మమునకు పిరికి తనమెన్నడు.

సత్యవాక్యమునకు జావులేదు

వెఱువా నేల నీవు విశ్వనాధుని మూల

సృష్టికర్త తాను సృష్టినీవు!

వీరి కావ్యములలో మరియొక కావ్యము ముసాపర్లు. ఈ కావ్యమును సానెకొమ్ము మాల్కొండారెడ్డి గారికి అంకితం ఇచ్చెను ఆ కావ్యములో ఈ రీతిగా అంటారు జాషువా కవి.

ఎంతమంచి వానికేని గుప్పెడు మసీ

పూయగలరు దుష్టపురుషుల చేత

ఎంత చవటనేని ఇంద్రుగా చంద్రుగా

ఘన ప్రతిష్ట పులుమగలరు నరులు!

ఇందు లోని మరియొక పద్యములో పేదకవులను గూర్చి జాషువా కవిగారు ఈ రీతిగా వ్రాసిరి.

కవులు పేదలైన గ్రంధవిక్రయశాల

నడుపువారు బాగుపడేద రచట

కవితలోని రసముకన్న లాభరసంబె

కమ్మదనము సాగు వారికెందు!

ఖండకావ్యములు ఏడు భాగములు వ్రాసెను. కవి శ్రేష్టి జాషువా చందస్సును ఛేదించి వ్యాకరణము వక్రీపరింపకుండా సంధులను సంధింపజేసి హిమవత్ పర్వతాల

క్రిందకు దూకు ఝరి వేగతుల్యమైన నదీనదముల వలె ఖండకావ్యములను రచించెను. వీరిలో దేశభక్తులు, వీరులు, ప్రవక్తలు, మొదలగువాని జీవిత చరిత్రలను ఖండకావ్యములలో రచించెను. ఆయన వ్రాసిన కావ్యములలో పిరదౌసి ఒక గొప్పకావ్యము. దానిలో కవులను గూర్చి ఇలా వ్రాస్తారు జాషువా మహాకవి.

కవిని గన్న తల్లి గర్భంబు ధన్యంబు
కృతిని జెందువాడు మృతుడు గాడు
పెరుగుతోటకూర విక్యతపురుషులు
కవిని వ్యర్థజీవిగ దలంత్రూ!

వారు జాషువా పిరదౌసి కావ్యములో గజిని మహమ్మద్ చక్రవర్తి ఛానామా అను రాజ గ్రంధమును వ్రాయించుకొని పిరదౌసి కవికి అరువది వేల బంగారు నాణెములు ఇచ్చెదనని సభాముఖముగా పలికి,ముప్పది సంత్సరములు కష్టపడి పద్యములు వ్రాసిన పిరదౌసి మహాకవికి బంగారు నాణెములకు బదులు వెండి నాణెములను చక్రవర్తి పంపెను. దానిని పిరదౌసి స్వీకరించక తిరిగి పంపివేసెను. క్రీస్తు చరిత్ర కావ్యములను వ్రాస్తు మహాకవి యేసుప్రభువును గూర్చి ఒక పద్యములో ఏ రీతిగా వ్రాస్తారు.

జననమరణములను శాసించునధికారి
శిరమువంచే జననమరణనములకు
ఎంతప్రేమగలదు యేసునాధునకు మా
నవుల యందు పాపభవులయందు!

జాషువా కవిగారి వ్రాసిన పిరదౌసి కావ్యము ఆంధ్ర విశ్వవిద్యాలయం వారు ఇంటర్మిడియట్ కోర్సులో పఠన గ్రంధముగా ఉంచిరి.

ఇంకా అనాథ కాంధీసీకుడు నా కథ ముంతాజ్మహల్ మొదలగు ముప్పది పైగా కావ్యములను రచించెను. వెయ్యికిపైగా సన్మానములు పొందుటయే కాగా

కనకాభిషేకము గండ పెండేరమును కాలికి తొడిగించు కునెను. పవటి దివిటిల పల్లకిలో ఊరేగెను. అట్టి విశ్వకవి సామ్రాట్ 24-07-1971న భువినుండి దివికేగెను.

సీతారామాభ్యాం నమః

గాడేపల్లి పద్మజ

నరసరావుపేట

Ph:8897098825

అప్పుడే సంధ్య చీకట్లు అలముకుంటున్నాయి. తూర్పుదిక్కు నుండి ప్రయాణం చేసి అలసిపోయిన సూర్యుడు పడమటి కొండల దాటుకు చేరుకుంటున్నాడు. ఆ వరండాకి రెండువైపులా పెంచిన పూలతోట వల్ల అక్కడ ఎంతో ఆహ్లాదంగా ఉంది. ప్రొద్దునే విచ్చిన గులాబీలతో బాటు, విరజాజి, సంపెంగ, మల్లెలు చక్కటి పరిమళంతో విచ్చుకుని, పున్నమిచంద్రునికి స్వాగతం చెబుతున్నాయి. తోటలోని ప్రతి మొక్క చాలా అందంగా.. రంగుల హరివిల్లుగా, ప్రతిపువ్వు మధురమైన భావనలకు ప్రతీకగా ఉంటుంది. నిజానికి, ఆ తోటంతా నరసింహం సొంతం.

ప్రతి మొక్కను పసిపిల్లలా పెంచి పెద్దచేశాడు. స్వర్గం నుండి కొన్ని అమృతపు చుక్కలు జారిపడి పూల మొక్కలైనాయని అమ్మ చెబుతూ ఉండేది. తనను చూడగానే పువ్వులన్నీ ఎంతో ఆత్మీయంగా పలకరిస్తున్నట్లు అనిపిస్తుంది నరసింహానికి. అతని భార్య రుక్మిణికి మాత్రం ఇవేవి నచ్చవు. టి.విలో వచ్చే ప్రతి సీరియల్ను చూసి, అందులో వచ్చిన పాత్రలో తనను, ఊహించుకుని మురిసిపోతూ ఉంటుంది. రుక్మిణి చాలా అందంగా ఉంటుంది. ఆ తోటలోని పువ్వుల అందమంతా ఒకచోట చేర్చితే అది రుక్మిణిలా ఉంటుంది. రకరకాల చీరలు కట్టుకుని అద్దంలో తన అందాన్ని చూసుకుని మురిసిపోతూ ఉంటుంది. అందగాడైన బావ నరసింహంతో తన జీవితం పూలపాన్పులా

సాగిపోతుందను కుంది. కానీ నరసింహానికి గుళ్ళో దేవుడి సేవ తప్ప మరేమీ తెలియవు. అతడు గొంతు విప్పి వేదోచ్చారణ చేశాడంటే భక్తులేకాదు, గుళ్లో దేవుడు కూడ ఆనందపడతాడు. తెల్లవారు ఝామున గజగజ వణికే చలిలో ఒంటి మీద రెండు చెంబులు నీళ్ళు పోసుకుని కాషాయ రంగు ధోవతి, పైన ఉత్తరీయంతో సూర్యోదయానికి ముందే వేణుగోపాల స్వామి గుడి తలుపు తెరుస్తాడు. గుళ్ళో ధనుర్మాసం ప్రత్యేక పూజలు చేసి, భక్తులకు పులిహోర, చక్రపొంగలి ప్రసాదంగా పెట్టి, వాళ్ళని "దీర్ఘాయుష్మాన్భవ" అని దీవించి సంతృప్తి పడతాడు నరసింహం.

ఏ సరదాలు షికార్లు అవసరం లేదు అతనికి. నాకు ప్రసాదాలు వండడం, నీకు ప్రసాదాలు పంచడం తోటే మన జీవితాలు తెల్లారిపోతాయి. ఇలా బ్రతకడం నావల్ల కాదు, నేను మా ఇంటికివెళ్ళి వెళ్లిపోతానంటు బెదిరిస్తూ ఉంటుంది.

ఈ రోజు రుక్మిణీ మనసు చాలా బాధగా ఉంది. పనమ్మాయి గౌరి భర్తతో కలిసి ఎక్కడికో వెళ్తుందిట. ఎదురింట్లో ఉండే రమ్య భర్తతో కలిసి ప్రతిరోజు షికారు వెళ్తుంది. ప్రక్క ఇంట్లో ఉండే భార్య. భర్త నెలకొకసారన్నా టూర్ వెళ్తుంటారు. మొన్నామధ్య అక్కా. బావ పదిరోజులపాటు రకరకాల ప్రదేశాలు చూసివచ్చారు.

నాకే ఏ ముద్దు ముచ్చట లేకుండా పోయింది. ఇలా తలచుకొనే కొద్ది మనసులోని బాధ దుఃఖంలా పొంగి పొర్లింది. రెండుకళ్ళు జీవనదుల్లా పొద్దుటినుండి కన్నీళ్ళు ఆగడం లేదు. రుక్మిణి ఇప్పటికే రెండు మూడు సార్లు భర్తను పదిలేసి వెళ్ళిపోయింది. ఈ సారైతే తిరిగి రావాలని లేదు. ఇంతేనా నా జీవితం అనుకుంది రుక్మిణి. ఇదంతా గమనించాడు నరసింహం. ఎందుకలా ఉన్నావు రుక్కు? ఏంకావాలి? అనునయంగా అడిగాడు.

చీరలు, నగలు ఇలా ఆమె ఏది అడిగినా తెచ్చివ్వడం తప్ప ఆమెను బెదిరించడం చేతకాదు అతనికి. ఆమాటలతో కోపం కట్టలు తెంచుకుంది రుక్మిణికి, 'ఆ, అన్నీ ఇస్తావయ్యే? ఏం కావాలని అడుగుతున్నావు? నీతో కలిసి ఉండడం నావల్ల కాదు.

నేను మా ఇంటికి వెళ్ళిపోతున్నాను' అంది. తప్పు రుక్కు అలా అనకు. అత్తయ్య, మామయ్య బాధపడతారు" అన్నాడు.

దాంతో ఒక్కసారి గొల్లున ఏడ్చి తన కోపాన్ని, అక్కసును తీర్చుకుంది. మర్నాడు ప్రొద్దునే బ్యాగ్ సర్దుకుని అతనికి చెప్పకుండా పుట్టింటికి వెళ్ళిపోయింది రుక్మిణి.

ఒంటరిగా పుట్టిల్లు చేరిన కూతురిని మళ్ళీ ఏం జరిగిందంటు నిలదీసింది తల్లి కావేరమ్మ.

"బావతో కలిసి ఉండడం నావల్ల కాదమ్మ! అలాంటి రాతిమనిషితో జీవితం నరకంలా ఉంది. ఇక నేను వెళ్ళను. మీరు బలవంతం చేస్తే ఏ నుయ్యో, గొయ్యో చూసుకుంటా అని తేల్చి చెప్పేసింది తల్లితో. సరే, మీ నాన్నగారు వచ్చాక మాట్లాడుదాం" అంది.

కూతురి ప్రవర్తనకు బాధపడుతూ రెండు రోజుల తర్వాత, ఖాళీగా ఉన్న రుక్మిణితో లోపలికిరా, నాకు పనిలో సాయం చేద్దువు గాని అంటూ పిలిచింది. పని చెయ్యడం నా వల్లకాదమ్మా ఇష్టమైతే చేసుకో, లేకపోతే లేదు అని జవాబిచ్చింది రుక్మిణి. అక్కడే ఉయ్యాల్లో కూర్చుని మొబైల్ ఆన్ చేసి తను మిస్ అయిన సీరియల్స్ చూస్తోంది.

ఇంతలో తండ్రి ఆనందయ్య లోపలికి వచ్చాడు. ఆయన చూపుల బాణాలు తనకెక్కడ గుచ్చుకుంటాయో అని చకచక డాబాపైకి వెళ్ళిపోయింది. నిస్సహాయంగా అక్కడే కూర్చున్నాడు ఆయన. కావేరీ అంటు భార్యను పిలిచాడు.

"రుక్కు, మళ్ళీ వచ్చేసింది. చిన్నప్పటి నుండి గారాబం చేసి మనమే దాన్ని అలా తయాచేశాము. అమాయకుడైన నరసింహానికి అన్యాయం చేశాము. ఈ సమస్యను ఎలా పరిష్కరించాలో అర్థంకావడంలేదు" అంటూ వాపోయాడు.

పెద్దమ్మాయి అరుణ ఉమ్మడి కుటుంబంలో కూడ చాలా లౌక్యంగా నెట్టుకొస్తోంది. ఎలాంటి సమస్యలు లేవు.

"రుక్కుని అడిగే కదా ఈ పెండ్లి చేశాము. మరి ఎందుకిలా మొండిగా తయారయింది" అంటు కన్నీళ్ళు పెట్టుకుంది.

నా చెల్లెలుకిచ్చిన మాట ప్రకారం వాడిని పెంచి పెద్ద చేశాను. పాండిత్యంతో బాటు, సంస్కారాన్ని నేర్చుకున్నాడు.

ఆ సంస్కారంలో ఉన్న గొప్పతనాన్ని రుక్మిణి అర్ధంచేసుకో లేక పోతోంది, అంటు బాధపడ్డాడు. రాత్రి చీకట్లు కమ్మకుండా లోకాన్ని కాపాడుతున్నాడు రేరాజు. కిందికి వెళితే నాన్నను ఎలా ఎదుర్కోవాలా? అని ఆలోచిస్తూ డాబామీద అటు, ఇటు పచార్లు చేస్తోంది రుక్మిణి. ఎదురింటి డాబామీద ఎవరో ఒక అతను తననే గమనిస్తున్నట్లు అనిపించింది.

కాసేపు పరిశీలనగా చూసింది. అవును అతను నన్నే చూస్తున్నాడు. ఇంతకు ముందు కూడా అతను అలాగే చూసేవాడు. ఒకసారి రోడ్డుమీద ఎదురుపడి నవ్వుతూ చేయి ఊపాడు. అతనే ఇప్పుడు చూస్తున్నది. పెద్ద వాలు జడను ముందుకు వేసుకుని మరింత వయ్యారంగా నిలబడింది. బంధువులు, స్నేహితులు చాలామంది రుక్మిణి అందంగా ఉంటుందని చెప్పారు.

తన అందాన్ని ప్రత్యేకించి ఒకరు చూస్తూ ఉండడం ఎంతో నచ్చింది ఆమెకు. ఎంతసేపైనా అతను చూస్తూనే ఉంటాడని ఆమెకు తెలుసు. తను కోరుకుంది అచ్చంగా ఇలాంటి అతన్నే. బావను చేసుకుని మోసపోయాను అనుకుంది.

ఇంతలో రుక్కు, కిందికి రా భోజనం చేద్దాం అంటు తల్లి పిలవడంతో తప్పని సరై కిందికి వచ్చింది.

ఎలాగో అన్యమనస్కంగా నాలుగు రోజులు గడిచి పోయాయి. ఆరోజు రుక్మిణికి అక్క అరుణ ఫోన్ చేసి,

"రుక్కు, నువ్వు చేసిన పని నాకేం నచ్చలేదు. బావను వదిలేసి రావడం, మళ్ళీ వెళ్ళనని మొండిపట్టు పట్టడం, నాకేమీ నచ్చలేదు. అసలు నాన్న గారు సాంప్రదాయాలకు ఎంత విలువ ఇస్తారో నీకు తెలుసు కదా! మన కుటుంబం ఎలాంటిదో తెలిసి, నువ్విలా

చేయడం నాకేం నచ్చలేదు. నువ్వు వెంటనే బావ దగ్గరకు వెళ్ళు. ఇప్పటికి నీతో చాలాసార్లు చెప్పాను అర్ధంచేసుకో" అంటు చాలా నచ్చచెప్పింది.

అదంతా మౌనంగా వింటూ ఉండి పోయింది రుక్మిణి. ఇవన్నీ మామూలే ఇలాంటి బెదిరింపులు ఎన్నయినా తానేమీ పట్టించుకోదు అనుకుంది.

ఈ నాలుగు రోజుల్లో చాలా చికాకులు మనసులో చోటు చేసుకున్నాయి. ఎదురింటి అతను రోజు కనిపిస్తున్నాడు, అప్పుడప్పుడు నవ్వుతున్నాడు. తుళ్ళిపడే మనసుకి సమాధానం చెప్పలేక సతమత మవుతోంది.

రుక్మిణి కాసేపు అలా గుడిదాకా వెళ్ళొద్దామని బయలుదేరింది. దార్లో సన్నగా వర్షం మొదలైంది. చీరచెంగు చుట్టు కప్పుకుని గబ, గబ నడుస్తోంది.

ఇంతలో వెనక నుండి స్కూటర్ వచ్చి ఆగింది. స్కూటర్ మీద ఎదురింటి అతను నవ్వుతూ. రుక్మిణి ఊహించ లేదేమో ఆగింది ఒక్క నిమషం. అతను రుక్మిణి చేతితో మడత పెట్టిన కాగితం పెట్టి వెళ్ళి పోయాడు.

ఆశ్చర్యంతో అలా చూస్తూ ఉండిపోయింది. ఒక్క నిముషం తర్వాత సర్దుకుని 'ఎవరన్నా చూస్తున్నారా' అని. చుట్టు చూసింది. వర్షం వల్లనేమో, అక్కడ ఎవరూ లేరు.

అమ్మయ్య! అనుకుంటు చేతిలోకాగితాన్ని భద్రంగా పెట్టుకుని గుడికి చేరుకుంది. గుడిలో ఎవరూ లేకుండా చూసుకుని చేతిలోని పేపర్ తీసి చదివింది. 'రుక్కు, నీ సమస్య నాకు అర్ధమైంది. నేను నీకు పరిష్కారం చెప్పాలను కుంటున్నాను. రేపు సాయంత్రం గుడి వెనక కలువు. నీతో మాట్లాడాలి అని వ్రాసి ఉంది.

చదివి ఆమె గుండె ఝల్లుమంది. అది కంగారో, భయమో తెలియదు. అతను ఏం చెప్తాడు? తనకు ఎలా పరిష్కారం చూపిస్తాడు? తన జీవితం మలుపు తిరగబోతోందా? ఆలోచిస్తుంటే చాలా ఆనందంగా ఉంది రుక్మిణికి, రాత్రంతా నిద్ర పట్టలేదు. ఎప్పుడెప్పుడు తెల్ల వారుతుందా అని ఎదురుచూస్తూ జాగరణ చేసింది.

తెల్లవారింది మొదలు ఒకటే ఆందోళన. ఊపిరి ఆడనట్లుగా ఉంది. అతను చెప్పినట్లు గుడికి వెళ్ళాలో వద్దో అర్థం కావడంలేదు.

ఆనందయ్య సంధ్యావందనం చేసు కుంటున్నాడు. గంభీరంగా ఉన్న ఆయన స్వరం, వాగ్దేవి పలికించినట్లున్న ఉచ్ఛారణ ఆయనకు అమ్మవారిపై విశ్వాసాన్ని తెలియజేస్తున్నాయి. తండ్రి నోట్లోంచి వస్తున్న గాయత్రీ మంత్రంలోని ఒక్కో అక్షరం ఒక్కో దేవతలా తనముందు నిల్చుని తనని నిలదీస్తున్నట్లుగా ఉంది రుక్మిణికి. అసలు నువ్వు ఏంచెయ్యాలనుకుంటున్నావు? అని ప్రశ్నిస్తున్నట్లుగా ఉంది.

మనసులో ఉదయిస్తున్న రకరకాల సందేహాలకు సమాధానం చెప్పలేక అక్కడ నుండి గబగబ గుడి దారి పట్టింది.

గుడిలో సుందరకాండ హరికథా కాలక్షేపం జరుగుతుంది. భాగవతులవారు సీతాదేవిలోని ఔన్నత్యాన్ని ఎంతో చక్కగా వివరిస్తున్నారు.

అరణ్యాలకు రాముని వెళ్ళమన్నారే కానీ సీతను కాదు. కాని రామునికి లేని ఐశ్వర్యం తనకూ వద్దు అనుకుని భర్తను అనుసరించి వెళ్ళింది.

అష్టైశ్వర్యాలతో తులతూగుతున్న రావణుని కన్నా, ధర్మానికి ప్రతిరూపమైన రాముడే గొప్ప అని తలుస్తుంది.

లంకలో రాక్షస స్త్రీల మధ్య ఉండి కూడ ఆమె భయపడకుండా రావణునికి ధర్మాన్ని బోధిస్తుంది. ఇలా సీత పాత్రలోని గొప్పతనం ఆకాశమంత ఎత్తులో ఉందని, ప్రతి స్త్రీకి ఆమె ఆదర్శనీయురాలంటు కథను ముగించారు కథకులు. ఆప్రాంతమంతా చప్పట్లతో మారుమ్రోగిపోయింది.

అప్పటి వరకు కథలో లీనమైన రుక్మిణి ఉలిక్కిపడింది.సీతమ్మ గొప్పతనాన్ని విన్నావుకదా! నువ్వు ఎలాంటి తప్పుపనికి పాల్పడుతున్నావో ఆలోచించు, ప్రశ్నించింది అంతరాత్మ.

అతన్ని అలా గాలికి వదిలేసి నీ ఆనందం నువ్వు చూసుకుంటావా? నీ పాపానికి నిష్కృతి ఉందా! అంటు చుట్టు వందమంది చేరి ప్రశ్నిస్తున్నట్లుగా ఉంది రుక్మిణికి. అతను ఎదురగా కూర్చుని ఉన్నాడు.

గుడి వెనక్కు రమ్మంటు సైగ చేస్తున్నాడు. ఆమెలోని వివేకం ఆమెను తట్టి లేపింది.

చేతిలోని కాగితాన్ని అతనికెదురుగానే చించి ముక్కలు చేసింది. గుళ్ళో నుండి బయటపడి రోడ్డెక్కింది. పెను ప్రమాదం నుండి బయటపడ్డ ఆత్మవిశ్వాసంతో ఇల్లు చేరుకుంది.

లోపలికి వెళ్ళి బ్యాగ్ సర్దుకుంది. అమ్మా, నాన్న! నేను మాఊరు, మా ఆయన దగ్గరకు వెళ్ళిపోతున్నాను. ఇంక ఎప్పుడు ఇలారాను" అని చెప్పి బయలుదేరింది. రుక్మిణిలోని ఈ మార్పు నిజమేనా? అసలేం జరిగింది? అనేది అర్థంకాక చూస్తూ ఉండిపోయారు వాళ్ళిద్దరు.

బామ్మ మాట ....చద్దిమూటే

వి.వి.వి.కామేశ్వరి

వెలగలేరు

Ph:7799686600

మామూలుగా అయితే, అద్దం ముందు నుంచుని నిమిషానికి అరవై సార్లు చూసుకుని మురిసిపోయే శ్రీ, తన అందాన్ని రెట్టింపు చేస్తున్నట్లు వయ్యారం ఒలక బోస్తున్న పొడవాటి జడను చేతిలో పట్టుకుని గిరగిరా తిప్పి విసురుగా విసిరింది.

సహజంగా, ఏ ఆడపిల్లకయినా పెళ్లిచూపులనగానే ఏమిటో తెగ సిగ్గు ముంచుకొస్తుంది. శ్రీ కి కడుపులో బాధ తన్నుకువస్తోంది. అలా అని పెద్దవాళ్ళకి ఎదురుచెప్పలేక, మనసెరిగిన, మనసైన ప్రేమికుడిని వదులుకోలేక చిరాకుగా ఉంది. ఏదో ఒకటిచేసి సంబంధం నచ్చలేదని చెప్పాలని తీర్మానించుకుంది.

ఈరోజు జరగబోయే తతంగానికి కారణం బామ్మ . పెళ్ళిచూపులు ఏర్పాటు చేసింది. తను మాత్రం, ఏమీ ఎరగనట్లు పిన్నికి బాగా బలహీనంగా ఉందని, సాయం చెయ్యటానికి వెళ్ళింది .

'ఈ రోజు తను ఉండి ఉంటే కాస్త బాగుండేది. మెల్లగా, మనసులో మాట ఎలాగోలా చెప్పేదాన్ని' అనుకుంది.

"శ్రీ! ఇంకా ఎంతసేపు త్వరగా తెములు పెళ్ళి వాళ్ళు వచ్చేస్తున్నారట. ఒకసారిలా రా" అన్న తల్లి పిలుపుతో, ఆలోచనల నుంచీ ఈ లోకం లోకి వచ్చిన శ్రీ, హాల్లోకి వచ్చింది.

కూతురి అందాన్ని చూసి మురిసిపోతూ "ఇదిగో కాస్త ఈ నగలు కూడా వేసుకో. నిండుగా ఉంటావు" అన్న అమ్మతో.

"నన్ను నువ్వు నగల దుకాణంలో బొమ్మలా తయారవమంటావు. ఇంతకీ, అతగాడు చేసుకునేది నన్నా? లేక నా ఈ నగలనా? నీ కన్నా బామ్మ నయం. సింపుల్ గా వుండటం లోనే అందం వుంటుందంటుంది. చిరునవ్వే పెద్ద ఆభరణం అంటుంది." అని, స్వగతంలో 'ఇప్పుడు ఆ నగే లోపించిందని' విసురుగా నగల పెట్టె తీసుకుని గదిలోకి వెళుతున్న కూతురిని చూసి.

'పాపం, దీని బాధని చూడలేక పోతున్నాను. అత్తయ్య ఆదేశమాయె. అయినా, ఆవిడ ఏం చేసినా పిల్ల మేలు కోరేగా. దీనికి బామ్మంటే వల్లమాలిన అభిమానం. ఆవిడ ఎంతంటే అంతే. ఆవిడా అంతే, మనవరాలి పేరు చెబితేనే ఎంత సంబరపడి పోతుందో' అనుకుంటూ వంట గదిలోకి వెళ్ళింది శ్రీ తల్లి. అత్తచాటు కోడలు అనేకంటే, అత్తగారి ప్రేమకు బద్ధురాలైన కోడలు పిల్ల అంటే చక్కగా సరిపోయే సుధ.

***

శ్రీ పుట్టినప్పుడు... రెండు తరాల తర్వాత శుక్రవారంనాడు కళకళలాడుతూ ఆడపిల్ల పుట్టిందని అందరూ ఆనందపడ్డారు.

మనవరాలి మెడలో బంగారు గొలుసు వేసి 'శ్రీ' అని ముద్దుగా పిలిచిందట. తను పాతకాలం నాటి మనిషి అయినప్పటికీ, ముద్దుగా, సింపుల్ గా ఉండే పేరు పెట్టింది బామ్మ కామాక్షి.

శ్రీని చూసిన వారెవరైనా, కుందనపు బొమ్మలా అచ్చం బామ్మ కామాక్షిలా ఉంటుందని అంటారు.

శ్రీకి కామాక్షి మాటంటే వేదవాక్కు. మా బామ్మ తెలివైనదని సంబరపడుతుండేది. పదకొండేళ్ళకే బాల్య వివాహం జరగటంతో టీనేజ్ లోకి అడుగు పెట్టేటప్పటికే, శ్రీ వాళ్ళ నాన్న పుట్టేశాడు.

బామ్మ వాళ్ళ నాన్న హెడ్మాస్టరు అయినా, ఆడపిల్లకు చదువెందుకని బడికి పంపక పోవటంతో అస్సలు చదువుకోలేదు. పాపం, ఆరోజుల్లో అందరూ అంతే మరి.

కామాక్షి వాళ్ళు పది మంది పిల్లలు. అయిదుగురు అమ్మాయిలు, అయిదుగురు అబ్బాయిలు.

గోడ మీద అక్షరాలు రాసి నేర్పిస్తున్నాడని 'ఆడపిల్లకి చదువెందుకురా' అని, పాపం, మా అన్నయ్యని నాన్న కొట్టారని చెప్పి బాధపడుతుండేది

వీలు చిక్కినప్పుడల్లా వాళ్ళ పెద్ద అన్నయ్య కొవ్వొత్తి వెలిగించి, కరిగిన మైనపు చుక్కలతో చేతి మీద అక్షరాలు రాసి నేర్పేవాడని చెబుతూ ఉండేది.

తరువాత కాలంలో శ్రీ తండ్రి, బాబాయి చదువుతుంటే చూసి నేర్చుకుంది. ఎంతైనా బామ్మ ఏక సంథాగ్రాహి అని శ్రీ తన అనుభవంలో గ్రహించింది.

కామాక్షికి కుట్లు, అల్లికలు అన్నీ వచ్చు. ఆ రోజులలోనే ఊలుతో తాతయ్య, బామ్మల పేర్ల మధ్య హృదయం గుర్తు కుట్టిందని తెలిసి ఆశ్చర్య పోయింది శ్రీ.

“నవలలు, దిన పత్రికలు బాగా చదివే కామాక్షి, తను చదువుకుంటుంటే పక్కన కూర్చుని ఇంగ్లీష్, హిందీ భాషలు కూడా కొంచెం కొంచెం రాయటం, చదవటం, మాట్లాడటం నేర్చుకున్నది” అని, తన స్నేహితురాళ్ళతో బామ్మ గురించి ఎప్పుడూ గొప్పగా చెబుతూ ఉండేది శ్రీ.

బామ్మ చిన్ననాటి సంగతులు వినటానికి చాలా సరదాగా ఉండేవి. ఎప్పుడైనా సినిమాకి పక్కింటి వాళ్ళతో కలిసి వెళ్ళేదట.

ఒకసారి ఎవడో బామ్మని చూసి “మీ జడ చాలా బాగుంది పొడుగ్గా. మీరు కూడా చాలా అందంగా వున్నారు” అంటూ వెంటబడ్డాడట .

ఇంటి వరకూ వచ్చాక "సరేలే, కాపలా కుక్కలా పాపం! మా ఇంటి దాకా వచ్చి దింపావు. లోపలికి వస్తే మా ఆయనకి నిన్ను పరిచయం చేస్తాను" అనగానే వాడు వెనక్కి తిరిగి చూడకుండా దౌడు తీశాడట.

"వయసు ప్రభావం అలాగే వుంటుంది. పాలు ఏవో? నీళ్ళు ఏవో? తెలుసుకోవాలి" అని హితబోధ చేసేది బామ్మ.

మరోసారి ఎవరో కుర్రాడు "మీ జడ అంత బారుగా ఉండటానికి గల కారణం ఏమిటి?"అని అడిగాడట.

"ఆ ఏం లేదు అన్నా! కిరసనాయిలు రాసుకుంటాను" అనగానే, "వామ్మో! అపర ఝాన్సీరాణిరా బాబూ" అని భయపడి పారిపోయాడట.

తాతయ్యకి చెప్తే "రాక్షసిలా అరిస్తే ఏం చేస్తాడు, పాపం! ఆ మానవుడు" అని పక పకమని నవ్వేశారట.

"నువ్వు చదువుకుని ఉంటే ఇందిరాగాంధీలా గొప్ప నాయకురాలివి అయ్యేదానివి" అని మెచ్చుకుని మురుసుకునే వారట.

తాతయ్య కూడా అచ్చం సినిమా హీరోలా అందగాడట. పైగా, చిలిపితనంతో అల్లరి బాగా చేసేవారట.

ఒకసారి బామ్మతో "సినిమాకి ముందు నువ్వు వెళ్ళు. వెనకాల నేనొచ్చి నిన్ను ఆట పట్టిస్తాను. పెళ్ళికాని పిల్లల్లా సరదాగా ఫ్రెండ్స్ లాగా ఎంజాయ్ చేద్దాం' అన్నారట తాతయ్య.

'సరేలే పాపం! పెద్ద వాళ్ళ మాట కాదనలేక చిన్నప్పుడే పెళ్ళి చేసుకున్నారు కదా! పోనీలే... పాపం, సరదా పడుతున్నారు' అని ఒప్పుకుందట.

తీరా సినిమాకి వెళ్ళాక, పక్కన కూర్చుని మెల్లగా చెంప నిమిరాడట. పేరుకి పిల్ల తల్లయినా, ఎంతైనా పదహారేళ్ళ పిల్లే కదా! సిగ్గుతో పక్కకి జరిగిందట. నడుము మీద గిల్లాడట. అంతే... పెద్దగా, కెవ్వున కేక పెట్టిందట. ఇక పక్కనున్న అందరూ చేరి

తాతయ్యను తన్నబోయారట. చూడలేక "ఆయన మా ఆయనే" అని బామ్మ సిగ్గు పడుతూ చెప్పిందట.

అప్పట్లో ఓపెన్ థియేటర్ ఉండేదట. అంటే ఆరుబయట అన్నమాట. వీళ్ళ చిలిపి చేష్టలకు ముసలాళ్ళతో సహా కొంతమంది ముసిముసి నవ్వులు నవ్వుకున్నారట.

కొందరు మాత్రం 'పిదప కాలం పిదప బుద్దులు' అంటూ ముక్కున వేలేసుకున్నారట.

మరికొంతమంది... 'మరీ చోద్యం కాక పోతే ఇదేమిటమ్మా విడ్డూరం' అని చెవులు కొరుక్కున్నారట.

అంతర్లీన శక్తిని వెలికి తియ్యటంలో బామ్మ ఎంత నేర్పరో! నిజం చెప్పాలంటే, సైకాలజీలో బామ్మ జీవితాన్ని ఒక పాఠ్యాంశంగా పెట్టవచ్చు.

గతంలోకి తొంగి చూసిన శ్రీ, తప్పకుండా తన అభిప్రాయానికి బామ్మ ఒప్పుకుంటుంది అనిపించి 'ఇక దాచుకోలేను బామ్మా! నా మనసులో మాట నీకు చెప్పేస్తాను. ఈ పెళ్ళిచూపుల తతంగం ముగిశాక' అనుకుని కన్నీళ్ళు తడుచుకుంది శ్రీ.

***

శ్రీ అంటే ఇంట్లో అందరికీ ఎంతో గారాబం. కొండ మీది కోతి అయినా సరే, శ్రీ అడిగిందంటే వెంటనే హాజరు పెట్టేస్తారు .

శ్రీకి అందుకే భయం. పొరపాటునయినా దేన్నీ బాగుందని, కావాలని అస్సలు అడగదు. వారిని ఎందుకు ఇబ్బంది పెట్టాలి అని. ఎంతైనా మధ్య తరగతి కుటుంబం కదా! అయినప్పటికీ, తమ ఖర్చులు తగ్గించుకుని ఒక్కగానొక్క కూతురికి ఏ లోటూ రాకుండా గారాబంగా పెంచుకుంటున్నారు సుధ,చరణ్ లు.

ఇంటర్ మీడియెట్ ఫస్టియర్ చదువు తున్నప్పుడు శ్రీ కి పరిచయమయ్యాడు శ్రీకాంత్ .

ఇంజనీరింగ్ లో చేరిన శ్రీకాంత్, రెండిళ్ళ అవతల ఉన్న బిల్డింగ్ లో ఉండే తాతయ్య , అమ్మమ్మల దగ్గర ఉండేవాడు.

ప్రతిరోజూ శ్రీ వెనకాల వచ్చేవాడు. శ్రీ కాలేజీకి పక్కనే అతని ఇంజనీరింగ్ కాలేజీ. అతడిని ముందు పెద్దగా పట్టించుకోలేదు. కానీ, తరువాత శ్రీకి అర్థం అయ్యింది. అతడు తనను ఫాలో అవుతున్నాడని .

ఒకరోజు స్కూటీ స్కిప్ అయి కింద పడిన శ్రీకి హెల్ప్ చేశాడు శ్రీకాంత్. అలా మాటలతో మొదలైన వారి పరిచయం ప్రేమగా మారింది. ఒకరిని విడిచి మరొకరు ఉండలేనంతగా.

***

శ్రీకాంత్ ని మరిచిపోలేక, ఎంత సర్దిచెప్పుకున్నా, పెళ్ళిచూపులలో దిష్టిబొమ్మలా కూర్చోలేనని, తనలో తనే మదనపడుతుంటే, అప్పుడు రింగయ్యింది శ్రీ ఫోను. డిస్ప్లేలో బామ్మ.

గతంలో చెప్పిన తన టీనేజ్ కబుర్లు, తాతయ్య పడ్డ ఇబ్బందులను మరోసారి చెప్పబోతున్న కామాక్షితో "నీకు సమయం, సందర్భం ఉండవా?" అని ఎప్పుడూ లేనిది తనకెంతో ఇష్టమైన బామ్మ మీద చిరాకు పడింది శ్రీ.

మనవరాలి మాట వినిపించుకోకుండా "సీన్ తిరగేద్దామా శ్రీ!" అంది కామాక్షి.

ఇంట్లో ఎవరికీ తెలియదని అనుకున్నారు. కానీ, ఎవరి కంట్లో పడాలో వారి కంట్లో పడకుండా తప్పించుకోలేక పోయారు. ఒక రోజు గుడికి వెళ్ళి వస్తున్న కామాక్షి, శ్రీని, శ్రీకాంత్ లను చూసి విషయం పసిగట్టిందని కూడా తెలుసుకోలేనంతగా ప్రేమలో మునిగి తేలుతున్నారు. బహుశా!అందుకేనేమో, "ప్రేమ గుడ్డిది" అని అంటారు అందరూ.

మెల్లగా ఆరా తీసి, రామమోహన్ రావు గారు, తనకు దూరపు బంధువనీ... శ్రీకాంత్, శ్రీ కి బావ వరస అవుతాడని తెలుసుకుంది కామాక్షి.

పేరంటానికి వెళ్ళినప్పుడు శ్రీకాంత్ వాళ్ళ పెద్దవాళ్ళతో సంప్రదించి "వీరిద్దరికీ పెళ్ళి చేద్దాం" అని ఏకగ్రీవంగా నిర్ణయించుకున్నారు.

"వాళ్ళిద్దరి చదువు పూర్తయ్యి, స్థిరపడ్డాక పెళ్ళి చేద్దాము. ఇప్పుడు వాళ్ళు టీనేజ్ లో వున్నారు. ఆ లైఫ్ ని ఎంజాయ్ చెయ్యనిద్దాం. అది మిస్ అవకూడదు వాళ్ళు. అలా అని పూర్తిగా వదిలెయ్యకుండా... పిల్లలని మనం ఒక కంట కనిపెడదాం. అప్పటి వరకూ, అస్సలు ఏమీ ఎరగనట్టు... అందరం గప్ చిప్ గా ఉండి తమాషా చేద్దాం" అని ఇరుపక్షాల వారిని ఒప్పించింది కామాక్షి.

***

"అలా... మీ ఇద్దరి సరదా తీర్చి, ఇలా మా ముచ్చట తీర్చుకున్నాము" ని సస్పెన్స్ కి తెర తీయగానే ఫోన్ కట్ అయ్యింది.

"శ్రీ కాంత్ అందంతో పాటు చదువు, వినయం అన్నీ ఉన్న మంచి కుర్రాడు. మా బంగారు తల్లికి ఈడూ జోడూ అని కితాబిచ్చే ఈ శుభ తరుణంలో నేను లేకపోతే ఎలా?" అనే మాటలు, తన వెనుక నుంచీ వినపడ్డాయి శ్రీకి.

"బామ్మా! వాట్ ఎ సర్ప్రైజ్. ఇప్పటి వరకూ నన్నెంత ఎంత టెన్షన్ పెట్టావు. ఎంత అల్లరి దానివి. మా తాతయ్య అంత తొందరగా గోడ ఎక్కి దండ ఎందుకు వేయించుకున్నాడో? ఇప్పుడు అర్థం అవుతోంది" అని కిలకిలా చిలకలా నవ్వింది శ్రీ.

వాతావరణంలో ఆనందం తాండవిస్తుండగా "శ్రీకాంత్ మన కులం కాకపోతే ఏమి చేసేవారు అత్తయ్యా" అన్న కోడలు సుధతో.

"ఆ... అదే కోడలు పిల్లా! ఇంకా, నువ్వు ఈ ప్రశ్న అడగేలేదేమిటబ్బా! అని అప్పుడే అనుకున్నాను. సరే విను. నువ్వన్నట్లు జరిగి ఉంటే ఆ ముచ్చటా పూర్తయ్యేదే" అని శ్రీ వైపు నవ్వుతూ చూసింది.

"మన సంప్రదాయం వేరు... పిల్లవాడు వాళ్ళది వేరు. నీ అనుబంధం ఒక్క పిల్లావాడితోనే కాదు. అతని బంధువులు, వాళ్ళ అలవాట్లు, ఆచారాలు ఇలా చాలా తేడాలు ఉంటాయి. చెప్పుకుంటూపోతే ఎన్నో అభిప్రాయాలు, అభిరుచులే కాదు, రుచులు కూడా కలవాలి. ముఖ్యంగా మనసులు ముడిపడాలి. అన్నీ కలిస్తే ఏ సమస్యా లేదు. ఒకవేళ కలవకపోతే మాత్రం కలతలతో కాపురాలు కలకాలం నిలవవు తల్లీ! వైవాహిక

జీవితంలో ఇబ్బందులు పడతావు. అదే పెద్ద వాళ్ళుగా మేము బాధ్యత తీసుకుంటే, భవిష్యత్తులో ఏ సమస్యలొచ్చినా మేమే పరిష్కరిస్తాము. అయినా, చిన్నప్పటి నుంచీ నీ చదువు, నువ్వు వేసుకునే బట్టలు మొదలుకొని అన్నిటి గురించీ శ్రద్ధ తీసుకునే మీ అమ్మా నాన్నలు, నీ జీవితంలో అత్యంత ముఖ్యమైన చిరకాల సుఖసౌఖ్యాల గురించి, ఎంత ఆలోచిస్తారో మనసుపెట్టి కాస్త ఆలోచించు .ఇప్పటికీ నీ ఇష్టమే ముఖ్యం అనుకుంటే అలాగే చెయ్యి. నేనే మీ అమ్మానాన్నలను ఒప్పిస్తాను. నువ్వు మాత్రం అత్తవారింటిలో అందరితో కలిసి మెలిసి ఉండాలి. అలా కాకుండా చిన్నదానికీ, పెద్ద దానికీ గొడవలు పడితే మాత్రం నీకు సపోర్ట్ చెయ్యలేము. అంతే కాదు, భవిష్యత్తులో వచ్చే సమస్యలకు నేను బాధ్యురాలిని కాను. మీ అమ్మానాన్నలకు కూడా ఏ సంబంధం ఉండదని కుండ బద్దలు కొట్టినట్లు చెప్పేదాన్ని.

"...తప్పటడుగు వేసి తరువాత బాధపడకుండా మొదట్లోనే సరిచేసేదాన్ని, నా బంగారుతల్లి నా మాట వింటుంది. లేదూ, తను తీసుకున్న నిర్ణయం నూటికి నూరుపాళ్ళు సక్సెస్ దిశలో ఉంటుందనిపిస్తే మాత్రం, నా ఓటూ శ్రీ కే వేసేదాన్ని" అని ప్రేమగా శ్రీ నుదుటిపై ముద్దు పెట్టుకుంది.

"బామ్మ చెప్పింది నిజమే కదమ్మా! తన ప్రతి ఒక్క మాటలోనూ సత్యం ఉంది. మొన్నీ మధ్య జాన్ ని ప్రేమించి పెళ్ళి చేసుకున్న నా ఫ్రెండ్ లీల ఏమి చేసిందనుకున్నావు. వాళ్ళింట్లో రోజూ మాంసాహారం వండుతున్నారని అత్తగారితో గొడవపడటంతో, జాన్ కేకలేశాడని పుట్టింటికి తిరిగి వచ్చేసి, విడాకులు తీసుకుని అంతటితో ఆగక, అందరూ సూటీపోటీ మాటలు అంటున్నారని భరించలేక ఆత్మహత్య చేసుకుంది. ఏది ఏమైనా మా బామ్మంటే బామ్మే . తన టీనేజ్ లోనే కాదు. మా బామ్మకి ఎప్పటికీ ఎవరూ సాటి రారు. మా బామ్మ ఎవర్ గ్రీన్. అంతేనా, మోడరన్ కూడా. అందరిలా అరిచి గోల చెయ్యకుండా, మనసుకు హత్తుకునేలాగా చెబుతుంది'

"అందుకే, ప్రతి ఇంట్లో తమ అనుభవాల పాఠాలు చెప్పే పెద్ద దిక్కులా బామ్మలూ, అమ్మమ్మలూ, తాతయ్యలూ ఉండాలి. అప్పుడే యువతరం తప్పటడుగులు

వెయ్యదు. 'థాంక్యూ బామ్మా' నీకు నేను మనవరాలిని అవటం నా అదృష్టం" సంతోషంతో చుట్టేసింది శ్రీ.

***

రోజూ చూసేవాడే అయినా, శ్రీకాంత్ కళ్ళ ముందు ఉంటే, అదేమిటో కొత్తగా, వింతగా ఉంది. తలెత్తి చూడలేక సిగ్గుల మొగ్గ అవుతున్న శ్రీకి.

"శ్రీ, శ్రీకాంత్ లను దీవించటానికి, నేను వివాహవేదిక ఎక్కాలన్నా, పెళ్ళి వేడుకలలో వెరైటీగా కనిపించాలన్నా, పట్టు చీరలు, పెట్టుడు నగలు రెడీ చేసుకోవాలి. బంగారు నగలు మాత్రం ఎన్నని కొంటాం, అసలే బంగారం ధర మండిపోతుంటే. కోడలు పిల్లా! ఏమంటావు?" అంటున్న అత్తగారిని చూసి నవ్వుతూ.

"అత్తయ్యా! మీరు సూపర్" అని ముద్దుల కోడలు సుధ మురిసిపోతుంటే, "బామ్మ మాట... చద్దిమూటే" అని బామ్మని అనుసరించింది, శ్రీమతి కాబోయే శ్రీ వయ్యారంగా జడను గిరగిరా తిప్పుతూ.

వలీరుసారు

జి. మీనాక్షి

తెనాలి

Ph:8096017553

హూంబుహోర్ (బరంపురం పూర్వ నామం) నుండి బయలు వెడలిన యాత్రా స్పెషల్ బస్సు నుండి దిగి, నెమ్మదిగా సంచీ భుజాన తగిలించుకొని, సూట్కేసు చేతబుచ్చుకొని బయలుదేరిన వలీరుసారుకు ఒక్కసారి కళ్ళ చుట్టూ చీకట్లు కమ్ముకొని, అయోమయావస్థలో పడ్డాడు. అసలు తాను బయలు దేరిన అంశమూ, చేరవలసిన గమ్యమూ మరపుకొచ్చినాయి కాబోలు. చేసేదిలేక కను చూపుమేర సాగిన నల్లటి తారురోడ్డు వైపు దృష్టి సారించి నిదానంగా సాదా సీదా వ్యక్తి వలె నడవటం మొదలు పెట్టాడు.

"ఇదియే ఊరు? ఈ ఊరు పేరేమిటి ? అని, ఇది ఏ ప్రాంతము" లాంటి ప్రశ్నలు అడగటానికి మొహమాటంగానే కాదు, చిన్నతనంగా కూడా అనిపించింది.

"అందువలన ఏ ఊహా లేకుండా, అంతూదరీ లేకుండా ఎంతదూరం ఈ విధంగా నడవాలి? భగవంతుడా? అని ఒక్కసారి గుండెల మీద పడ్డ భారం దించుకొనే మార్గం ఏది ? వెనుతిరిగి ఒక్కసారి తానూ నడచివచ్చిన దారి వైపు దృష్టి సారించాడు. తన ఈ దుస్థితికి తనకే కళ్ళు తిరిగినాయి కాబోలు" చీకట్లు కమ్ముతున్న చూపును నిశితం

***

చేయాలని వృథా ప్రయాస చేయబోయాడు. కాగా పై నుండి సూర్యుని వేడి కిరణాలు, పైగా మిట్ట మధ్యాహ్నం కాబోలు, కిరణ స్పర్శ సూటిగా తలపై పడటంతో కళ్ళుతిరిగి, కాళ్ళు చెతులు బరువెక్కి శరీరాన్ని నీరసం ఆవహించటం మొదలయింది. నిస్త్రాణ శరీరం మొత్తాన్ని ఆవహించటంతో, బరువెక్కిన గుండెతో దేహాన్ని బాట ప్రక్కనున్న చెట్టు మొదలుకు చేరవేసాడు. కనులు మూతపడుతుండగా అలసటతో, బరువెక్కిన గుండెతో దేహం ఒక ప్రక్కకు ఒరిగింది.

ప్రజల నోళ్ళలో పడి వలీరుసారు పేరు వీలర్ సారు అయింది. వీలరు సారు పేరు అంతటా పరిచయమే. "ఎలా ? ఎలా ? తాను గమ్యాన్ని చేరగలడు? ఆలోచించే టందుకు కూడా ఒంట్లో వీసమెత్తు శక్తి లేదు. కళ్ళ నుండి వేడి వేడి కన్నీటి బొట్లు జలజలా జాలువారుతుండగా, చెమటకు చొక్కా తడిసి ముద్దయిపోయింది. ఎండకు, వేడిమికి ఉడికిపోయిన దేహం నుండి చెమటలు కాలువలు కడుతున్నాయి. వాలిన తలపైకెత్తేటందుకు ఎంత సమయం పడుతుంది సుమారు.

"ఆ దేవదేవునికి తనపై ఎందుకింత పగ ? ఆలోచనలో తల నేలకు వాలిపోయింది.తనకు కావలసిన వ్యక్తి యొక్క విలాసముని తెలుసుకొని, సదరు వ్యక్తి సమీపమును చేరుకొనుటకు సుమారు ఎంత కాలం పడుతుందో?" శరీరం బరువు తీరింది. సుమారు ఓ గంట గడిచినట్లుంది.

"అంతా చీకటిగా ఉందేమిటి ? అనుకొంటూ, భారంగా నిట్టూర్చాడు వలీరుసారు. మళ్ళీ సంచి భుజాన తగిలించుకొని, సూట్కేసు చేత బుచ్చుకొని నడక.

***

సాగించాడు. కొంతదూరం నడువగా, మార్గం రెండుగా చీలిపోయింది. తానూ ఏ మార్గం వయిపు పయనిస్తే, తననుకొన్న గమ్యం చేరగల్గుతాడో తెలియదు. పుంగనూరు (టంగుటూరు ప్రస్తుత నామం) చేరాలంటే ఏ దారిలో వెళ్లాలా ? అని ఆలోచిస్తూ మధ్యే మార్గంలో నిలువబడ్డాడు. అటువైపునుండి ముక్కు మీద జారిపోతున్న

కళ్ళజోడుతో ఒక మోతుబరి రైతు వడివడిగ అడుగులేసుకొంటూ హడావిడిగా దేనికో పరుగుమీద పోతూ కనబడ్డాడు.

"భగవంతుడా ! " అని ఒక్కసారి భారంగా నిట్టూర్చి ఏమయితే అదవుతుందని, " దగ్గరగా ఒకసారి " ఇలా రమ్మని " చేయూ పసాగారు.

ఆ మోతుబరి హఠాత్తుగా తలపైకెత్తి, ఎదురుగా నిల్చున్నది దయ్యమా? లేక మనీషా? ఇంట దవ్వున నిల్చున్నది ఎవరా "? అని హడలుకొని, కళ్ళజోడు పైకి లాక్కుని

"అయినా చూతాం" అనుకొని చిన్నగా అడుగులో అడుగు వేసుకొంటూ కొంత చేరువగా వచ్చాడు. మనిషి అయోమయం చూపుపడింది. ఆ కవళికలు చూసి వలీరుసారు గుండె దడదడలాడింది.

"అయ్యా ! పుంగనూరు పోయే దారి ఏది ?" అని అతి కష్టం మీద గొంతు పెగల్చుకొని ప్రశ్నించాడు.

"అమ్మయ్య మనిషేనర్రా! " అని గుండెలనిండా గాలి పీల్చుకొని, చెప్పున కళ్ళజోడు ముక్కుపైకి లాకుని, కుడి వయిపు పోయే మార్గం వైపు చేయి ఆడించి, మరింత వేగంగా ముందుకు పోయాడు ఆ అపరిచితుడు.

***

విధి సంకల్పానికి, దైవలీలకు, ఆశ్చర్యపోతూ భుజాలు విదుల్చుకొని పుంగనూరు చేరే దారిలో నడక సాగించాడు.దవ్వున మనుషుల అలికిడి, కలకలం చెవినపడింది.

"హమ్మయ్య" అనుకొని గుండెనిండా గాలి పీల్చుకొని, నాలు గడుగులు ముందుకు సాగి మరొక అపరిచితుణ్ణి పరిచయం చేసుకోబోయారు వలీరుసారు. తానూ చేరవలసిన గమ్యం అతి కష్టమయిందని తెలియకనేం కాదనుకొని,

"అయ్యా ! తుమ్మమూరు దాసుడుగారు, రామయ్య గారని అంటారు ఆయన నివాసం మీకేమయినా తెలుసా ?" అని అతి హీనంగా లోగొంతుకతో ప్రశ్నిచాడు.

ఎదురుగా ఒక వింత జంతువు కనబడ్డట్లుగా ఉన్నట్లయింది. విచిత్రంగా చూసి, భుజం మీద కండువా పైకి క్రిందకూ లాక్కొని, ముక్కుపుటాలు ఎగరవేసి, గాలి గట్టిగా పీల్చి, లో లోపల చిన్నగా నవ్వుకొని, ఏదయినా నన్నేగా అడిగేది అని తనలో తానూ ఆనందించుకొని తీక్షణంగా ఆ ఆగంతకుణ్ణి పైకి కిందకూ పరిశీలనగా చూసి, కుడిచేత్తో ఎడమవైపు మూడోయిల్లు చేత్తో సైగ చేసి సర్రున గాలిలో కలిసి పోయాడు.

" అయ్యా ! ధన్యవాదాలు" కృతజ్ఞతలు తెలిపి చక చక అడుగులు వేసుకొంటూ, ఆ ఇంటివయిపు నడిచాడు వలీరుసారు. తలుపుపై చేయి తట్టి పిలువబోతుండగా భళ్ళున తలుపు తెరుచుకొంది. ఉలిక్కిపడి ఒక అడుగు వెనుకకు వేసాడు వలీరు. కండువా విదుల్చుకొంటూ బయటకు రాబోయిన తుమ్మమూరు దాసుడుగారు ఎదురుగ నిలువబడ్డ మనిషిని చూచి నిశ్చేష్టాటగా నిలిచి పోయాడు.

***

"ఎవరు మీరు?" సగంలోనే మాట ఆగిపోయి తదేకంగా చూస్తుండిపోయాడు దాసుడు.

" అయ్యా ! నేనా, చాల దూరం నుండి అత్యవసర వ్యవహారం పడి ఈ ఊరు రావటం జరిగింది. ఈ చుట్టు పక్కల రాములుగారి పేరు తెలియనివారు లేరని తెలిసింది. నా పేరు కూడా రాములేనండి" అని పాద నమస్కారం చేయబోయి సాష్టాంగపడ్డాడు వలీరుసారు.

దాసుడు గారు, ముఖం చిన్న బుచ్చుకొని "మంచిది, మీకు మాతో ఏదైనా పని కావలసి యుండినట్లైనా తప్పక చేయూత నీయగలవాళ్ళమే !" అని సమాధాన మిచ్చాడు.

" అయ్యా ! తమ దయకల్గినట్లయితే నాకేదయినా ఒక బస చూపగలరు" అని వినమ్రతతో తెలిపాడు.

"అలాగే ! మీరు ఆ పైని విడిది గదిలో ఇకపై నిశ్చింతగా విశ్రమించవచ్చు. కాగల కార్యం నెమ్మది మీద కూర్చుకోవలసినదే " అని మెట్ల వయిపు దారి చూపారు.

దాసుడుగారు. ఈ నాటికీ ఆ వలీరుసారు ఎందుకు ఎం తెచ్చాడో! ఎప్పుడు నిష్క్రమిస్తాడో, బహుశా ఆ సృష్టికర్తకు కూడా తెలియదేమో ! శుభం ! అతడే అనుకోని అతిథి. పూంబుహార్ (బరంపురం) పూర్వకాలంలో అత్యంత ముఖ్యమయిన రాజధాని నగరం. పుంగనూరు (టంగుటూరు) కలువలు, పద్మములు ఎక్కువగా కలిగిన అనేక కాలువలుగా చీలికలైన ఒక పెద్ద కాలువ గలిగిన ప్రదేశం.

వేగం - మత్తు

చందు నాగేశ్వరరావు
Ph:92904 49517

సాయంత్రం 4 గంటలుకావస్తోంది. ఎవరెవరి స్థానాలలో వారు సర్దుకు కూర్చున్నారు. కారు కదిలింది ఒక్కుదుటున. "నిదానమే ప్రధానం, మేము పోయి పడిచేసే పాటేమీలేదు... బిజిలీ జాగ్రత్త పోనీయ్" అన్నాడు సత్యం.

"సార్ సార్ అలాగే సార్" డ్రైవర్ మరి ఓనరో పేరు తెలుసుకొని సంబోధించడం అలవాటు పెద్దమనిషి సత్యానికి.

***

వేకువనే తెనాలిలో బయలుదేరారు. వృద్ధాప్యం, అనారోగ్యంతో బాధపడుతున్న పిన్నిని చూడాలని-మొవ్వపాలెం, కృష్ణజిల్లా. పిల్లల్ని చూడాలని ఆమె కోర్కె. చిన నానమ్మని చూడాలని పిల్లలు.కుటుంబమంతా బయలుదేరారు. పెనుమూడి - పులిగడ్డ వద్ద కృష్ణావారధి మీదుగా ప్రయాణం. పొద్దెక్కే వేళకు చేరారు.

ఒకప్పుడు ఇంటినిండా పాడి-పంట. పిల్లలతో సందడి. పసిడిముద్ద మనిషి. పెద్దవ్యవసాయం. జీతగాళ్ళు. వచ్చే పోయే వాళ్లలతో ఒకటే సందడి. రోజులు మారిపోయాయి. అప్పులు, అనారోగ్యం, అతివృష్టి, అనావృష్టి బారిన పడిన పంటలు, గిట్టుబాటు కాని ధరలు. అనేక కారణాలతో ఎన్నో మధ్య తరగతి కుటుంబాలు చితికి పోయాయి. కలలా కరిగిపోతూ ఆస్తి. ఎముకల గూడయింది పిన్ని. హృదయాలు బరువెక్కి, కళ్ళు చెమ్మగిల్లి మౌనం రాజ్యమేలుతోంది.

మనవల్ని దగ్గరకి తీసుకొని "7 సం॥రాలయ్యింది జబ్బు చేసి. తీసుకెళ్ళినయం చేయించి పంపారు అమ్మా నాన్న, ఇక నా పనయి పోయింది. మంచి చదువులు చదివి బాగా పైకి రావాలి" కన్నీటి దీవెనలిచ్చింది.

"మళ్లీ చూస్తానో లేదో, ఎంగిలి పడి వెళితే సంతోసిత్తా" నన్నది. వంట పూర్తయింది. తిన్నామని పించి బయలుదేరారు.

విజయవాడలో ఓ సామాజిక కార్యకర్త అంతిమ యాత్రలో పాల్గొన్నారు. బరువెక్కిన హృదయాలతో వెనుదిరిగారు. భారంగా కదులుతూ కారు కనకదుర్గ వారధిదాటి రహదారిపై సాగిపోతోంది.

'బిజిలీ...' చిన్నగా తట్టి హెచ్చరించాడు సత్యం.

"నిదానమే ప్రధానం సుమా "

హఠాత్తుగా గుర్తొచ్చింది బిజిలీ కి. ఐదోతారీకు కిస్తీ. "ఇవాళ తారీకెంత సార్..."

"డిశంబరు 3" కిస్తీలతో కుస్తీపడుతూ ఓనరుగా నెట్టు కొస్తున్నాడన్న మాట ఈ డ్రైవర్.

పెదబాబు ఫోన్ కాల్స్లో, పద 'పూరణం' చేసుకొంటూ చినబాబు. విజయం(భార్య) ప్రయాణ బడలికతో మెల్లగా నిద్రలోకి జారుకుంది. ఉన్నంతలోనే సర్దుకుని ఉన్నతంగా బతికే ఉత్తమ ఇల్లాలు.

చిన్నతరహా పరిశ్రమతో శ్రమైక జీవన సౌందర్యానికి సమానమైనది లేనే లేదని చాటుతూ, పిల్లలని చదివించికుంటూ సాగిపోతున్న కుటుంబం.

రోడ్డు కిరువైపులా పైకి లేస్తున్న భవన సముదాయాలు, ఆలోచనల్లో సత్యం.

ఆరు లైన్ల రోడ్లు, మధ్యలో ఉద్యానవనాన్ని తలపించే పూలమొక్కలు, చెట్లు. అటు, ఇటు, అప్రోచ్ రోడ్లు, అబ్బురంగా వుంది.

'ఇదీ అభివృద్ధి' కొందరు...

"ఇది మాత్రమే అభివృద్ధి అంటే సరిపోతుందా?" ఇంకొందరు. పెద్ద చర్చ జరుగుతూ వుంటుంది జనంలో ఎందుకు?

కాలం మారింది. డబ్బు మారకం పెరిగింది. ప్రజల బ్రతుకులు మారడం లేదు. కష్టాలు తీరడం లేదు. సరైన విద్య - ఉపాధి కరువు. నిస్పృహలో నిరుద్యోగులు. కాంట్రాక్టు, అవుట్ సోర్సింగ్ ఉద్యోగుల అర్ధాకలి జీవితాలు. జడత్వంలో సారస్వత జగత్తు. బట్రాజు పొగడ్తకే పరిమిత మవుతున్న విద్వత్తులు. ఆత్మహత్యల సదృశ్యమాన వ్యవసాయం. కల్తీ క్రిమి సంహారకాలతో కాలం చెల్లుతున్న రైతులు. బడుగులు యింకా బలహీనపడుతూ కష్టాలు, బాధలు బలపడుతున్నాయి, నైపుణ్యాల పేరుతో తరలింపబడుతున్న మేధావులు. ఎందుకూ కొరగాని సర్టిఫికెట్లిచ్చి నిరుద్యోగ సైన్యాన్ని తయారుచేస్తూ గడిస్తున్న కళాశాలలు.

ఏం చేయాలి? ఎటు పోవాలి? ఎవరిని అనుసరించాలి? అగమ్యగోచరంగా యువత. భవిత.

జాతి నిర్మాణానికి పూచీ పడవలసిన పార్టీలు. కార్పోరేట్ల పల్లకీ మోతకి పోటీ. కులమతాల ఊతం కోసం పడరాని పాట్లు, మాతృభాషా మాధ్యమం గొంతు నులమడంలో ఒకరిని మించి ఒకరు.

దేశంలో ఒక్క శాతం సంపన్నుల చేతికి 74 శాతం సంపద. వ్యవస్థ సహకారంతో ప్రపంచ కుబేరుల జాబితాలో వీరి స్థాయి, స్థానం పెంచుకుంటూ పోతున్నారు.

సర్వ శక్తులూ కూడదీసుకొని అంతో యింతో అభివృద్ధి చెందుతోంది వేయికొక్కడు, కుటుంబ, సాంఘిక నేపథ్యం, ఏదో సాధించాలన్న తపన, పట్టుదల కొందరిది

"శ్రమలో చదువున్నది. బుద్ధి శ్రమే చదువన్నది. శ్రమైక జీవనమే కళ్యాణమై వున్నది. సౌభాగ్యమై వున్నది" అనే స్పృహ, స్ఫూర్తి ఈ కుటుంబ ఆర్తి, ఆస్థి.

కారు మంగళగిరి ఫ్లైఓవర్ వద్ద మలుపు తిరిగింది. గతంలో యిక్కడ ఎముకల ఫ్యాక్టరీ, వాసన, దుర్గంధం. ఫ్లైఓవర్ అదే ' ఆకాశ వంతెన 'తోకొత్త కళ వచ్చింది. గుంటూరు చానల్ దాటితే అక్షయ పాత్ర. కృష్ణా, భూగర్భ జలాలు తోడేసుకుంటూ కోకాకోలా కంపెనీ. వరంగా భ్రమింపజేసి వ్రణంలా పెరిగిపోతోందని వుడికిపోతున్న ప్రజలు. దాని కెదురుగా సాక్షి పత్రికా కార్యాలయం రాకతో ఈ రూటు రూపమే అపురూపంగా మారింది.

వడ్లపూడి 'రైల్వే పై వారధి'తో నిరంతరం నిరాటంకంగా సాగి పోయే వాహనాలతో జన ప్రయాణం.

కాలువ గట్టుపై కొచ్చింది కారు. కూతవేటు దూరంలో రేవేంద్రపాడు వంతెన. కాలువ రెండు గ ట్లూ ఒరుసుకుంటూ సాగరం తలపిస్తూ నీరు. ఇదే బకింగ్ హామ్ కెనాల్. ఒకప్పుడు మద్రాసు- కాకినాడ జనప్రయాణ, జలరవాణా మార్గం. ఆంధ్ర, తమిళనాడునే కాక, బంగాళా ఖాతాన్ని, హిందూ మహా సముద్రానికి కలుపుతూ భూతల స్వర్గంగా, సశ్య శ్యామలమే యీప్రాంతం.

రాజు కాలువ వద్ద కృష్ణలో కలిసే పశ్చిమ కాలువ. బంగాళా ఖాతంలో కలుపుతూ నిజాంపట్నం, పడవల కాలువ తెనాలివద్ద మూడు కాలువలుగా విడిపోయి ప్రవహిస్తూ తెనాలికి ఆంధ్రా ప్యారిస్ గా పేరు తెచ్చిందని కొడవటిగంటి ఉప్పొంగిన కాలువ.

ప్రధాన కాలువ కొమ్మమూరు, బకింగ్ హామ్ కెనాల్ - మూడు నిలువుల లోతు, 32 మీ. నిర్ణీత వెడల్పు కలిగి 1500కి.మీ. ప్రయాణం. తీరం పొడవునా శాఖోప శాఖలుగా చీలిపోయింది. మర్రిమానువలే. ఈ దరి నుండి ఆదరికి 100 మీ. వుంటుంది. తాగు సాగు నీరందిస్తూ రత్నగర్భగా, సాంస్కృతిక కేంద్రంగా తీర్చిదిద్దిందీ పరీవాహక ప్రాంతాన్ని.

ప్రముఖ చలన చిత్ర నటుడు, 'గీతాంజలి' అనువాదకుడు, కళావాచస్పతి కొంగర జగ్గయ్య ఊరు మోరంపూడి తూర్పుగట్టుపై. సత్యభామఫేం జమున పశ్చిమగట్టు

దుగ్గిరాల. మహానటి సావిత్రిది కాలువకు ఎగువన చిర్రావూరు.

సినీ సంభాషణల, పాటల రచయిత, న్యాయవాది మోదుకూరి జాన్సన్ కొలకలూరు, కవులు, కళాకారుల ప్రాభవం. ఆర్థిక, సాంఘిక నేపథ్య వైభవం యిది.

ఇక, తెనాలి, విజయవాడ ఏకైక రోడ్డు మార్గం యిదే. ప్రయాణికులు అప్రమత్తంగా వుండాలి. వాహన చోదకులు మరీను. తెనాలి వైపు ప్రయాణం మరింత జాగరూకత అవసరం. నిద్రమత్తు వల్ల గానీ, మందుమత్తుతో గానీ జరిగిన ప్రమాదాలెన్నో. అతి వేగం, అతి నిర్లక్ష్య ప్రమాదాల సంఖ్య పెద్దదే. ప్రమాదం జరిగితే ప్రాణాలు నీటి బుడగలే. విగత జీవులుగా తేలాల్సిందే. ఒడ్డుకి చేరాల్సిందే. రక్షించ గలిగిన సంఘటనలు బహు స్వల్పం.

ఎన్ని ప్రమాదాలు - ఎంత ప్రాణ నష్టం. కూలీ జనంతో వడ్డేశ్వరం వద్ద బల్లకట్టు ప్రమాదం. బస్సు బోల్తా, కార్లు, ద్విచక్ర వాహనాల మునక లెక్కకు మిక్కిలి. హతవిధీ.. ఎందరు, ఎన్ని నిండు ప్రాణాలు. జలసమాధి అయ్యాయో...

ఒక ప్రముఖ వ్యాపారి ఏకైక పుత్ర రత్నం. నవయువ ప్రేమికుల జంట. ఇలా ఎందరు? ఎంతో విద్వత్తు, మంచి భవిష్యత్తు గల వైద్యుడు. విజయవాడలో విధులు ముగించుకొని బయలుదేరాడు తెనాలికి. ఎక్కడా ఆగింది లేదు. ఎక్కడికీ చేరింది లేదు. మరెక్కడా ఆచూకీ దొరకలేదు. కుటుంబం గజ ఈతగాళ్ళతో వెతికించింది. కాలవంతా జల్లడ పట్టి గాలించింది. కళ్ళ నీళ్ళు కుక్కుకుని ఆశలకు నీళ్ళు వదులుకుంది. ఎంతో మిస్టరీగా... పోలీసు వారికి ఛాలెంజిగా మారిన కేసు, కాలువ ఎండిపోవడంతో బయటపడింది. కారు, కళేబరం. వాచీ, ఉంగరాలు... సదరు డాక్టరుగా నిర్ధారణ జరిగినది.

ఈ ప్రమాదాలు చూసినవారు, చవిచూసిన వారు తెనాలి విజయవాడ ప్రయాణం గుంటూరు మీదుగా చేస్తున్నారంటే అతిశయోక్తి కాదు. ఎంత దయనీయ స్థితి. ఆర్.టి.సి.కి కాసుల పంట యీ రూటు. పావుగంటకో బస్సు. ఎక్స్ప్రెస్ ఛార్జీలతో నాన్స్టాప్ బస్సుల్లో కిక్కిరిసిన జనం. జనం.. జనం.. ధనం.. ధనం. ప్రయాణ రక్షణ,

భద్రతలపై అలసత్వం, సత్యం. కొంత కాలానికి,జనాల వత్తిడికి, ప్రభుత్వం, ఆర్.టి.సి.కి కనువిప్పు కలిగి నివారణ, నిర్వహణ చర్యలు చేపట్టారు. అదీ అంతంత మాత్రమే.

కారు నూతక్కి వంతెన మెరక ఎక్కి దిగింది. ముందు వెళుతూ టమాట ఎరుపు కారు. మందు తాగిన తాబేలుగా మందకొడిగా మెలికలు తిరుగుతూ చిన్నగా పాకుతోంది. కొంత తడవు చూసి లాభం లేదని ఎదర చూసుకొని సదరు కారుని తప్పించి అధిగమించడం మేలనుకొనేంతలో ఆశ్చర్యంగా... అమాంతం కారు కను మరుగయ్యింది. పక్కకు తప్పుకుంది. జారిపోయిందా.

గుండె ఝల్లుమంది... "అయ్యో... అయ్యో... ఏది కారు..." సత్యం, డ్రైవరు.

వెనుక సీట్లో కన్ను కనుకుతున్న సత్యం భార్యా పిల్లలు... త్రుళ్ళిపడి... "ఏమిటి... ఏమైంది?" భయంతో ఒక్కసారిగా. అందరూ.

"ముందు వెళుతున్న కారు..."

"ఆ... కారు... మేమూ చూశాం..." ముగ్గురూ.

"రెప్ప పాటులో కాలువలోకి జారి పోయింది" ధృవ పరిచాడు సత్యం.

"ఔనా... నిజమా!" విస్మయం, ఉద్విగ్నత.

"ఇప్పుడేం.. చేయాలి? ఎలా చేయాలి? అసలు ఏం జరిగుంటుంది. ఎందుకు జరిగిందిలా? గుండెపోటు వచ్చి కాదు కదా... లేదా... ఏ మందు బాబో మత్తులో... బుర్ర వేడెక్కుతోంది."

మందు... మత్తు... బ్రాందీ, విస్కీ రమ్, జిన్, నాటుసారా, ఏవైతేనేం విషాద, విచార, వినాచకర సంఘటనలకు హేతువులు. ఎందరి జీవితాలు నాశనమయ్యాయి. ఎన్ని కుటుంబాలు కూలిపోయాయి. ఈ మహమ్మారిని పారద్రోలడానికి గొప్ప ఉద్యమమే జరిగింది.

ఫలితం. మద్య నిషేధం, ప్రస్తుతం నిషేధం నిషేధించబడింది. జనాపేక్ష, ఆక్షేపణలు పట్టించుకొనేదెవరు? అంచెలంచెల రద్దు పేరుతో సమాజ ఉపేక్షా భావాన్ని ఆసరా చేసుకుని "సంక్షేమానికి" నిక్షేపం లాంటి ఆదాయ వనరుగా అవతారమెత్తింది.

సరే, ఏమైనా జీవితంలో ఇటువంటి ప్రమాదభరిత, బాధామయ సంఘటనలు నిష్టుర సత్యాలు ఎన్నో. ఎదురైనప్పుడు తమాయించు కోవాలి. నిత్య జాగరూకత, మానవత్వ, సేవా భావాలకి హేతువులుగా మలుచుకోవాలి. ముందుకు సాగిపోవాలి. అది మనిషి ధర్మం. మానవతా బాధ్యత.

తాము చూడనట్లు, పట్టనట్లుగా దాటిపోతే ఎవరూ గుర్తించే పరిస్థితిగానీ, ఆచూకీ దొరికే అవకాశం శూన్యం.

"ఏయ్... బిజిలీ... తీయ్... కారు పక్కకు తీయ్..." ఆజ్ఞాపించాడు సత్యం.

"సార్... పోదాం... సార్... మదమెక్కిన ముండా కొడుకులు తిని, తాగి వూగి చేసే పనులు సార్..."

"అయితే ఏమంటావ్... కారు ప్రక్కకు తీస్తావా లేదా?" కోపంగా సత్యం.

చూస్తూ, చూస్తూ పట్టనట్లు దాటిపోవటానికి మనసు రాలేదెవరికీ. కారు దిగిపోయారు... ఒకవైపు సత్యం చినబాబు. మరొకవైపు పెదబాబు విజయం.

"ఆగండీ... ఆగండీ... ఆపండీ... ఆపండీ..."

మానవత్వం.... మనిషి తత్వం వుంటేనే ఇలా స్పందించ గలిగేది. అది ఒక సంస్కృతిగా ఎదిగేది.

గాలిలో చేతులు వూపుతూ ప్రమాద సంకేతాలతో, జరిగిన ప్రమాదాన్ని ఎత్తి చూపుతూ హెచ్చరిస్తూ, వచ్చీ పోయే వాహనాలు అటూ, ఇటూ పేరుకుపోతున్నాయి.

పనివల్లనో, పట్టనితనం వల్లనో తప్పుకుపోతూనే కొందరు.ఆగినవారు అపనమ్మకం, అసహనం, ఉత్సుకతలతో.

"ఏమిటి... ఏమిటి?" - "కారు ప్రమాదం"

"ఎక్కడ... ఎక్కడ...?"

"కాలువలో".

"ప్రమాదమా"

"కారు కనబడదే..."

"జనాన్ని పిచ్చోళ్ళని చేయడానికి డ్రామా కాదు గదా"

"షూటింగేమో"

"షార్ట్ ఫిల్ముల హడావిడిగా వుందే" ఇంకొకరు.

ఇలా రకరకాల అనుమానాలు, సందేహాలు, జనానికి, ప్రమాణికులకి.

"మీరు చూశారా?"

"చూశాం".

"అయితే స్విమ్మర్స్ ని పిలిపించండి".

"ధైర్యం వున్నవాళ్ళు అయితేనే" నన్నాడు సత్యం. సత్యం కుటుంబం వేష భాషలు, ఆదుర్దా, ఆందోళన శంకించ లేకపోయారు. నమ్మకుండా వుండలేకపోయారు వీక్షకులు.

ఏమిటి చేయడం, ఎలా చేయడం, దిగాలని కోరిక దిగలేరు.

దిగేదెవరు.. అంత శ్రమ సమయం ఎవరికుంది, దిగితే, ఏదైనా జరిగితే.. జంకు. అందరిలోనూ.

అదో మనఃచర్చ.. మీమాంస.. సందిగ్ధత..

నిలిచిపోయిన వాహనాల్లో సెంట్రింగు సామాన్లుతో గుడారం లాంటి లారీ. గుడారం కింద అడప. అడప పై పడుకున్న కుర్రాళ్ళు. ఒళ్ళు విరుచుకుంటూ కిందికి దిగారు. వారి వద్ద సామాన్లనీ, వారి సామర్థ్యాన్నీ గుర్తించి

"మీరు తక్షణమే సహాయక చర్యలకు తోడ్పడాల" ని సత్యం,సత్యంతో పాటు జనం. మానవత్వం, కాదనలేని స్తితి వారిని కదిలించింది.

తమతో పాటు మోకులు... రాడ్లు... తెచ్చారు.

"మీలో ఎవరైనా దిగితే... సిద్ధం" అన్నారు.

వాళ్ళ జాగ్రత్త వాళ్ళది. దిగబోయాడు సత్యం, వారించి తాను సిద్ధపడ్డాడు పెదబాబు. గమనించి ఆదేశంగా స్వీకరించాడు సి.ఏ.చేసి ఉద్యోగమా ప్రాక్టీసా తేల్చుకొనే

పనిలోనున్న చినబాబు. కాలువలో దిగిపోయాడు సెంట్రింగు కుర్రాళ్ళతో. జనానికి మోకు యిచ్చి, రెండో కొస ఆసరాతో ఆశను బతికించుకోను.

అందరిలోనూ ఒకటే ఆతురత, ఉత్కంఠ, భయం, భీతి.

బాగా పెరిగిపోయి నీటిలోకి మునిగిపోయిన తుమ్మ చెట్ల కొమ్మల్లోకి చేరింది కారు. సుడుల ప్రవాహ ఉధృతి.కాలు కదపలేని పరిస్థితి.ఎలాగో సమీపించారు. కారుని గుర్తించారు.తడిమి చూశారు... డోర్లన్నీ మూసుకు పోయున్నాయి. రాడ్డు తో కారు అద్దాలు బద్దలు కొట్టారు. లోపలికి చేయి దూర్చి డోరు తెరిచారు.

నీటి మీద బయటకు లాగారు మనిషి శరీరాన్ని. దరికి చేర్చారు. ఒడ్డునున్నవారు పైకి లాక్కున్నారు.

"ఇంకా... ఇంకా... వున్నారేమో.. చూడండి" బయటినుండి సత్యం, జనం.

"ఎవరూ లేరు నాన్నా" చినబాబు.

"అంతావెతికాం..అటు డోర్లూమూసుకు పోయున్నాయి. జారిపోయే అవకాశం లేదు" అని చెబుతూ కాలికి తగిలిన బ్యాగు గట్టు మీదికి గిరాటేశాడు.

ఒడ్డుకు చేరి ఒంటి మీద నీరు దిగజార్చుకుంటూ మోకులు, రాడ్లతో తమ వాహనం వైపు, తమ దారికేసి సాగిపోయారు కుర్రాళ్ళు.

అందరూ వారి వంక కృతజ్ఞతగా చూశారు.

ఇక, తమ తమ దిక్కుల్లో వాహనాలు కదిలిపోతున్నాయి.

ఒళ్ళు కాలినోడు ఏడుస్తుంటే, చుట్ట కాల్చుకోనొకడు ఏడుస్తున్నాడని.

ఈ సన్నివేశాన్ని సరదాగా సెల్ ఫోన్లలో బంధించుతూ కొందరు. ఫ్లాష్లు, వీడియోలు, లైవ్ రిలేల చిత్రీకరణలతో ఇంకొందరు. చిత్రంగా సాగి పోతున్నాయి..

"108 కి ఫోన్ చెయ్యండి..."

"ఆలస్యమౌతుందట."

"పేపరు వాళ్ళకి కబురు పెట్టండి"...

"టి.వి. ఛానళ్లకి ఉప్పందించండి..

"పోలీస్ స్టేషనికి తెలియపరచండి..."

"ఆల్రెడీ చెప్పేశారు కూడానట. అందరికీ..."

మూడు పదులు నిండని చురుకైన యువకుడు. ధృఢంగా నిగనిగలాడే ఛామనచాయ దేహం... వెడల్పాటి ఛాతీ... విశాలమైన నుదురు... మెడలో చైను... చేతికి బ్రాస్లెట్... మరో చేతికి ఖరీదైన వాచీ... పక్కన లెదరు బ్యాగు....

వ్యసనాలని హసింపలేని యువత. నలుగురిలో ఎంత పచలన... కుటుంబానికి ఎన్ని తలవంపులు... ఏం... చేస్తాం.. కాలం.. జనంలో నిట్టూర్పు, నిరసన.వెల్లకిలా పడుకోబెట్టి నీళ్ళు కక్కించే పనిలో పెదబాబు.

ప్రమాదాలు, ప్రధమ చికిత్సల అనుభవం బాగా దోహదపడింది. వైద్య విద్యార్థి కదా. సత్యం చేతులు అరచేతుల్లో వుంచి రుద్దుతున్నాడు.

మరో యువకుడు కాళ్ళు రుద్దుతున్నాడు.

చినబాబు బట్టలు పిండుకుంటూ గాలి తెరిపికి జనాన్ని దూరం జరుపుతున్నాడు. ఎవరో అందిస్తే తువ్వాలుతో విసురుతూ విజయం. గోడమీద బల్లిని చూసినా వణికిపోయే మనిషి, ప్రాణ నష్టం జరగకూడదని తపిస్తోంది.

పెదబాబు రెండు చేతులు పొట్టపై వుంచి నొక్కుతుంటే... "నాన్నా బతుకుతాడు కదా అమ్మ"

"తప్పకుండానమ్మా" పెదబాబు.

ఆశ ఒకరిది. సన్నగిల్లని నమ్మకం ఇంకొకరిది.

"... భళుక్... భళుక్..." వాంతి... నోటి వెంట నీరు, నురుగు, ఆహారం... మాంసం కండలు... వాసన... భరించలేని వాసన. ఒకటికి నాలుగు సార్లు కక్కిస్తే అరిగీ అరగని ఆహారం బురదలా జారిపోతోంది నోటి వెంట...

అంతా ముక్కులు మూసుకున్నారు... వాంతయినంత పనయ్యింది కొందరికి.

ఏమైనా ఫలితం కనిపిస్తోంది... కొంత తృప్తి... ఒకరిద్దరికి చేర్చాలని, ప్రాణం కాపాడాలని పట్టుదల.

కొంతసేపటికి యిసుమంత తేరుకున్నాడేమో... మూలుగులు... సన్నటి రోదన... అచేతన స్థితిలోనే... కళ్ళవెంట పశ్చాత్తాపధార కాలవ కట్టింది.

శరీరంలో కదలిక వచ్చింది. కళ్ళు తెరిపిన బడుతున్నాయి.

"తెలివొచ్చినట్లుంది... ఇక బతుకుతార్లే..." ఆశగా ఓ పెద్దామె.

"ఆ మనిషి... అట్టుంటే... బతుకుతాడా... ఏమో" నడివయస్కురాలి అపనమ్మకం.

"కుర్రాడు కదా బతుకుతాడు... బతకాలి..." ఓ ప్రయాణికుడు.

"బతకాలి. బతకడం మంచిదేగా" ఓ రైతు...

"ఇలాంటోళ్ళని అలాగే వదిలేస్తే పీడపోతది" జీవితంలో గాయపడిందేమో ఓ యువతి.

"ఆ కుటుంబం ఎంత త్యాగం చేసిందీ... మొండిగా నిలబడింది. ప్రయత్నం ఫలిస్తే అదే వాళ్ళకి తృప్తి... మనకీ సంతోషం" అందరూ తలపోశారు.

ఆ దృశ్యం చూసి గుండెలు బాదుకుంటూ బోరున విలపిస్తున్న యువకుడు సమీపించాడు.

"ఎవరు నువ్వు?"

"ఎవరితను?"

"ఎందుకిలా?"

"ఏమిటిదంతా?" జనం.

వెక్కిళ్ళు గుడవడం తప్ప మాట పెగలడం లేదు. ఏం చేయగలడు. ఏం చెప్పగలడు... ఊళ్ళోకి వెళితే...ఇంటి దగ్గర ఎదురయ్యే ప్రశ్నలని ఎలా తట్టుకోగలడు.

చెప్పాలి... చెప్పి తీరాలి... స్నేహితుడ్ని రక్షించిన ఆపద్బాంధవులకి కాక ఎవరికి చెపుతాడు. అప్పటికే చుట్టూ చేరిన మిత్రుల్ని చూపుతూ !

"అయ్యా... ఇదిగో పడున్న వీడితో సహా మేమంతా స్నేహితులం. నూతక్కి రోడ్డులో బిర్యాని బేషని ఫేమస్సని తలో దిక్కునుండి వచ్చాం. అక్కడ నిలబడే జాగా లేదు.

బిర్యాని పార్శిళ్ళు, బాటిళ్ళు, నంజుళ్ళు తీసుకెళ్ళి తోటలో పాగావేశాం. ఆట పాటలతో మజా చేసుకుంటున్నాం... వుండీ... వుండీ... ఒక్కసారిగా వీడు ఏదో పూనినట్లు లేసొచ్చి కారు తీస్కొచ్చేశాడు... మేం తేరుకొని వెంబడించేలోపు ఇదిగో ఇంతా జరిగి పోయింద" ని విచారగ్రస్తుడయ్యాడు. ఎవరి ముఖాన నెత్తురు చుక్క లేదు...

"కారు తీసుకుని ఇటు పడిపోతున్నాడు గదా, ఏ వూరు" సత్యం.

"వీడిది దగ్గర వూరే..." పేరు... తెలీదో... గుర్తుకురాలేదో... చెబితే బాగుండదనుకున్నాడో నీళ్ళు నములుతున్నాడు.

"బాగా కలిగిన వాడ"న్నాడు.

"తెలుస్తూనే వుందిలేవయ్యా గొప్పింటి బిడ్డ గొప్ప" అన్నారెవరో.

"అయితే ఈ తిక్క వేషాలెందుకటా?" ఓ చిరుద్యోగి,

యువకుడు చెప్పలేనిదీ నీళ్ళు నములుతున్నదీ.... వీళ్ళది బలహీనవర్గం. వీళ్ళ నాన్న... ఎంతో కష్టపడి సంపాదించాడు. గ్రామ ఎన్నిక లొచ్చినయ్. రిజర్వేషను, కలిగినవాడు. ఏదో పార్టీ బలపరిచింది. ఆ వూరి సర్పంచ్ గాగెలిచాడు. అప్పుడు ఓట్ల కోసం కుర్రాళ్ళతో కలిసి చెలరేగిపోయాడు. అప్పుడు పట్టుకుందీ మాయదారి అలవాటు.

"ఏ వూరు? ఎవరై వుంటారు?" తమ జ్ఞాపకాలకీ, అంచనాలకీ పదును పెడుతూ జనం.

ఈ ప్రశ్నలతో ఆ జీవుడిలో మరికాస్త కదలిక వచ్చి కంటి కొలకలూరు కన్నీరు చూపరులని సజల నేత్రులను చేసింది, బలహీనతలకు ఆధిక్య కులం, అధమకుల వివక్ష లేదు. కలిగినవాడూ లేనివాడూ విచక్షణ వుండదు.

ఒక్కసారి వ్యసనాలకి లొంగితే బలంగా తనవైపుకి గుంజుకుపోయే ఊబి బలహీనత. బలపరిచే బలమైన వ్యవస్థ లెలాగూ వున్నాయి. చచ్చేదాకా పిండుకుంటూనే వుంటాయి.

"ఇప్పుడెక్కడికి తీసుకుపోతావు? ఎలా తీసుకుపోతావు?" సత్యం.

వూరు తెలుసు. ఇల్లూ వాకిలీ తెలుసు. మంచి కుటుంబం. భార్య గర్భవతి. వీడు ఉద్యోగి. ఇప్పుడు ప్రమోషన్ కూడా వచ్చింది. అందుకే పార్టీ... ఇదీ పరిస్థితి... చెప్పాడా యువకుడు.

"సరే. జరిగిందేదో జరిగిపోయింది. ఇప్పుడు జరగాల్సింది చూడండి... 108 వస్తేనే గానీ" సత్యం.

"సార్... సార్... మా కారుంది సార్ మా కారులో తీసుకెళతాం..."

"అదిగో పోలీసాయన కూడా వచ్చాడు" బయటినుండి విజిల్ ఊదుతూ పోలీస్.

"వెంటనే ఆసుపత్రికి చేర్చాలి. ఇది కీలకమైన సమయం..."

"మీకందరికీ కృతజ్ఞతలు సార్..." చేతులెత్తాడా యువకుడు జనం వైపుకి తిరిగి...

"ముందు మా పెద్దాయనకి చెప్పండి... ఆయన ధైర్యం చేయకపోతే ఆచూకీనే దొరికేది కాదు..." పశ్చాత్తాప హృదయంతో బిజిలీ...

సత్యం రెండు చేతులూ పట్టుకున్నాడా యువకుడు...

స్నేహితులంతా దగ్గరకు చేరారు... సత్యం కుటుంబం కూడా దగ్గరగా వచ్చింది...

"మీ ఋణం ఎలా తీర్చుకోవాలో తెలియదు సార్... మీరు గొప్పోళ్ళు సార్... గొప్ప సాయం చేశారు సార్. వీడ్ని బతికించుకుంటాం సార్. మీ పేరు చెప్పుకుంటాం సార్..." స్నేహితులు అందరూ చేతులు జోడించారు.

జనం కూడా అప్రయత్నంగా చేతులు జోడించారు.

ఈతని తల్లి దండ్రులకు కడుపుకోత, గర్భశోకం కలగ కూడదని. పుట్టబోయే బిడ్డ తండ్రి లేనివాడు కాకూడదని,

గర్భవతియైన భార్య గుణవతియై, అవసరమైతే దండించైనా దారికి తెచ్చుకుని కాపురం నిలబెట్టుకోవాలని, ఆకాశానికేసి కళ్ళు మూసి చేతులు పైకెత్తారు.

"ఇతను బ్రతకాలి... మా ప్రయత్నం ఫలించాలి... ఇది మీ యువకులకి ఓ గుణపాఠం కావాలి. కనువిప్పు గలగాలి. మేము కోరుకునేది ఇదే" నన్నాడు సత్యం.

యువకుడ్ని ఓ వాహనంలో చేర్చారు... వాహనం కదిలింది...

పుట్టుక - చావుల మధ్య ఎన్ని అంకాలు. ఎన్నెన్ని ఎత్తు పల్లాలు... పల్టీలు. మోదప్రమోదాలు... ప్రమాదాలు.

బరువెక్కి..భారం దిగిన హృదయాలతో...

సుడులు తిరుగుతున్న ఆలోచనలతో...

తమ దారిలో సాగిపోతూ... కారు ...

సమయం 5 గంటలు కావస్తోంది...

సప్త వర్ణాలను ఆకాశం నిండా పులుముతూ

పడమటి కొండల్లోకి జారుకుంటూ సూర్యుడు.

ఉదయించే ఉదయం

వడలి రాధాకృష్ణ

చీరాల

Ph:9985336444

ఏమీ తోచకుండా ఉంది. ఒకవేళ తోచిన ఏమి చేయాలో పాలుపోకుండా ఉంది.

'జుగ్గా!' గట్టిగా పిలవబోయుండు కానీ నోటిమాట మటుకు పీలగా వచ్చింది.

'అయ్యగారూ! యజమాని మాట జగ్గడికి ఎరుగంది కాదు. అందుకే గబగబా పక్కగది లోంచి పరుగున వచ్చాడు.

పార్థసారధి అయ్యను చూస్తుంటే కొంత నిస్త్రాణిగా అగుపిస్తున్నాడు. చటుక్కున ప్రక్కనే ఉన్న ఫ్లాస్కోలోని వేడిపాలను గ్లాసుతో నోటికి అందించాడు జగ్గడు.

గడియారం వైపు చూశాడు, మధ్యాహ్నం పన్నెండున్నర! టాబ్లెట్ వేసుకొనే సమయం. తనను ఊరికినే అయ్య పిలవడు తగినంత అవసరం, లేదా మందు బిళ్ళలు వేస్కోవడానికి టైము అయితేనే పిలుస్తూ ఉంటాడు. చటుక్కున ప్రక్కనే టీపాయ్ మీద ఉన్న రోజూ వేసుకొనే రెండు మాత్రలను చేతికి అందించాడు.

ఏమిటో డాక్టర్లు టాబ్లెట్స్ మింగడాలు, నిస్త్రాణ అంటూ ఇంట్లో మంచానికే పరిమితమై పోవడాలును. జగ్గడికి చిన్నపాటి నవ్వు లోపలినుండి బయటకు తన్నుకు రాబోయింది. డాక్టర్ ముందు నవ్వడం బాగుండదని ఒంటి మీది కండువాతో మూతిని కప్పేశాడు.

జగ్గడు ఇచ్చిన మందుల్ని మింగిన తర్వాత కొంత కులాసాగా అన్పిస్తోంది పార్థసారథికి.

'మొన్న వచ్చిన అమ్మాయి మరలా వచ్చింది'

'అమ్మాయా... మొన్న వచ్చిందా! అసలు ఎవరా అమ్మాయి? పార్థుకి అర్థం కాలేదు.

'అదే సార్! సారథి సారు గారిని కలవాలని వచ్చి వెళ్ళింది. తన దగ్గరకు ఎప్పుడూ ఎవరో ఒకరు వస్తూనే ఉంటారు. ఎంతమందిని కలిసేది. ఎంత మందితో మాట్లాడేది.హైదరాబాద్ వెళ్ళారు. మీరు వారం తర్వాత వస్తారని చెప్పాను"

వారం తర్వాత ఈ రోజు ఉదయాన్నే వచ్చేసింది. డాక్టర్ రాత్రే వచ్చారు. ఇంకా నిద్ర లేవలేదని చెప్పి పంపినాను" పార్థసారధి మాట్లాడలేదు. నిన్న హైదరాబాద్లో కొడుకు చేసిన ప్రతిపాదనలు పదేపదే గుర్తుకు వస్తున్నాయి.

మహేష్ మాటలు కూడ సహేతుకంగానే ఉన్నాయి. అతగాడి దూరదృష్టిని అభినందించకుండా ఉండలేక పోతున్నాడు. ఆలాచేస్తే మంచి లాభాలే వస్తాయి. పార్థుకి ఎందుకో మనస్కరించడం లేదు.. తాను పెద్దకొడుకు దగ్గర ఉండగానే డిల్లీలో ఉన్న కరుణ్ వీడియో కాన్ఫిరెన్స్‌లో మాట్లాడాడు.

'అవును డాడీ' అన్న మంచి ముందుచూపున్న మనిషి అతగాడు. చేయి పెడితే పట్టిందల్లా బంగారమే. కాదంటారా!'

చిన్న కొడుకు మాటలు తనను దెప్పి పొడుస్తున్నట్లున్నాయి. అంటే వాడు చెయి పెడితే పట్టిందల్లా బంగారము, తాను తాకితే అంతా మట్టి అనా చిన్నాడీ ఉద్దేశం?

ఆ మాటలు అన్నది స్వయానా తన చిన్న కొడుకు కరుణ్. వ్యక్తపరిచింది తన అన్నగారి గురించి! ఆలోచించి మిన్నకుండా ఉండి పోయాడు.

కొడుకుల ఉద్దేశాలను వక్రీకరించి చూడటం. కన్నతండ్రిగా పార్థసారధి ఇప్పుడు తెలివిన పడుతున్నాడు. వాళ్ళ కలుపుగోలుతనం, దూరదృష్టి కల్గినవారి ఆలోచనలు తనకు గర్వంగా అన్పిస్తున్నాయి.

తన జీవన సహచరి డాక్టర్ ఉదయవాణి గుర్తుకువస్తోంది. భార్య మదిలో మెదిలేసరికి మనసు బావురుమన్నట్లయింది. ఈ గుడిపాడు పట్నంలో పెద్ద కార్డియాలజిస్టు అన్న ఖ్యాతిని సంపాదించుకున్న డాక్టర్ పార్థసారధి తీవ్రమైన వివశత్వానికి లోనవుతున్నాడు.

తన భార్య మరణించి అప్పుడే ఐదు సంవత్సరాలయిపోయింది. ఉదయవాణి అకాల మరణం పార్ధసారధిని ఎంతగానో క్రుంగదీస్తోంది ఇప్పుడు. అప్పుడే అరవై ఏళ్ళు నిండిన మనిషి ఇంకా కనీసం ఈ భూమి మీద నూకలు కల్గి ఉండాల్సిన డాక్టరమ్మ అలా అర్ధాంతరంగా అంతర్ధానమై పోవడం తల్చుకుంటే ఇప్పుడు పార్ధసారధి అలవికాని కల్లోలానికి గురవుతూ ఉన్నాడు.

పార్ధు అలా కళ్ళు మూసుకున్నాడు. జగ్గడు ప్రక్కగదిలోని బీరువాలో అల్మారాలను పాతగుడ్డతో తుడుస్తున్నాడు గతం తాలూకు జ్ఞాపకాలు, తన భార్యతో అనుభూతులు, అనుభవాలు నెమరు వేసుకుంటూ ఒక అలజడి తాలూకు అంతరంగ ధ్వని తనని నిలువనియడం లేదు.

అప్పట్లో తాను కాలేజీలో ఉదయవాణిని చూసి ప్రేమించాడు. తర్వాత తమ పెద్దల్ని ఒప్పించి పెళ్లి చేసుకున్నాడు. మొదట్లో పెళ్ళి ప్రతిపాదన చేసినప్పుడు తండ్రి నటరాజు ఒప్పుకోలేదు. అమ్మాయిని చూసినపుడు కాదనలేదు.వెంటనే ఒప్పేసుకున్నాడు. చదువులో ఆమె అందె వేసిన చేయి. పేషెంట్ వ్యాధిని డయాగ్నైజ్ చేసే ఆమెలోని నిపుణత ఆయనగారిని బాగా ఆకర్షించింది.

చెప్పాలంటే పార్ధసారధి చదువులో అంతంత మాత్రం. అంత మంచి డాక్టర్ కాదన్న విషయం నటరాజుకు తెలియనిది కాదు. ఏదో కొడుకును డాక్టర్ చేయాలన్న సంకల్పంతో చదువులో పడుతూలేస్తున్న మనిషిని తన ఆర్ధిక బలిమితో డాక్టర్‌ని చేశాడు.

తదుపరి ఉన్న ఊరిలో ప్రాక్టీసు పెట్టించాడు. కానీ ఉదయవాణి ఆయనగారికి తద్భిన్నం. మంచి హస్తవాసి కల్గిన డాక్టర్ అని గుడిపాడులో మంచి పేరు వచ్చేసింది. వచ్చిన గర్భిణీ స్త్రీలను ఆదరించి మాట్లాడటం, ఒక సాటి ఆడదానిగా వారికి ధైర్యం

చెప్పడం. సుఖప్రశవం దగ్గరుండి చేయించడం. ఇక హస్పటల్ పీజుల విషయంలో కూడా అంత పట్టింపులు లేకుండా సేవాభావనలో చూసి, వారు ఇచ్చింది మాత్రమే తీసుకోవడం ఉన్నతంగా మెలగడం.. ఇవన్నీ ఆవిడ వ్యక్తిత్వాన్ని తేటతెల్లం చేయ గలిగాయి.

అందు చేతనే ఆ రోజుల్లో అమృతా నర్సింగ్ హోమ్ అక్కడి డాక్టరమ్మ ఉదయవాణి గారు, డాక్టర్ పార్థసారథి ప్రజలతో అంతగా పెనవేసుకు పోగలిగారు.

ఇప్పుడు ఆ సందర్భాలన్నింటినీ అవలోకించి చూస్తే పార్థుకి ఎంతో ప్రామాణికంగా అన్పిస్తోంది.

ఒక్కసారి వామనమూర్తి గుర్తుకు వచ్చాడు. మనసు రాగరంజితమయి పోయింది. వామనమూర్తి చాలాకాలం తమ హాస్పటల్ కంపౌండర్‌గా ఉండేవాడు. చాలా కష్టపడి పనిచేసేవాడు. అందరితో కలివిడిగా, నిజాయితీగా మెలిగేవాడు. రాత్రింబవళ్ళు ఎప్పుడూ హస్పటల్‌ని కనిపెట్టుకొని ఉండేవాడు. వైద్యరంగానికి సంబంధించిన పనులలో మూర్తి మంచి సులువులు తెల్సిన మనిషి కావడంతో హాస్పటల్‌కి వచ్చినవారికి కొండంత మానసిక స్థైర్యాని నూరిపోసేవాడు.

అతను ఇప్పుడు ఎక్కకున్నాడో! అతగాడి భార్యకు ఈ అమృతా నర్సింగ్‌హోమ్‌లోనే డెలివరీ అయింది. దురదృష్ట వశాత్తూ కడుపులో బిడ్డ అడ్డం తిరగడంతో పెనుముప్పు వచ్చేసింది. చివరకు బిడ్డ బ్రతికింది తల్లి చనిపోయింది. భార్య మరణాన్ని జీర్ణించుకోలేని వామనమూర్తి పిచ్చివాడయిపోయాడు. ఆ బాధను భరించలేక ఇక్కడ మానేసి ఎటో వెళ్ళిపోయాడు.

పార్థు ఆలోచనలన్నీ ఒకదానికి ఒకటి పొంతన లేకుండా ఉన్నాయి. ఉదయవాణి మరణించిన తర్వాత తన జీవితంలో పెనుమార్పులు సంభవించాయి. ఒక్కసారిగా హాస్పటల్ మూతబడిపోయింది.

అప్పటివరకు గొప్ప హస్పటల్ అన్నవారంతా ఇప్పుడు ఆడిపోసు కుంటున్నారు. పైగా ఊరిలో పోటీ కూడా పెరిగిపో యింది. దానితో పార్థసారథి ప్రాక్టీసు మానేసి

ఇంటికి పరిమితమై పోక తప్పడం లేదు.

డాక్టర్ ఉదయవాణి అప్పట్లో హస్పటల్ ప్రాంగణంలో ప్రతిష్ఠించిన మాతా శిశువుల సిమెంట్ విగ్రహం చూపరులను ఎంతగానో ఆకట్టుకుంటూ ఉండేది. భార్య తాలూకు జ్ఞాపకాలను పార్ధసారధికి ఇపుడు ఎంతో అపురూపమై నిలిచి అలరారు తున్నాయి.

డాడీ! 'మాకా వయసు వచ్చేసింది. అమ్మ వెళ్లిపోయింది. ఇంక మీరు అక్కడ ప్రాక్టీసు కొనసాగించే అవకాశం లేదు. మీరు చేస్తానన్నా మేము ఒప్పుకొనేదిలేదు. తమ్ముడు కూడా తరచూ ఇదే అభిప్రాయాన్ని నా దగ్గర వ్యక్తం చేస్తూ ఉన్నాడు. అందుచేత ఆ పాత బిల్డింగ్‌లను తీసిపారేసి దాని స్థానంలో మంచి షాపింగ్ కాంప్లెక్స్ పైన అపార్ట్‌మెంట్స్ నిర్మిస్తే మంచి లాభసాటిగా ఉంటుంది"

పెద్ద కొడుకు మహేష్ ప్రతిపాదన తనను ఆలోచింపజేస్తోంది. చెప్పాలంటే అప్పట్లో కొడుకు లిద్దరూ పెద్ద డాక్టర్లు కావాలని ఎంతగానో ఆశించారు. ఉదయవాణి కూడా వారి చదువుల కోసం ఎంతగానో ఆరాటపడిరది. ఇద్దరూ కూడ చదువులలో అనుకున్నంతగా అక్కరకు రాలేదు. వానాకాలం మనుషులయి పోయారు. వ్యాపారాలలో బాగానే స్థిరపడ్డారు.

మహేష్ హైదరాబాద్‌లో రియల్ ఎస్టేట్స్ వ్యాపారాన్ని ప్రారంభించి మంచి బిల్డర్ అనే పేరు సంపాదించుకున్నాడు. రెండోవాడు కరుణ్, డిల్లీలో ఎక్స్‌పోర్ట్ ఏజన్సీని ప్రారంభించి పరవాలే దన్నట్లుగా ఉన్నాడు. కొడుకుల ఎదుగుదల పార్ధసారధి కి కొంత సంతృప్తిని కలుగజేస్తూ ఉంది. ఉన్న ఊరిలోని తమ క్లినిక్ తాలూకు పేర్లు ప్రక్యతులు కనుమరుగయి పోవడం రుచించికుండా ఉంది. అందునా ఎంతగానో ప్రభావితం చేస్తున్న తన భార్య తాలూకు జీవనధృతి తనను ఆలోచింప జేస్తోంది.

అయ్యగారూ! ఆ అమ్మాయి మీతో మాట్లాడాలని రోజూ తిరుగుతోంది. ఇప్పటికీ కనీసం పదిసార్లు అయినా వచ్చి ఉంటుంది. జగ్గని మాటలు పార్ధసారధి బుర్రకు ఏమాత్రము పట్టడం లేదు.

'ఎవరా అమ్మాయి! నాతో ఏమిటి' అని కాసింత అసహనంగా అన్నాడు. ఇన్నిసార్లూ మీరు ఊరిలో లేరు పొమ్మన్నాను. నిన్న ఉండబట్టలేక అసలు నువ్వేవరివి మా డాక్టరయ్యతో ఏమిటి నీ పని అని నిలేశాను.

***

'తాను గతంలో మా హస్పటల్‌లో కౌంపొండర్ గా పనిచేసిన మూర్తిగారి కూతురంట! మిమ్మల్ని కలవాలని వచ్చింది.

ఒక్కసారిగా పార్థా మనసు రాగరంజితమయింది. వామనమూర్తి తనకు బాగా కావాల్సిన వాడు. చాలకాలం తమ క్లినిక్‌లో కౌంపొండర్‌గా పనిచేశాడు. అటువంటి వాడు ఇప్పుడు ఎక్కడున్నాడో?

'నమస్కారం ! నేను మీకు తెల్సిన వామనమూర్తి గారి అమ్మాయిని' ఆ అమ్మాయి మాటలకి పార్ధసారధి ఎంతగానో ప్రభావిత మవుతున్నాడు.

'మూర్తి మాకు కావాల్సిన మనిషి. ఆనాడు వదిలివెళ్లరాదని బ్రతిమలాడాను. భార్య చనిపోయిన సందర్భంలో నా మాట విన్పించుకొలేదు.

'మేడమ్ కూడ ఎంతో చెప్పి చూశారు'

'అవును సార్! డాడీ ఎప్పుడూ మీ గురించీ, డాక్టరమ్మ గురించీ చెబుతూ ఉండేవాడు. అమ్మ పోయిన తర్వాత షాక్‌కు గురైనారు. ఇక్కడ పనిచేయడం నావల్ల కాదంటూ నేను పుట్టిన కొన్నాళ్ళకు విశాఖపట్నంకు మకాం మార్చేశారు. చిన్నతనంలో నన్ను పెంచడానికి ఎంతో ఇబ్బందులు పడ్డాడు. ఆయన చేతికి అందిన ఆ పనీ, ఈ పనీ చేసుకుంటూ నన్ను పెంచి పెద్దజేశారు !

***

'నాన్నది ఒక్కటే ధ్యేయం నన్ను మంచిగా చదివించి గొప్ప డాక్టర్‌ని చేయాలని, నేను కాంపౌండర్ గా వెలగబెట్టాను, నువ్వు గొప్ప డాక్టర్ కావాలనేవారు. మా డాక్టర్ ఉదయభాను అమ్మ అంత అనేవారు'

అమృత మాటలు చాల సంస్కారవంతంగా ఉన్నాయి. నిలువెత్తు నిజాయితీకి నిదర్శనంగా అన్పిస్తుంది.

'అవును సార్! మీ డాక్టరమ్మ అంటే నాయనకు ఎంతో అభిమానం, మా తల్లి అంటుండేవారు. అమ్మగారి హస్తవాసి చాల మంచిదట. ఈ ప్రాంతంలో అనేకమందికి పురుళ్ళుపోసి వారి పసిగుడ్డులను ఈ భూమిమీదకు తెచ్చేసినాదట! అంతేనా! తన చేతిచలవతో వాళ్ళందరికి ఇక్కడ నూకలు పోసినాదంట!'

నాన్న కోరిక మీదట కష్టపడి చదువుకున్నాను మెడిసిన్‌లో సీటు సంపాదించు కున్నాను. గైనకాలజీలో స్పెషలై జేషన్‌తో యుండి కూడా పూర్తి చేయ గలిగాను విశాఖపట్నంలో సువర్చలరావు గారిదగ్గర రెండు సంవత్సరాలు వర్క్ చేశాను. ఇప్పుడు నాకు నేనుగా ప్రాక్టీస్ చేయాలని.

'కంగ్రాట్స్ బేబి! మా వామనమూర్తి కూతురు డాక్టర్ అయిందంటే చాల సంతోషంగా ఉంది. ఇన్ని చెప్పినావు, నీ పేరు చెప్పనే లేదు. ఆ అమ్మాయి ముసి ముసినవ్వుల అర్థం పార్థుకి తెలియకుండా ఉంది. తర్వాత ఆమే అంది నాపేరు డాక్టర్ ఉదాయిని''

ఉన్నట్టుండి పార్థసారథికి తెలియని పారవశ్యంలో తేలియాడుతున్నాడు. ఒక అనుభూతి తాలూకు అంతఃస్పర్శ అంతటి మనిషిని విపరీతంగా ప్రభావితం చేస్తూ ఉంది.

''అవును సార్! నువ్వు ఎప్పటికైనా మా ఉదయవాణి తల్లి అంతటి గొప్ప హస్తవాసి కల్గిన డాక్టర్ కావాలని నాన్న నాకు ఉదాయిని అనే పేరు పెట్టేశాడు"

ఆమె అపురూపమైన మాటలు ఆయనలో అనంతమైన అనుసృజనల్ని ఆపాదించి పెడు తున్నాయి.

'నాన్న ఆశయాన్ని నెరవేర్చానన్న సంతృప్తి ఉంది నాకు. కానీ ఒక డాక్టర్‌గా నన్ను చూసుకోకుండానే ఆయన నన్ను వదిలివేసి ఈ లోకంనుండి వెళ్లిపోయాడు. అందుకే నాన్న సదాశయం కోసం, గడియపాడులో గైనకాలజిస్ట్‌గా జీవితాన్ని ప్రారంభించాలనే ఆశతో వచ్చాను. దానికి మీ ఆశీర్వచనాలు కావాలి"

ఉదాయిని మాటలు చాల అపురూపంగా అనిపిస్తున్నాయి. తను కోరుకున్న ఆశల ఆరాటాలను ఆమెలో వెతుకుతూ ఉన్నాడు.

తన కొడుకులిద్దరూ ఈ హస్పటల్ కాంప్లెక్స్ని కూలగొట్టేసి షాపింగ్ కాంప్లెక్స్ కట్టాలంటున్నారు. కానీ తనకు అంతగా రుచించని ప్రతిపాదన. కనీసం తాను బ్రతికి ఉన్నంతకాలం భార్య తాలూకు జ్ఞాపకాలను ఇలా సజీవంగా ఉంచుకోవాలన్నది తన కోరిక. దానిలో ఈ అమృత నర్సింగ్ హోమ్ మొదటిది.

చాల మంచి నిర్ణయం తల్లి. నిన్ను మనస్ఫూర్తిగా అభినందిస్తున్నాను. పైగా నీ ప్రాక్టీసును ఈ కాంప్లెక్స్లో ప్రారంభించమని కోరుతున్నాను .

***

అమృత నర్సింగ్ హోమ్ పునఃప్రారంభమై పోయింది. డాక్టర్ పార్ధసారధిగారు అడగకుండానే ప్యాకేజీ తాలూకు అగ్రిమెంట్ వ్రాయించి ఇచ్చేసింది. డాక్టర్ ఉదాయినికి పార్ధుగారి అండదండలు పుష్కలంగా లభిస్తున్నాయి.

ఈ కుర్ర డాక్టరమ్మ హస్తవాసి చాలా మంచిదని ఊరూరా పేరుమ్రోగిపోతుంది. ఆ ఉదయవానమ్మ గైనకాలజీకి సంబంధించిన అన్ని సేవలూ అక్కడ చక్కగా దొరుకుతున్నాయి.

"అంకుల్ మీరు దీన్ని ఇనాగరేట్ చేయాలి, తప్పదు"

పార్ధు మనసు ఆనందంతో ఉప్పొంగి పోతోంది. సరేసరి ఆనందంతో పరవశించిపోతూ ఉన్నారు. ఇక మహేష్ కరుణ్ లకయితే ఆనందంతో పరవశించి పోతున్నారు. ఇంతకుముందు ఆ హాస్పటల్ కాంప్లెక్స్ మధ్య నున్న గార్డెన్ ఉదయవాణి ఏర్పాటు చేసిన తల్లీ బిడ్డల సిమెంట్ విగ్రహం, అదే బిడ్డకు పాలు ఇస్తూన్న విగ్రహం కాల క్రమంలో బాగా పాడయి పోయింది.

దాని స్థానంలో ఉదయిని శ్రద్ధ తీసుకొని చాల ప్రత్యేకంగా తయారు చేయించిన కాంశ్య విగ్రహం దాని స్థానంలో ఉదయిని తన పండంటి బిడ్డడికి తన్మయత్వంతో పాలు పట్టిస్తున్న మాతృత్వపు మమకారాన్ని పెన వేసుకున్న కాంశ్యవిగ్రహం ఆ తల్లి మోములో

డాక్టర్ ఉదయవాణిగారి ఛాయలు, డాక్టర్ పార్ధసారధి గారి జీవన సహించం గోచరిస్తున్నాయి. పుట్టిన రోజున ప్రజలందరి సమక్షంలో డాక్టర్ పార్థు గారు ప్రతిష్టచేసిన సజీవ శిల్పమది. అచ్చం డాక్టరమ్మ దేవి నుండి మరల భువికి దిగివచ్చిన అనుభూతి కల్గుతూ ఉంది.

అరుదైన 'ఉదయ' రాగమేదో అక్కడ లీలగా ప్రతిధ్వనిస్తుంటే అనంతమైన పారవశ్యంతో 'నువ్వు మా బంగారు తల్లివమ్మా! నా ఈ జీవితానికి ఈ సంతృప్తి చాలు' అంటూ అపురూపంగా ఆ అమ్మాయి చేతుల్ని తన కళ్ళ కద్దుకుంటున్నాడు డాక్టర్ పార్ధసారధి.

నీ కనుపాపనై..!

యలమర్తి అనూరాధ

హైద్రాబాద్

Ph:9247260206

ఆకాశంలో చందమామ మిలమిలా మెరిసిపోతున్నాడు. ఆస్వాదించే కనులున్న అందరికీ ఆనందాన్ని పంచుతున్నాడు వెండి బాలుడు. ప్రకాశమంతా తన సొంతం అన్న చందం లో. అంత శక్తి ఆయనకే సొంతం.

యథాలాపంగా ఇంట్లోంచి బయటకు వచ్చిన కృష్ణ వెంటనే టెర్రస్ మీదకు వెళ్ళాడు. సిల్వర్ చీర పరిచినట్లే ఉంది.

అటూ ఇటూ తిరగసాగాడు. చుట్టూ అన్నీ అపార్ట్ మెంట్స్. ప్రక్కన మాత్రం ఒకే ఒక డాబా ఇల్లు.

ఇంత పెద్ద పట్టణంలో డెవలప్మెంట్ కి ఇవ్వకుండా అలా ఆ విశాలమైన ఇల్లు ఉందంటే వాళ్ళు ప్రకృతి ఆరాధకులు అయి ఉండాలి అనుకున్నాడు. అంత కంటే అతన్ని ఆకర్షించిందొక విషయం.

పిట్టగోడ నానుకొని నుంచున్న ఓ అందాల రాశి. దివి నుంచీ భువికి దిగి వచ్చిన అప్సరస లా కళ్ళు మిరుమిట్లు గొలుపుతోంది.

రెప్ప వెయ్యటం మరిచిపోయాడు. 'ఎంత అందం' అనుకోకుండా ఉండలేకపోయాడు. చూసిన క్షణంలోనే మనసు పారేసుకున్నాడు. ఆమెను చూస్తూ జన్మంతా గడిపెయ్యవచ్చు అనుకున్నాడు. ఇక చందమామను, వెన్నెలను వదిలేసాడు.

ఆమే లోకంలా మారిపోయాడు. ఆమె అక్కడ ఉన్నంత వరకూ అక్కడే ఉండి తను వెళ్ళిపోగానే క్రిందకు దిగి పోయాడు.

తన గురించి ఎవరిని అడిగితే బాగుంటుందన్న ఆలోచన లో పడ్డాడు.

అక్కడి నుంచి బెడ్ రూమ్ కిటికీ కి అతుక్కుపోయాడు. మరి అక్కడి నుంచీ వాళ్ళ ఇల్లు స్పష్టంగా కనిపిస్తోంది.

ఏ సమయంలో ముగ్గు పెడుతుంది. ఎప్పుడు చెట్లకు నీళ్ళు పోస్తుంది.

ఇవన్నీ అతని మెదడులో టైం టేబుల్ లా ముద్రించుకు పోయాయి. తను ఎందుకు ఇక్కడకు వచ్చాడో కూడా మరిచిపోయేలా తయారయ్యాడు. అప్పుడే రెండు రోజులు గడిచిపోయాయి. కనీసం పరిచయం కూడా చేసుకోలేదు.

“ఎవరెవరు ఉంటారు ఇంట్లో?”

అత్తయ్య, మామయ్యని అడిగితే వాళ్ళు ఏమనుకుంటారో?

వద్దు.. వద్దు అని విరమించుకున్నాడు.

తాతయ్య తన మీద బెంగ పెట్టుకుని చూడాలని పట్టుబట్టటంతో తీరిక చేసుకుని ఇలా వచ్చాడు.

వచ్చినందుకు మంచి పనే జరిగింది. తన జీవిత సహచరి తనకు దక్కింది.

“ఏమిటి? అవతల ఆ అమ్మాయి అభిప్రాయం తెలుసుకోకుండానే కలల మేడలు కట్టేసు కుంటున్నావే” అంతరంగం అడగనే అడిగింది.

“నాకు తెలియదు ఆ విషయం. నేను మాత్రం ఫిక్స్. చేసుకుంటే ఆమెనే. లేకపోతే జీవితాంతం బ్రహ్మచారిగా ఉండిపోతాను. మనసు నిండా తనను నింపుకుని వేరొకరికి స్థానం ఇచ్చే ప్రసక్తే లేదు” అని నిశ్చయించేసుకున్నాడు దృఢంగా.

“అమ్మా! రాధా! అనూరాధా !” అంటూ బయటకి వచ్చారు ఒకరు. వాళ్ళ నాన్నగారేమో?

“ఎక్కడికి వెళ్ళదే!” అనుకున్నట్లు వరండా లోంచి అంతా కలయ తిరిగి లోపలి వెళ్ళిపోయారాయన.

"అనూరాధా !?"ఎంత అందమైన పేరు.

చిన్నప్పటి నుంచీ తనకి ఆ పేరు అంటే ఎంతో ఇష్టం. ఎందుకో తెలియదు. ఆరాధన. ఆ పేరు ఉంటే చాలు ఆ కథకు, సినిమాకు కనెక్ట్ అయిపోతుంటాడు.

జీవిత భాగస్వామి పేరు కూడా అదే అవుతుందని కలలో కూడా ఊహించలేదు. జీవితం గమ్మత్తైనది. ఊహించనివి ఎన్నో జరుగుతూ ఉంటాయి. ఇది తన జీవితానికే గొప్ప మలుపు అనుకున్నాడు.

ఆ మలుపులో అనుకోని ట్విస్ట్ ఉందని మాత్రం అతను ఊహించలేక పోయాడు.

***

"ఏరా! నేను లేని సమయం చూసుకొని మరీ వచ్చావ్?" అంటూ ఉరుము లేని పిడుగులా వచ్చి పడ్డాడు 'శశాంక్'.

అతన్ని చూడగానే ప్రాణం లేచి వచ్చినంత పనయింది.

"శశీ! వచ్చేసావా? నెట్ లేని ప్రదేశానికి నువ్వెందుకు వెళ్లాలని ఎంత తిట్టుకున్నానో! నువ్వు వెళ్ళావని కాదు" అన్నాడు అతని ప్రక్కనే కూర్చుంటూ.

"అంత నా ద్వారా తెలుసుకోవాల్సిన సంగతి ఏముంది?"

"పక్కింటి అమ్మాయి గురించి"

"ఓ.. తనా.. ఆమె అడవి కాచిన వెన్నెల"

"అదేమిటిరా అలా అనేసావ్?"

"అంతేరా ! చూడటమే కానీ పొందలేని అందం"

"అంటే.."

"ఎంత ఇష్టమున్నా కళ్ళు లేని పిల్లని చేసుకోలేం కదరా!"

అంతే! ఒక్కసారి త్రుళ్ళి పడ్డాడు. అసలు తానా విషయం గమనించ లేక పోయాడే..!

"అదేంటిరా.. నువ్వు చెప్పినా నమ్మలేకపోతున్నాను. ఆమెకు కళ్ళు కనిపించవంటే"

"అవును. చిన్నప్పుడే తనకు తల్లి చనిపోయింది. తండ్రే ఆమెను చూసుకుంటాడు. ట్యూషన్స్ చెప్పుకుంటాడు. ఇక ఆమెకు అన్నీ తనే. ఆమె పుట్టటమే కళ్ళు కనిపించకుండా పుట్టిందట. తన పనులు అన్నీ మామూలుగా చేసేసుకుంటుంది. అడుగులు లెక్క. ఎక్కడా తడుముకోదు. ఎవరికీ ఆమెకు కళ్ళు కనిపించవు అనే అనుమానం రానంత. ఇది పచ్చి నిజం. ఆమె ఈ లోకాన్ని చూడలేదు."

మనసంతా స్తబ్దుగా తయారయింది.

"ఆమెను నేను ప్రేమించానురా" అన్నాడు చిన్నగా.

"ఆ పని మాత్రం చేయకు. మీ అమ్మా నాన్నా మమ్మల్ని చంపినంత పని చేస్తారు."

"ఎవరేమన్నా నా నిర్ణయం మారదు" అని ఖచ్చితంగా చెప్పేసాడు.

ఇక ఆ ఇంట్లో, కృష్ణ తల్లి తండ్రుల హృదయాలలో భూకంపం వచ్చినట్లైంది.

ఉన్నది ఒక్కడే కొడుకు. ఎవరూ దొరకనట్లు కళ్ళు లేని పిల్లను ప్రేమించాలా అని కుమిలిపోయారు.

నచ్చ చెప్పాలని చూసారు. లాభం లేకపోయింది.

విధి రాత అని సరిపెట్టుకోవాల్సిన పరిస్థితి తెప్పించాడు అందరికీ.

"మీరు కాదంటే ఇలాగే పెళ్ళి చేసుకోకుండా ఉండిపోతాను" అని బ్రహ్మాస్త్రాన్ని వదిలాడు.

ఇక వాళ్ళకు ఒప్పుకోక తప్పలేదు. అప్పుడు వాళ్ళింటికి వెళ్ళాడు.

"ఎవరూ?"అడుగుల శబ్దం విని ఆమె ప్రశ్నించింది.

"నేనే!"

"నేనే అంటే.?"

"మీ ఆరాధకుడిని అనుకోండి"

"క్షమించండి. లోకంలో ఎవరి ప్రేమకూ నోచుకునే అదృష్టం నాకు లేదు. నాకు మా నాన్న. మా నాన్నకి నేను.అంతే"

"అక్కడితో ఆపకండి. మీ చిన్ని ప్రపంచంలోకి నన్ను కూడా రానివ్వండి. ఇద్దరు ముగ్గురవుదాం."

"వద్దు. వద్దు. మీరలాంటి ఆలోచనలు పెట్టుకోకండి. అసలు నాకు పెళ్ళి చేసుకునే ఉద్దేశం లేదు. మరొకరికి భారం అవటం నేను ఇష్టపడను."

"మీ నాన్నగారికి మీరు భారం కాదు కదా! బంధం. నేనూ అంతే! మనది వివాహ బంధం అవుతుంది. నేను మిమ్మల్ని ప్రేమించాను. పెళ్ళి చేసుకోవాలనుకుంటున్నాను"

"ఉహు.. నేను ఒప్పుకోను. మీరు ఎలాగుంటారో నాకు తెలియదు. మరో మంచి అమ్మాయిని చేసుకోండి. ఇది నా సలహా."

లోపలికి వెళ్ళిపోబోయింది.

"ఆగండి! నేను మిమ్మల్ని ప్రేమించినప్పుడు మీరు చూడలేరు అన్న విషయం నాకు తెలియదు. ఇప్పుడు తెలిసినా నా నిర్ణయం లో మార్పు లేదు. మీరెక్కడికీ రావక్కర్లేదు. వివాహమైనా నేనే ఇక్కడకి వస్తాను. నిరాకరించకండి. మీరు ఒప్పుకుంటే మీ నాన్నగారితో మాట్లాడతాను."

"లేదు. ఎప్పటికీ లేదనే నా సమాధానం."

"మీరు కాదంటే వేరే వారిని చేసుకుంటానను కుంటున్నారేమో. ఆ ఊహ కూడా నాకు రాదు."

"మీరెక్కడి పిచ్చి వాళ్ళు?"

"అవును. నేను పిచ్చివాడినే. మిమ్మల్ని దక్కించుకునే దాకా నాకు పిచ్చి పట్టినట్లే ఉంటుంది."

"ఎవరూ?" అంటూ లోపలి వచ్చారు 'త్రిలోచన్ రావు'.

"నమస్కారమండీ" అన్నాడు కృష్ణ.

"ఎవరు బాబూ మీరు?"

"మీ ప్రక్క నున్న 'అభినందన' అపార్ట్ మెంట్ లో మా అత్తయ్య, మామయ్య ఉంటారు. మా తాతయ్య ఇక్కడ ఉంటే చూచి పోదామని వచ్చాను. నేను లెక్చరర్ ని.మీ అమ్మాయిని ఇష్టపడ్డాను. మీరు ఒప్పుకుంటే పెళ్ళి చేసుకోవాలని అడగటానికి వచ్చాను. నా పేరు 'కృష్ణ ఆరాధ్య' "

"ఆలోచించుకొని చెబుతాం" అన్నారాయన.

కాదనటానికి కారణం దొరకలేదు. అబ్బాయి బుద్ధిమంతుడిలా ఉన్నాడు. ఇక్కడ తమతోనే ఉంటానంటున్నాడు. అనూరాధ కీ నచ్చ చెప్పాడు చేసుకోమని.

మీ ఇంట్లో వాళ్ళకి అభ్యంతరం లేకపోతే తమకు ఇష్టమే అని చెప్పేసారు.

***

కొడుకు అలాంటి అమ్మాయిని ఇష్టపడ్డాడని బాధ పడుతున్న తల్లీ తండ్రుల దగ్గరకు చేరింది వారి కూతురు 'ప్రజ్ఞ'.

"అమ్మా! నేనే ఆ పరిస్థితుల్లో ఉంటే ఎంత ఆనంద పడతావు? అన్నయ్యకి లేని బాధ నీకెందుకు? అవునా నాన్నా!" అంది విషయాన్ని వివరిస్తున్నట్లు.

చిన్న పిల్లకు ఉన్న ఆలోచన తమకు లేకపోయిందనే నిజాన్ని గ్రహించి ఆనందంగా అక్షింతలు వేశారు. కొడుకు కోడలిని మనస్ఫూర్తిగా ఆశీర్వదించారు.

ఈ లోకాన మరో రాధా కృష్ణులు గా ఈ అనూరాధ, కృష్ణ ఆరాధ్యే లయ్యారు.

ప్రేమ నిండిన కళ్ళు

శ్రీధర్ బాబు అవ్వారు

నెల్లూరు

Ph:8500130770

తిరుగు ప్రయాణం విజయవాడ నుండి నెల్లూరుకి... జనశతాబ్దికి బుక్ చేశాను. ఈలోపల పని అయిపోతుందా... అన్న ఆదుర్దా ఒకపక్కా... కొత్త ప్రదేశం వలన రాత్రి నిద్ర సరిగా పట్టకపోవడం ఒకపక్కా... రెండూ కలిసి పెళ్లికి స్నేహితులు వచ్చినట్లుగా వచ్చి, తలనొప్పి బహుమతిగా ఇచ్చాయి.

ఎలాగోలా మధ్యాహ్నం రెండు గంటలకు పని ముగించుకుని ఆ పక్కనే అటు హైస్టార్ కి ....లోస్టార్ కి మధ్యన ఉన్న హోటల్ లో ఆకలిని తోలేద్దామని లోనికి వెళ్ళి కూర్చున్నాను. ఐపీఎల్ మ్యాచ్ చివరి బాల్ టెన్షన్ లో నేనుంటే.... వెయిటర్ నింపాదిగా వచ్చి మీల్స్ టోకెన్ సార్ అన్నాడు. ఆ మాటకు చిర్రెత్తుకొచ్చినా..... ఆకలి,రైలుకి టైమూ... శాంతి మంత్రాలు చదవగా.....

ఏడుపు.. నవ్వు మిక్స్ చేసి పర్స్ తీసి డబ్బులు ఇచ్చి, టోకెనూ... అదే చేత్తో విస్తరీ రెండు తెమ్మని పంపించాను.

హోటల్ మాదిరిగానే భోజనం కూడా మధ్యస్తంగా ఉంది. అయినా దానిమీద అంత శ్రద్ధ పెట్టకుండా నాలుగు మెతుకులు ఐదువేళ్ళతో లోపలికి తోసి.. రైల్వే స్టేషన్ కి

ఆటో ఎక్కాను. వాచీ చూస్తే... గాభరా పడొద్దు ఇంకా అరగంట ఉంది ఉందిలే అంటూ వాచీ భుజం తట్టింది.

ఫ్లాట్ ఫామ్ హడావిడిగా ఉంది. స్వీట్స్ మీద ఈగలు వాలినట్లు.... ప్లాట్ఫామ్ పై ఉన్న కుర్చీల నిండా మనుషులు కూర్చుని ఉన్నారు.

లోన కెళ్ళిన భోజనం ఊరకుంటుందా... కళ్ళు మూసుకో అంటూ సంకేతాలు ఇస్తుంది. కానీ కుర్చీలు ఖాళీ లేవాయే. ఉండేది కాస్త టైమేగా ఎలాగోలా గడిపేద్దాం అనుకున్నాను. పుస్తకాల పురుగుని కదా... ప్లాట్ఫామ్ పై పుస్తకాల షాపు ఉందేమో చూద్దామని నడక సాగించాను. ఫ్లాట్ఫామ్ అంతా ఒక రౌండ్ తిరిగేసరికి షాపు కనిపించలేదు కానీ అనౌన్స్మెంట్ వినిపించింది. బోగీ నెంబర్ చూసుకొని అక్కడికి చేరుకునేసరికి రైలు లోపలికి రమ్మని ఆహ్వానించింది.

ఇక నాలుగు గంటల్లో నెల్లూరులో ఉంటాను అనుకుంటూ... సీట్ నెంబర్ వెతుక్కుంటూ పోయాను. నేను ఎప్పుడైనా అది పనిగా విండో సీట్ నే బుక్ చేసుకుంటాను. గాలి ఒక కారణం అయితే... కదిలిపోయే చెట్లు, బిల్డింగులు,బయట కనబడే దృశ్యాలు చూస్తూ గడపటం నాకు భలే సరదా. టైం కూడా తెలియకుండానే గడిచిపోతుంది.

నా సీట్లో.... ఒక పది సంవత్సరాలు ఉంటాయి అనుకుంటా.... ఓ పిల్లవాడు కూర్చొని ప్లాట్ ఫాం వైపు ఆశ్చర్యంగా చూస్తూ ఉన్నాడు. ఎదురుగా అబ్బాయి నాన్న అనుకుంటా.... ఒడిలో సంచి ఒకటి పెట్టుకుని కూర్చుని ఉన్నాడు. చూస్తే ఈ ప్రాంతం వాళ్ళు కాదు అనిపించింది.

అబ్బాయితో... ఇది నా సీటు పక్కకి జరుగు అన్నాను.అర్థం కానట్టు చూసాడు. వాళ్ల నాన్న నాకేసి భయంగా చూస్తూ.... వాడితో ...ఇదర్ బైటో రే.. అన్నాడు. హో....నార్త్ సైడ్ వాళ్ళలా వున్నారు అనుకున్నాను.

వాడు నావైపు కోపంగా చూస్తూ పక్కకి జరిగాడు. వాడి కళ్ళల్లో కోపాన్ని చూసి చిన్నగా నవ్వుకున్నాను.ఏం చేస్తాను, కోరి మరి రిజర్వేషన్ చేసుకున్న సీటాయే. అందులో ఈతలనొప్పి ఒకటి జోబీ లో పర్సులా కూర్చొనుంది.

ట్రైన్ కదిలింది. సిటీ దాటటానికి ఓపది నిమిషాలు పట్టినట్టు ఉంది. ఈలోపల కుర్రాణ్ణి... వాడి నాన్నని పరిశీలనగా చూశాను. కూలి పనులు చేసుకునే వాళ్ళలా ఉన్నారు. కదిపితే.... పని నిమిత్తమై చెన్నై పోతున్నారని తెలిసింది.ఒడిలో సంచి తప్ప ఇంకేమీ లేనట్టు ఉంది.

ట్రైన్ సిటీ దాటగానే చెట్లు బారులు తీరాయి.వాటిని నవ్వుతు పలకరిస్తూ... ప్రకృతి అందాలు ఆస్వాదిస్తున్నప్పుడు. నాఒడి బరువెక్కింది చూస్తే... ఆకుర్రాడు నా ఒడిని దిండు చేసుకున్నాడు. అది చూసి... వాడి నాన్న చేయి పట్టుకొని పైకి లేపాడు. మళ్లీ నేను కిటికీ బయటకి చూస్తూ చెంపలకు తగిలే గాలితో మాట్లాడుతున్నాను. మళ్ళీ వాడి తల నా ఒడిలోకి జారింది. వాళ్ల నాన్న మరలా చేయి పట్టుకొని లాగబోతుంటే.... పర్లేదు ఉండనివ్వు అంటూ సైగ చేశాను.చిన్న కుర్రాడు పాపం నిద్రనెలా ఆపుకుంటాడు అనుకుంటూ వాడి కేసి చూశాను. కోపంగా చూసిన కళ్ళపై కనురెప్పలు వాలి ఉన్నాయి.ఇపుడు నిర్మలంగా కనిపిస్తున్నాడు.

వాడు ఎంత తూగుతూ ఉన్నా... తినుబండారాలు అమ్మే శబ్దం వినిపిస్తే మాత్రం, టక్కున లేచి, నాన్న వైపు చూసి కొనివ్వమంటాడు. వాడి నాన్న మాత్రం సైగ తోనే కుదరదు అంటాడు. వాడు నిరుత్సాహంగా చూసి,మరలా నా భుజంపై వాలి అటునుండి ఒడిలోకి జారుతున్నాడు.

ఇలా సమోసాలు... జామకాయలు... కూల్ డ్రింక్స్ అమ్మేవాళ్ళ అరుపు వినగానే వాడు లేయటం నాన్నని అడగటం... అతను మాత్రం వాడికేసి ఉరిమి చూడటం... నిరాశగా వాడు మళ్ళీ కళ్ళు మూసుకోవడం.ఇలానే చీరాల వరకు సాగింది.

వాడిని చూస్తే జాలేసింది.మాఅబ్బాయి వయసే ఉంటుంది. నేను బయట నుండి ఇంటికి రాగానే... నా చేతి వైపు చూస్తాడు మావాడు, నాన్న ఈరోజు ఏమి తెచ్చాడు అని.

ఇంతలో ...సమోసాలు.. వేడి-వేడి సమోసాలు.. అంటూ బోగీలోకి ఒక అతను వచ్చాడు. ఎంత ఘాడ నిద్రలో ఉన్నా... ఆపిలుపు... ఈపిల్లాడికి మొహం మీద నీళ్ళు చల్లినట్టు ఉంటుందేమో... టక్కున లేచేస్తాడు.

నేను సాధారణంగా రైల్లో ఏదీ కొనను... తాగను కూడా. అయినా సమోసా అతన్ని పిలిచి సమోసాలు ఇమ్మన్నాను.20 కి నాలుగు అని చెప్పాడు. 20 రూపాయలు ఇచ్చి కాగితంలో చుట్టి ఇచ్చిన సమోసాలను చేతిలో పట్టుకున్నాను.

ఈ లోపల కుర్రవాడు నాన్నను అడగటం.. వాడి నాన్న వాడితో పైసా నై రే అనడం వినిపించింది. నేను సమోసా పొట్లాన్ని తీసుకొని ఒకటి తీసి తింటున్నట్టు నోటి దగ్గర పెట్టకొని, సమోసాలు ఉన్న చేతిని చాపి తీసుకోనున్నట్లు వాడికి సైగ చేశాను. వాడు వద్దు అన్నట్టు తల ఊపాడు.వాడి చేతిని లాగి సమోసాలు వాడి చేతిలో పెట్టాను.వాడు వాళ్ళ నాన్న వైపు చూశాడు. అతను నా వైపు చూసాడు. నేను కళ్ళతోనే నవ్వి, తినమని చెప్పమన్నట్టు సైగ చేశాను.

ఒక గంట తర్వాత జామకాయలు రాగా అవి కొని వాడికి ఇచ్చాను. ఈసారి వాడు మొహమాటాన్ని తగ్గించాడు. చేయిలాగి చేతిలో పెట్టకుండానే చేతికి తీసుకున్నాడు. మరోసారి కూల్ డ్రింక్స్ అంటూ ఒకతను వచ్చాడు. నేను కూల్ డ్రింక్స్ తాగను. వాటిలో రసాయనాలు ఉన్నాయి, అవి మనిషికి చేటు చేస్తాయని గట్టిగా నమ్మినవాణ్ణి నేను.

అమ్మే అతని అరుపు వినగానే వీడు తట్టినట్టు లేచి కూర్చుంటాడు కదా... నేను మామూలుగా కిటికీలోంచి బయటకు చూస్తూ ఉన్నాను. వాడు నాకేసి చూడడం... వాళ్ళ నాన్న కళ్ళతోనే వాడిని బెదిరించడం.... వాడు చిన్నబుచ్చుకోవడం అన్నీ గమనిస్తున్నాను.

దాటిపోతున్న అతన్ని పిలిచి, ఒక చిన్న బాటిల్ మాజా ఇవ్వమన్నాను. ఆ బాటిల్ తీసుకొని మూత తీస్తున్నట్టు తిప్పి, నైస్ గా వాడి చేతిలో పెట్టాను. ఈసారి వాడు నాన్న వైపు చూడకుండానే తాగడం మొదలు పెట్టాడు. వాడి నాన్న.... ఏదో వెతుకుతున్నట్లు సంచి లోకి చూస్తున్నాడు. వాడు మాజా తాగుతూ... మజా వచ్చిందేమో... అటు ఇటు ఊగుతూ తాగుతున్నాడు.

నా వైపు ఊగినప్పుడల్లా...వాడి భుజము నాకు తగులుతూ ఉంది. వాడు అదేమీ పట్టించుకోనట్లు అలానే చేస్తున్నాడు. నాకెందుకో చిత్రమైన అనుభూతి కలిగింది.

ముఖంలో చిరునవ్వు వెలిసింది. అచ్చూ మా అబ్బాయి టీవీలో నోబితా మాటలు వింటూ ఊగుతున్నట్లుగా అనిపించింది.

అప్పుడే ట్రైన్ పెన్నా బ్రిడ్జి దాడుతున్నాను అని తెగ శబ్దం చేస్తుంది. బ్రిడ్జి దాటగానే నెల్లూరు స్టేషన్. బ్యాగు చేతిలోకి తీసుకొని లేచి నిలబడ్డాను.

నాన్న కొడుకులు ఇద్దరూ ఒకేసారి నాకేసి చూసారు. ఈసారి నాన కళ్ళల్లో కృతజ్ఞతా... పిల్లాడి కళ్ళల్లో ప్రేమ కన్పించాయి.

భయంగా చూసిన కళ్ళనుండి కృతజ్ఞతా... కోపంగా చూసిన కళ్ళనుండి ప్రేమ కనపడంటంతో...

ఏదో సాధించిన తృప్తితో నెల్లూరు స్టేషన్ కి షేక్ హ్యాండ్ ఇచ్చాను.

www.ingramcontent.com/pod-product-compliance
Lightning Source LLC
LaVergne TN
LVHW032101041026
849518LV00010B/2951